அமேசான்

ஒரு வெற்றிக் கதை

அமேசான்

ஒரு வெற்றிக் கதை

எஸ்.எல்.வி. மூர்த்தி

அமேசான்: ஒரு வெற்றிக் கதை
Amazon: Oru Vetri Kathai
S.L.V. Moorthy ©

First Edition: July 2017
168 Pages

ISBN: 978-81-8493-756-5
Kizhakku 1000

Kizhakku Pathippagam
177/103, First Floor,
Ambal's Building, Lloyds Road,
Royapettah, Chennai - 600 014.
Ph: +91-44-4200-9603

Email : support@nhm.in
Website : www.nhm.in

kizhakkupathippagam
kizhakku_nhm

Author's Email: slvmoorthy@yahoo.com

Images : Shutterstock, Wikimedia Commons

Kizhakku Pathippagam is an imprint of New Horizon Media Private Limited

இன்னும் கண்டுபிடிக்கப்படவேண்டிய விஷயங்கள் ஏராளம், ஏராளம் இருக்கின்றன. புதிது புதிதாக என்னென்னமோ நடக்கப்போகின்றன. இன்டர்நெட் நம்மை வருங்காலத்தில் எப்படியெல்லாம் பாதிக்கப்போகிறது என்று யாருக்கும் இப்போது தெரியாது. நாம் இதுவரை பார்த்திருப்பது இன்டர்நெட் பயணத்தின் தொடக்கம் மட்டுமே.

- ஜெஃப் பெஸோஸ்

சியாட்டில் நகரில் இருக்கும் அமேசான் தலைமை அலுவலகத்தில் லிஃப்ட் அருகே, அனைவரும் படிக்கும்படி, பெரிய கறுப்பு போர்டில் எழுதப்பட்டிருக்கும் வாக்கியங்கள்.

உள்ளே...

1

எனக்கு ஒரே ஒரு அப்பாதான்!

'ஜெஃப், நான் உன் அப்பா இல்லை.'

'விளையாடாதீங்க டாடி'

'ஜெஃப், நான் சொல்வது நிஜம். நீ எனக்கும் ஜாக்லீனுக்கும் பிறந்த மகனில்லை.'

முகத்தை இறுக்கமாக வைத்துக்கொண்டு மிகேல் சொன்னார்.

பத்து வயது ஜெஃப் குழம்பினான், பதறினான். அப்பா ஜோக் அடிக்கிறார் என்று தன்னைத் தேற்றிக்கொள்ள அம்மா முகத்தைப் பார்த்தான். இருண்டு கிடந்த அம்மா முகம் அப்பா பேச்சு உண்மையென்று சாட்சி சொன்னது.

ஜெஃப்புக்கு அடக்கமுடியாத அழுகை வந்தது. தடுமாறிக் கொண்டே கேட்டான்.

'அப்படியானால், என் சொந்த அப்பா யார்?'

'அதை அம்மா உனக்குச் சொல்லுவாள்.'

கண்ணீரைத் துடைத்துக்கொண்டே மிகேல் நகர்ந்தார். அம்மா அந்தக் கதையைச் சொன்னார்.

•

அமெரிக்காவின் நியூ மெக்ஸிகோ மாநிலத்தில் அல்புக்கர்க் (Albuquerque) நகரம். ஒற்றைச் சக்கர சைக்கிள்களில் வேகப்

பந்தயங்கள், கழைக்கூத்தாடி விளையாட்டுகள் ஆகியவை மிகப் பிரபலம். சர்க்கஸிலும் இந்த வித்தைகளைப் பார்க்கப் பெரியவர்கள், குழந்தைகள் திரண்டு வருவார்கள். அல்புக்கர்க்கின் ஒற்றை சக்கர ஹீரோ டெட் ஜார்கென்சன் (Ted Jorgensen). பள்ளிப் பருவத்திலேயே, சைக்கிளைப் படுவேகமாக ஓட்டுவார், ஓட்டிய படியே தலைகீழாக நிற்பார், பல்டி அடிப்பார், டான்ஸ் ஆடுவார். ஒரு கையாலும், காலாலும், சைக்கிளை பாலன்ஸ் செய்து கொண்டு, மறுகையால் பந்தைத் தட்டி கோல் போடும் போலோ விளையாட்டில் அதிசூரர். அவர் பங்கேற்ற உள்ளூர் போலோ டீம், அமெரிக்காவின் பல ஊர்களுக்கும் போய் ஜெயித்து வந்தது. அவர்கள் அல்புக்கர்க் திரும்பியபோது கொட்டும் பனி. அந்தக் குளிரிலும், நானூறு பேர் ஆரவாரமாக வரவேற்றார்கள். நாளிதழ்களில் அவர் சாதனைகள், போட்டோக்களோடு அடிக்கடி வெளியாயின. டெட்டுக்கென்றே ரசிகர் பட்டாளம் உருவானது.

டெட் அப்பா அணுசக்தி நிலையத்தில் பொறுப்பான பதவியில் இருந்தார். அந்த நிலையத்தின் இயக்குநர், லாரன்ஸ் ப்ரெஸ்ட்டன் கைஸ் (Lawrence Preston Gise). அவர் மகள் ஜாக்லீன், டெட் படித்த பள்ளியில் இரண்டு வருட ஜூனியர். இரண்டு குடும்பங்களுக்கும் பரிச்சயம் இருந்ததால், இரண்டு குழந்தைகளும் நெருங்கிப் பழகினார்கள். டெட்டின் சாகசங்களும்புகழும் ஜாக்லீனை ஈர்த்தன. விட்டில் பூச்சியாக விழுந்தாள். பதினாறு வயது பெண் வயிற்றில் டெட் வாரிசு. இரண்டு தரப்புக் குடும்பங்களும் திருமணம் செய்துவைக்க முடிவு செய்தார்கள். அமெரிக்காவில் திருமணத்துக்குப் பதினெட்டு வயதாயிருக்கவேண்டும். ஆகவே, அண்டைய மெக்சிகோ நாட்டில் கல்யாணம். ஏழே மாதங்களில், ஜனவரி 12, 1964 - இல் மகன் பிறந்தான். ஜெஃப்ரி ப்ரெஸ்ட்டன் ஜார்கென்சன் என்று பெயர் வைத்தார்கள்.

புதுத் தம்பதிகள் தனிக் குடித்தனம் போனார்கள். சைக்கிள் விளையாட்டுகளில் கிடைக்கும் வருமானம் போதவில்லை. டெட் கடைக்கு எடுபிடி வேலைக்குப் போனார். ஒரு மணி நேர வேலைக்கு ஒன்றேகால் டாலர் சம்பளம். அப்பாவாகிவிட்டோம், தன்னை நம்பி ஒரு குடும்பம் இருக்கிறது என்கிற பொறுப்பை டெட் உணரவேயில்லை. மொத்த வருமானமும் மதுக்கடைகளுக்கு அர்ப்பணம், நண்பர்களோடு நள்ளிரவு வரை ஊர் சுற்றல், வம்பளப்பு. போதையில் வீட்டுக்கு வருவார்.

கண் முன்னால் மகள் வாழ்க்கை சிதிலமாவதைப் பார்த்த பெற்றோர் மனம் வெந்து கரிந்தது. உதவிசெய்ய ஓடோடி வந்தார்கள். டெட் கல்லூரிப் படிப்பின் முழுச் செலவையும் ஏற்கத்

தயாரானார்கள். மருமகன் படித்து நல்ல வேலைக்குப் போனால், அவர்கள் குடும்பம் முன்னேறுமே என்னும் கரிசனம். ஆனால், நம் சைக்கிள் ஹீரோவுக்குப் படிப்பே பிடிக்கவில்லை. பக்குவமடை யாத வயதில் கிடைத்த புகழ், அவர் செலவில் கிடைத்த ஓசிக் குடிக்காக ஜால்ரா அடித்த நண்பர்கள் கூட்டம் ஆகிய அனைத்தும் அவரைக் கனவுலகில் வாழ வைத்தன. சில மாதங்களுக்குப் பின் கல்லூரி போவதை நிறுத்தினார். படிப்பு கோவிந்தா. ஜாக்லீன் அப்பா மருமகனின் விளையாட்டு சாதனைகள் அடிப்படையில் காவல் துறை வேலைக்கு ஏற்பாடு செய்தார். இந்த வாய்ப்பையும் டெட் உதறித் தள்ளிவிட்டார்.

டெட் உருப்படப் போவதில்லை என்று ஜாக்லீன் புரிந்து கொண்டார். குழந்தையை எடுத்துக்கொண்டு பிறந்த வீட்டுக்குப் போனார். அவனுடைய பதினேழாம் மாதத்தில், விவாகரத்து கேட்டு வழக்குப் போட்டார். அப்போது டெட் மாதச் சம்பளம் 180 டாலர். அவர் சாப்பாட்டுக்கும் மதுவுக்குமே போதாது. நீதிமன்றம் குழந்தைப் பராமரிக்காக நிர்ணயித்த ஜீவனாம்சத்தை ஒழுங்காகத் தரமுடியாமல் திணறினார். ஜாக்லீன் வங்கியில் வேலைக்குச் சேர்ந்தார். குழந்தையை அவர் அம்மா கவனித்துக்கொண்டார்.

இந்தக் காலகட்டத்தில், ஜாக்லீன் வாழ்க்கையில் வந்தார் மிகேல் ஏஞ்சல் பெஸோஸ் பெரஸ் (Miguel Angel Bezos Perez). அவர் வாழ்க்கையும் புயல் அடித்து வீசிய சரித்திரம். அந்தப் புயல் இன்னொரு வித்தியாசப் புயல்.

1959. க்யூபா நாட்டில், அமெரிக்காவின் உதவியோடு இயங்கிய ஆட்சிக்கு எதிராக ஃபிடல் காஸ்ட்ரோ நடத்திய புரட்சி வெற்றி கண்டது. ஆட்சியைப் பிடித்தார். நாடு கம்யூனிஸ்ட் பாதையில் நடைபோடத் தொடங்கியது. முதல் கட்டமாக, சில அமெரிக்க நிறுவனங்களைத் தேசியமயமாக்கியது. பள்ளிப் பாடங்களிலும் பொதுவுடமைச் சித்தாந்தப் போதனை தொடங்கியது. இளைய தலைமுறையின் வருங்காலம் பற்றிப் பெற்றோர் பயந்தார்கள். இதற்காக, எந்தத் தியாகமும் செய்யத் துணிந்தார்கள். க்யூபாவின் கத்தோலிக்கத் திருச்சபையும், அமெரிக்க நாடும் அவர்களுக்கு உதவிக்கரம் நீட்டின. குழந்தைகளை மட்டும் விசா இல்லாமல் அனுமதிக்க அமெரிக்கா சம்மதித்தது. அதாவது, தங்கள் குழந்தை களின் வருங்காலத்துக்காக, க்யூபன் பெற்றோர்கள் அவர்களை விட்டுப் பிரியவேண்டும், அயல்நாட்டுக்குத் திருச்சபை மூலமாக அனுப்பவேண்டும். பெரும்பாலும், அவர்களை இனிமேல் பார்க்கவே முடியாது.

அடுத்த இரண்டு வருடங்கள். 14,000 குழந்தைகள் கனத்த இதயங்களோடு அமெரிக்க மண்ணை மிதித்தார்கள். அவர்களுள் ஒருவர் 16 வயது மிகேல். பெற்றோரைப் பிரிந்த அளவில்லாத சோகம். அதே சமயம், அப்பா அம்மா செய்திருக்கும் தியாகத்துக்குக் கைம்மாறு செய்யவேண்டும், படிப்பில் உச்சம் தொடவேண்டும், வாழ்க்கையில் வெற்றிக்கொடி கட்டி, பெற்றோரை மறுபடி சந்தித்து அவர்களை வசதியாக வாழவைக்கவேண்டும் என்னும் ஆசை. தன்னைப்போல் பள்ளத்தில் விழுந்தவர்களைத் தூக்கிவிட வேண்டும் என்னும் மட்டற்ற மனிதநேயம்.

மிகேல் பள்ளிக்கூடத்தில் சேர்க்கப்பட்டார். திருச்சபை விடுதியில் 15 சக அகதி மாணவர்களோடு தங்கினார். இருக்கும் வசதிகளை எல்லோரும் பகிர்ந்துகொள்ளவேண்டிய நிர்ப்பந்தம். விட்டுக் கொடுக்கும் மனோபாவம் வளர்ந்தது. மனம் விரிந்து பரந்தது. அல்புக்கர்க் பல்கலைக்கழகத்தில் கல்லூரிப் படிப்புக்குச் சேர்ந்தார். படிப்புச் செலவைச் சமாளிக்க வங்கியில் பகுதிநேர வேலைக்குச் சேர்ந்தார். ஆமாம், ஜாக்லீன் பணிபுரிந்த அதே வங்கி.

அவர்கள் சந்தித்தபோது, ஜாக்லீன் எட்டுமாதக் கர்ப்பிணி. முதல் பார்வையிலேயே இருவருக்கும் ஒருவரையொருவர் பிடித்துப் போய்விட்டது. நட்போடு பழகத் தொடங்கினார்கள். உறவுகளை விட்டு வந்து தனிமரமாக இருந்த மிகேல் மனம் புரிதலுக்கு, பரிவுக்கு, அன்புக்கு ஏங்கிக்கொண்டிருந்தது. ந்தத் தேடலுக்கு ஜாக்லீன் தீர்வு தந்தார். ஜாக்லீனுக்கோ, இந்த நட்பு புதிய அனுபவம். தன்னையறியாமலே கணவனையும் நண்பனையும் அவள் மனம் அடிக்கடி ஒப்பிட்டுப் பார்த்தது. ஒரு பக்கம், படிப்பைப் பாதியில் விட்ட, ஒழுங்காக வேலை பார்க்காத, குடித்துப் பணத்தைக் கரியாக்கி, நண்பர்களோடு ஊர் சுற்றி, பொறுப்பேயில்லாத வெட்டிக் கணவன். இன்னொரு பக்கம் முன்னேற்றம் ஒன்றே குறிக்கோளாகக் கொண்டு, நாடு விட்டு நாடு வந்து, அகதிகள் விடுதியில் தங்கிப் படித்து, கல்லூரியில் சேர்ந்து, பகுதிநேர வேலை செய்துகொண்டே படிக்கும் நண்பன்.

ஜாக்லீன் திருமணம் முறிந்தபின், அவளைத் தனியாகச் சந்திக்கப் பல முறை மிகேல் அழைத்தார். அவள் மறுத்துக்கொண்டே வந்தாள். ஒரு நாள் கல் இளகியது. இருவரும் சேர்ந்து Sound of Music சினிமா பார்த்தார்கள். நெருக்கம் வளர்ந்தது. படிப்பு முடித்தபிறகுதான் கல்யாணம் என்பதில் மிகேல் உறுதியாக இருந்தார். 1968ம் ஆண்டு. பட்டம் ஒரு கையில். எக்ஸான் என்னும் பெட்ரோலியக் கம்பெனியில் ஹூஸ்டன் நகரத்தில் எஞ்சினியர்

வேலை இன்னொரு கையில். ஜாக்லீன் கரம் பிடித்தார். மிகேல், ஜாக்லீன், ஜெஃப் மூவரும் ஹூஸ்டன் போனார்கள்.

இரண்டு சோக நதிகளும் சந்தோஷக் கடலில் சங்கமித்தன. நான்கு வயது மகனிடம் மிகேலை அப்பா என்று ஜாக்லீன் அறிமுகம் செய்தார். அவர் அவனிடம் பாசத்தைக் கொட்டினார். அவனும் அவரை 'டாடி' என்றே கூப்பிட்டான். அடுத்த சில வருடங்களில், மிகேல் - ஜாக்லீன் தம்பதிகளுக்கு ஒரு பெண் குழந்தையும், அடுத்து ஒரு ஆணும் பிறந்தார்கள். பெற்றோர் மூன்று குழந்தைகளிடமும் சம பாசம் காட்டினார்கள். மிகேல் கடும் உழைப்பாளி. வாழ்க்கையில் முன்னேறக் கடும் உழைப்பு மட்டுமே மந்திரச் சாவி என்று நம்பியவர், அனுபவத்தால் அறிந்தவர். இந்தச் சித்தாந்தம் மூன்று குழந்தைகள் மனங்களிலும் சிறுவயது முதலே, ஆழமாகப் பதிந்தது.

ஜெஃப் 'டாடி' என்று அழைத்து, அவரைக் கட்டிக்கொள்ளும் போதெல்லாம், தன்மீது உயிரையே வைத்திருக்கும் பாலகனிடம் முக்கிய உண்மையை மறைக்கிறோமே என்று மிகேல் மனதில் ஒரு குற்ற உணர்ச்சி வரும். அவரும் ஜாக்லீனும் பல நாட்கள் அவனிடம் சொல்லலாமா வேண்டாமா என்று ஆலோசித்தார்கள். பத்து வயதே ஆனபோதிலும் அவன் மனப்பக்குவம் கொண்டவன், நிஜத்தைப் புரிந்துகொள்ளுவான் என்னும் நம்பிக்கை பிறந்தது. ஒருவேளை வேறு யார் மூலமாகவோ தெரிந்துகொண்டால் அந்தப் பிஞ்சு நெஞ்சம் சுக்கல் நூறலாகிவிடும் என்று நினைத்தார்கள். அதனால்தான் அவனோடு அவன் வாழ்க்கை ரகசியத்தைப் பகிர்ந்துகொண்டார்கள்.

●

அம்மா, அப்பா எதிர்பார்த்ததுபோலவே, வயதை மிஞ்சிய பக்குவத்தோடு, ஜெஃப் அதிர்ச்சியைத் தாங்கிக்கொண்டான். ஓடிவந்து மிகேல் கழுத்தைக் கட்டிப் பிடித்துக்கொண்டான். அவரும் அவனைக் கட்டியணைத்துக்கொண்டார். தன் மனதுக்குள் ஜெஃப் சொல்லிக்கொண்டான் 'எனக்கு, வளர்த்த அப்பாவும், நிஜ அப்பாவும் நீங்கள் மட்டும்தான்.'

டெட் ஜார்கென்சன் அவனுக்கு யாருமில்லை. அவன் வாழ்க்கையில் அவருக்கு எந்த இடமுமில்லை. அவர், அவன் மறக்கப் போகிற பழுப்பு நிறப் பக்கம்.

2

இவன் வித்தியாசமானவன்

ஜெஃப் செய்த சில சின்ன வயதுக் குறும்புகள்/ வால்தனங்கள் வயதை மிஞ்சியவை, இந்த வயதில் இது சாத்தியமா என்று ஆச்சரியப்பட வைப்பவை. அவனுக்கு மூன்று வயது இருக்கும் போது ஜாக்லீன் அவனை கிரிப் என்னும் தொட்டிலில் தூங்க வைத்துக்கொண்டிருந்தார். அப்பா, அம்மாபோல் தனக்கும் கட்டில் வேண்டும் என்று ஜெஃப் கேட்டான். அவர்கள் வாங்கித் தரவில்லை. இருவரின் கவனமும் வேறு எங்கோ இருந்தபோது, அவன் ஒரு ஸ்க்ரூ டிரைவரை எடுத்து கிரிப்பைக் கழற்றத் தொடங்கிவிட்டான்.

ஜெஃபுக்கு ஏழு, எட்டு வயது இருக்கும். சின்ன வயதில் நாம் கலைடாஸ்கோப் என்னும் பொம்மைக் கருவியை வைத்து விளையாடியிருப்போம். முகம் பார்க்கும் கண்ணாடியின் மூன்று துண்டுகள் ஒரு குழாயின் அடியில், முக்கோண வடிவில் ஒட்டப் பட்டிருக்கும். குழாயின் உள்ளே, கண்ணாடி வளையல் துண்டுகளைப் போட்டிருப்பார்கள். குழாயைச் சுழற்றியபடி, மறுமுனையிலிருக்கும் சிறிய துவாரம் வழியாகக் குழாய்க்குள் பார்த்தால், பல வண்ண டிசைன்கள் மாறி மாறி வரும். முகம் பார்க்கும் கண்ணாடிகள் ஒளியைப் பிரதிபலிப்பதால் உண்டாகும் தோற்றம்.

நம் ஊர் கலைடாஸ்கோப் போல், அமெரிக்காவில், இன்ஃபினிட்டி க்யூப் என்னும் பொம்மைக் கருவி குழந்தைகள் மத்தியில் பிரசித்தம். ஜெஃப் அம்மாவிடம் ஒரு இன்ஃபினிட்டி க்யூப் கேட்டான். அதன்

விலை 22 டாலர். அது அம்மாவுக்குப் பெரிய தொகை. ஆகவே, மறுத்துவிட்டார். அதைத் தானே செய்யத் தேவையான பிளாஸ்டிக் குழல், கண்ணாடிகள், ஒட்டும் பசை ஆகியவை வாங்கித் தரும்படி அம்மாவை ஜெஃப் நச்சரித்தான். தொந்தரவு தாங்கமுடியாமல், அவனைக் கடைக்குக் கூட்டிக்கொண்டுபோனார். வாங்கிக் கொடுத்தார். இரண்டே நாட்களில், நம் குட்டி விஞ்ஞானி கைகளில், அவனே தயாரித்த இன்ஃபினிட்டி க்யூப்!

ஜெஃப் சிறுவயது மேதை என்பதை நிரூபிக்கப் பல ஆதாரங்கள் இருக்கின்றன. 1977 ஆம் ஆண்டு, அதாவது உலகம் அறியாத 13 வயதுச் சிறுவனாக ஜெஃப் இருந்த நாட்கள். ஜூலி ரே என்னும் பத்திரிகையாளர், Turning On Bright Minds: A Parent Looks at Gifted Education in Texas என்னும் புத்தகம் எழுதிக்கொண்டிருந்தார். அதற்காக, ஹூஸ்ட்டன் நகரின் ரிவர் லேக் என்னும் ஆரம்பப் பள்ளியில் சிறுவர், சிறுமியரோடு பல நாட்கள் செலவிட்டார். அவருக்குத் தகவல்கள் தரவும், வேண்டிய உதவிகள் செய்யவும், பள்ளி ஆசிரிய ஆசிரியைகள் டிம் என்னும் ஆறாம் வகுப்பு மாணவனை அனுப்பித் தந்தார்கள். சாதாரணமாகப் பள்ளிகள் இப்படி அனுப்பும் சிறுவர்கள் புத்திசாலிகளாக இருப்பார்கள் என்று ஜூலி ரே அறிவார். ஆனால், டிம் அவர் எதிர்பார்ப்புகளையெல்லாம் மிஞ்சினான்.

ஜூலி ரேயிடம், 'புத்தகங்கள் வாசிப்பது என் பொழுதுபோக்கு, வாரம் 12 புத்தகங்கள் படிப்பேன்' என்று டிம் சொன்னான். இந்த வயதில் இத்தனை வாசிப்பா என்று ஜூலிக்கு ஆச்சரியம்.

'இப்போது என்ன புத்தகம் படித்துக்கொண்டிருக்கிறாய்?'

'J.R.R. டோல்க்கியென் என்னும் இங்கிலாந்து எழுத்தாளரின் The Hobbit, or There and Back Again என்னும் புத்தகம்.'

1937ல் வெளியான மிகவும் பிரபல, விஞ்ஞானக் கற்பனை நாவல். இந்தப் பொடியனுக்குப் புரியும் புத்தகமில்லையே? ஜூலிக்கு அவனை நம்புவதா இல்லையா என்று தெரியவில்லை. அவனிடம் சில கேள்விகள் கேட்டார். அவன் ஏராளம் புத்தகங்களைக் கரைத்துக் குடித்திருப்பது தெரிந்தது. அவனோடு பேசப் பேச, அவன் அறிவு மட்டுமல்ல, போட்டி மனப்பான்மையும், பிறரைப் பாராட்டும் குணமும் அவரைப் பிரமிக்கவைத்தன.

'13 வயதுக்குள் இத்தனை புத்தகங்களா படித்திருக்கிறாய்?' என்று கேட்டார்.

அவன் சொன்னான், 'என் வகுப்பில் ஒரு பெண் இருக்கிறாள். எனக்கும் அவளுக்கும் போட்டி. அவள் என்னைவிட அதிகப் புத்தகங்கள் படித்திருக்கிறாள்.'

ஆமாம், 13 வயதிலேயே போட்டி மனப்பான்மை. அதே சமயம், போட்டியாளரைக் கண்டு பொறாமைப்படாமல், பாராட்டும் குணம்!

டிம்மின் பழக்க வழக்கங்கள் ஜூலிக்கு ஆச்சரியம் தந்தன. அதிகாலை கண் விழித்தான். ஏழு மணிக்கு ஸ்கூல் பஸ் பிடித்தான். 20 மைல் பயணம். ஆங்கிலம், கணிதம், விஞ்ஞானம், ஸ்பானிஷ் மொழி, கைவினைக் கலைகள், உடல்பயிற்சி வகுப்புக்கள் ஆகிய அனைத்திலும் முதல் இடம். இவை அனைத்தையும் தாண்டி, அவன் செய்த சில காரியங்கள் ஆசிரியர்களுக்கு அவனிடம் கொஞ்சம் பயத்தையும் ஏற்படுத்தியிருந்தன. ஏன் தெரியுமா? ஒவ்வொரு ஆசிரியரும் கற்றுக்கொடுக்கும் விதம் பற்றி சக மாணவர்களிடையே கருத்துக் கணிப்பு நடத்திக்கொண்டிருந்தான் டிம். தங்களுக்குப் பாதகமாக எதையாவது எழுதி, நிர்வாகத்துக்கு அவன் போட்டுக்கொடுத்துவிட்டால்?

டிம்முக்கு வகுப்புகளைவிட மிகவும் பிடித்தது, கருத்துப் பரிமாற்ற நேரம். அப்படியான ஒரு கூட்டத்தில் ஜூலி கலந்துகொண்டார். டிம்மும், ஏழு சக மாணவர்களும் கூடியிருந்தனர். ஆசிரியர் அவர்களிடம் ஒரு கதைப் புத்தகம் தந்தார். தொல்பொருள் ஆராய்ச்சியாளர் பற்றிய கதை. ஒரு தேடல் ஆராய்ச்சிக்குப் பின் திரும்பிவரும் அவர், பல பழங்காலப் பொருட்களைக் கொண்டு வருகிறார். அவர்மேல் புகழ் வெளிச்சம் படர்கிறது. சில நாட்களுக்குப் பின் அவர் ஒரு ஏமாற்றுக்காரர் என்பது தெரியவருகிறது. அவர் கொண்டுவந்த 'தொல்பொருட்கள்' போலி. கொஞ்சம் சிக்கலான இந்த மையக் கருத்தைச் சிறுவர், சிறுமியர் எப்படி விவாதிப்பார்கள் என்று ஜூலி மனதில் சந்தேகங்கள். ஆனால், கருத்துப் பரிமாற்றத்தில் டிம்மும் சக மாணவ மாணவியரும் காட்டிய மனப்பக்குவம் அவரை அசர வைத்தது.

ஒரு ஆசிரியை டிம் பற்றிக் குறிப்பிட்டார், 'ஓரளவு வழி காட்டினால், இந்தப் பையன் சாதனைகளுக்கு எல்லைகளே இருக்காது.'

டிம், விஞ்ஞானப் பரிசோதனைகள் செய்வதில் தனக்கு மிகுந்த ஈடுபாடு இருப்பதாகவும், தன் பெற்றோர் இந்த முயற்சிக்குச் சிறந்த ஊக்கம் தருவதாகவும் சொன்னான். பல பள்ளிப் போட்டிகளில் அவன் வாங்கியிருந்த பரிசுகள் இந்த ஆர்வத்துக்குச் சாட்சியம் கூறின.

‘இப்போது என்ன பரிசோதனை நடத்துகிறாய்?’ என்று கேட்டார் ஜூலி.

டிம் பதில், ‘இன்ஃபினிட்டி க்யூப்.’

ஆமாம், டிம் என்னும் புனைப்பெயரில் ஜூலி குறிப்பிட்டிருப்பவன், ஜெஃப்! புத்தகத்தில் உண்மைப் பெயர் வந்து, சிறு வயதிலேயே அவன்மேல் புகழ் வெளிச்சம் விழுவதைப் பெற்றோர், மிகேல் - ஜாக்லீன் விரும்பவில்லை. ஆகவே, ஜூலி ரே, அந்தச் சிறுவன் பெயரை டிம் என்று மாற்றிவிட்டார்.

ஜூலி ரே எழுதியது 1977ல், அதாவது ஜெஃப்பின் 13 ஆம் வயதில்.

சிறு வயது முதலே, ஜெஃப் வித்தியாசமானவன். தனக்குச் சரியென்று பட்டால், யார் தடுத்தாலும், டோண்ட் கேர். ஒரு நாள் ஜாக்லீன் வீட்டுக்குப் பக்கத்திலிருந்த ஒரு ஏரியில் படகுப் பயணம் செய்ய அவனைக் கூட்டிக்கொண்டு போனார். படகில் ஏறியவுடன், பல குழந்தைகள் அழுதார்கள், சிலர் பயத்தோடு அம்மாவுக்கு ‘டாடா’ சொன்னார்கள். ஜெஃப் அம்மா, அப்பா, சுற்றியிருப்பவர்கள் என்று அனைவரையும் மறந்துவிட்டான். படகின் என்ஜின் ஓடுவதை உன்னிப்பாகக் கவனித்துக் கொண்டிருந்தான். எதை எடுத்தாலும், முழுக் கவனத்தையும் கொஞ்சம்கூடச் சிதறவிடாமல் ஒருமுகப்படுத்துவது அவன் குணம். இதனால்தான், அவன் பள்ளி ஆசிரியை சொன்னார். ‘ஜெஃப் ஒரு வேலையைச் செய்யத் தொடங்கினால், அதில் முழுக்க முழுக்க மூழ்கிவிடுவான். அவனுக்குத் திருப்தி வரும் வரை, உட்கார்ந்த நாற்காலியிலிருந்து எழுந்திருக்கவே மாட்டான். வகுப்பு முடியும்போது, அடிக்கடி, அவனை நாற்காலியோடு தூக்கிக்கொண்டு போயிருக்கிறோம்.’

ஜெஃப்பின் அடையாளம் அவன் இடிச் சிரிப்பு. அவன் சிரித்தால், சுற்றுப்புறமே அதிரும். ஒரு நாள், தன் தங்கை கிறிஸ்ட்டினா, தம்பி மார்க் இருவரையும் சினிமா பார்க்கத் தன்னோடு அழைத்துக் கொண்டு போனான். இதற்குப் பிறகு அண்ணனோடு சினிமாவுக்குப் போக இருவரும் மறுத்துவிட்டார்கள். காரணம்? அவன் அதிரடிச் சிரிப்பு. எல்லோரும் கோபத்தோடு, இவர்களை முறைத்துக் கொண்டிருந்தார்கள். ஆனால், ஜெஃப் இதைக் கண்டுகொள்ள வேயில்லை. மற்றவர்கள் விமரிசனங்கள் பற்றிக் கவலைப்படாமல், தன் மனம் சரியென்று சொல்வதைத் தொடர்ந்து செய்வது அவன் வழக்கம்.

ஜெஃப்பின் வாழ்க்கையில் மாபெரும் தாக்கம் ஏற்படுத்தியவர் அவன் அம்மா வழி தாத்தா லாரன்ஸ் ப்ரெஸ்ட்டன் கைஸ்.

அணுமின்நிலையப் பணியிலிருந்து ராஜிநாமா செய்த அவர் டெக்ஸாஸ் மாநிலத்தில் பெரிய பண்ணை வாங்கினார். தன் நான்காம் வயது முதல், ஒவ்வொரு கோடை விடுமுறைக்கும் ஜெஃப் அங்கே போவான். தாத்தா, பாட்டி செல்ல அரவணைப்பில் நேரத்தைக் கழிப்பான்.

கைஸ் மகா உழைப்பாளி, சகலகலா வல்லவர். 'என் தாத்தாவுக்குத் தெரியாத விஷயம் எதுவுமே கிடையாது.' அவர் பேரனுக்குக் கற்றுக் கொடுத்த கலைகள் ஏராளம். எதுவுமே ஏட்டுப் படிப்பாலோ, பிறர் செய்யும்போது பார்ப்பதாலோ கற்றுக் கொண்ட படிப்பல்ல. வியர்வை சிந்திச் சொந்த உழைப்பில் படித்த அனுபவப் பாடம். தாத்தாவின் பாசறையில் ஜெஃப் என்னவெல்லாம் கற்றுக்கொண்டான் தெரியுமா? காற்றாலை எந்திர ரிப்பேர், க்ரேனைப் பிரித்துப்போட்டு ஒருங்கிணைத்தல், ரோடு போடுதல் தொடங்கி, காளைமாடுகளுக்குக் காயடிப்பது வரை. இதனால், 'என்னால் எதையும் செய்யமுடியும். முடியாது என்று எதுவுமே இல்லை. முயற்சி செய்தால், வானமும் வசப்படும்' என்னும் மாபெரும் தன்னம்பிக்கையைப் பேரன் மனதில் தாத்தா விதைத்தார். அவனுக்கு உதாரண மனிதரானார்.

கெஸ் தன் பேரனுடன் செக்கர்ஸ் என்னும் செஸ் போன்ற ஆட்டம் விளையாடுவார். திறமையையும் பொறுமையையும் வளர்க்கும் விளையாட்டு. எப்போதும் தாத்தாதான் ஜெயிப்பார். தன் மகன் தோற்பதைப் பார்க்க ஜாக்லீனுக்கு அவன்மேல் பரிதாபம் வரும். ஒரு நாள் தன் அப்பாவிடம் சொன்னாள், 'சின்னப் பையனை உங்களுக்குச் சமமாக நினைத்து விளையாடி எப்போதும் தோற்கடிக்கிறீர்களே? ஒரு தடவையாவது ஜெயிக்க விடுங்களேன்?' அவர் தன் சித்தாந்தத்தை விளக்கினார் - வெற்றி என்பது தானமாக, இலவசமாகக் கிடைக்காது; தன் முயற்சியால், சொந்த உழைப்பால், முட்டி முட்டி மோதி வரும் மன உறுதியால் மட்டுமே கிடைக்கும் என்னும் பேருண்மையைச் சிறுவயதில் பதியவைக்கவேண்டும். ஜெஃப் மனதில் தப்பாமல் பதிந்தது.

3

வானத்தில் வீடு கட்டப்போறேன்!

ஜெஃப் மனதில் பூமியைத் தாண்டிய பிரபஞ்சம் பற்றிய ஆவலைத் தூண்டியவர் தாத்தா கைஸ். ராக்கெட்கள், விண்கலங்கள் ஆகியவை மீது அவருக்கு ஏகப்பட்ட ஆர்வம். இந்த ஆர்வத்தைப் பேரன் மனதிலும் தொற்ற வைத்தார்.

ஏப்ரல் 21, 1969. அதிகாலை மணி 2.56. மனித வரலாற்றில் பொன்னெழுத்துக்களால் பொறிக்கப்பட்டிருக்கும் நேரம். அப்பல்லோ 11 என்னும் அமெரிக்க விண்கலத்தில் பயணம் செய்த நீல் ஆம்ஸ்ட்ராங் சந்திரனில் தன் இடது காலை எடுத்து வைத்தார். மாற்றுக் கிரகத்தில் மனிதன் பதித்த முதல் அடையாளம். அப்போது அவர் சொன்ன வார்த்தைகள், அமரத்துவ வார்த்தைகள், இது தனி மனிதன் எடுத்து வைக்கும் சிறிய காலடி; மனிதகுலத்துக்கு மாபெரும் பாய்ச்சல்.

அடுத்த 20 நிமிடங்களில், ஆம்ஸ்ட்ராங்கோடு பயணித்த பஸ் ஆல்ட்ரின் சந்திரனில் கால் பதித்தார். இருவரும் இரண்டேகால் மணிநேரம் அங்கே செலவிட்டார்கள். அமெரிக்கக் கொடியைப் பறக்கவிட்டார்கள், ஒரு நினைவுச் சின்னத்தை வைத்தார்கள், அமெரிக்க ஜனாதிபதி ரிச்சர்ட் நிக்ஸனுடன் பேசினார்கள், 21.5 கிலோ சந்திர மண்டல மண் சேகரித்தார்கள். அவர்கள் கொண்டு போயிருந்த தொலைக்காட்சி காமிரா அனைத்தையும் பதிவு செய்து கொண்டிருந்தது.

மனிதகுலத்தின் இந்தச் சாதனைத் தருணத்தை தாத்தா, ஐந்து வயதுப் பேரனைப் பக்கத்தில் உட்காரவைத்துக்கொண்டு பார்த்தார்.

இருவரும் வியப்பில் ஆழ்ந்துவிட்டனர். மனிதர்கள் விண்வெளிக்குப் பயணம் போவது விரைவில் சாத்தியமாகப் போகிறது என்று கைஸ் உறுதியாக நம்பினார். இந்த ஈடுபாட்டையும் நம்பிக்கையையும் ஜெஃப் மனத்தில் ஆழமாகப் பதியவைத்தார்.

இந்த அறிவியல் ஆசைப்பொறியை கைஸ் தூண்டிவிட்டுக் கொண்டேயிருந்தார். அடுத்த கட்டமாக, ஜெஃபின் பதின்ம வயதுகளிலேயே, புத்தக உலகத்துக்கு அவனைக் கை பிடித்து அழைத்துக்கொண்டு போனார். ஜூல்ஸ் வெர்ன், ராபர்ட் ஹென்லின், ஐஸக் அஸிமோவ் ஆகிய அறிவியல் புதின எழுத்தாள ஜாம்பவான் களின் படைப்புகளை அவனுக்கு அறிமுகம் செய்துவைத்தார்.

ஜூல்ஸ் வெர்ன் பிரெஞ்சு நாட்டு சுஜாதா. விஞ்ஞானமும், கற்பனையும் கலந்த கதைப் படைப்பாளிகளின் ஒரு முன்னோடி. நீர்மூழ்கிக் கப்பல்களின் பயணத்தை விவரிக்கும் Twenty Thousand Leagues Under the Sea, சந்திர மண்டலம் போவதற்காக விண்கலம் உருவாக்கும் மூவரின் அனுபவத்தை வர்ணிக்கும் From the Earth to the Moon, எரிமலைகள் வழியாகப் பூமியின் மையத்தைத் தேடிப்போகும் ஒரு பேராசிரியரின் கதையைச் சொல்லும் Journey to the Center of the Earth, மனித நடமாட்டமேயில்லாத தீவுக்குத் தப்பிவரும் கைதிகள், பலூனில் நாயோடு அங்கே வந்து இறங்கும் ஐந்து பயணிகளின் சந்திப்பையும், மோதல்களையும் விவரிக்கும் The Mysterious Island போன்ற இவர் படைப்புகள் அமரத்துவம் பெற்றிருப்பவை.

ராபர்ட் ஹென்லின் விண்வெளிப் பயணம், விண்கலன்கள் பற்றி ஆழமாக, சுவாரசியமாக எழுதியவர். Stranger in a Strange Land என்னும் படைப்பில், ஒரு மனிதச் சிறுவன் செவ்வாய் கிரக வாசிகளால் வளர்க்கப்படுகிறான். அவர்கள் அவனுக்குச் சூப்பர்மேன் சக்தியைத் தருகிறார்கள். அந்தச் சிறுவனின் சாகசம்தான் கதை. The Moon is a Harsh Mistress, சந்திர மண்டலத்தில் இருக்கும் ஒரு நாட்டின் உள்நாட்டுப் புரட்சி பற்றிய உருவாக்கம். Farmer in the sky என்னும் நாவல் உலகத்தில் மக்கள் தொகை அதிகமாகி விட்டது. வறுமை, உணவுத் தட்டுப்பாடு. ஒரு இளைஞன் தன் குடும்பத்தோடு செவ்வாய்க் கிரகத்துக்கு ஓடிப் போகிறான். அங்கே அவன் சந்திக்கும் சவால்கள், சிரமங்கள், ஆபத்துக்கள் ஆகியவற்றை எப்படி எதிர்கொள்கிறான் என்பதை நம்பும்படியாகச் சித்திரிக்கிறது.

ஐஸக் அஸிமோவ் ரஷ்யாவில் பிறந்து அமெரிக்காவில் வாழ்ந்த ராஜேஷ்குமார். அறிவியல், விஞ்ஞானக் கற்பனைக் கதைகள் என

500 நூல்களுக்கும் அதிகமாக எழுதியவர். இவற்றுள் எதைத் தொடுவது, எதை விடுவது? The Foundation Trilogy என்னும் 752 பக்கப் புத்தகம் 50,000 வருடங்களுக்குப் பிறகு பிரபஞ்சம் எப்படி இருக்கும் என்று கனவு காண்கிறது. செவ்வாய், சுக்கிரன் ஆகிய கிரகங்களையும், விண்மீன்களையும் உள்ளடக்கிய Galactic என்னும் பெயர் கொண்ட சாம்ராஜ்ஜியம் இருக்கிறது. பூமியிலிருந்து பல பத்தாயிரம் ஆண்டுகளுக்கு முன்னால் புலம் பெயர்ந்து வந்த மனிதர்கள் வசிக்கிறார்கள். பூமியில் வசிக்கும் கணிதப் பேராசிரியருக்கு வருங்காலத்தை அறியும் அற்புத சக்தி கிடைக்கிறது. காலக்டிக் சாம்ராஜ்ஜியம் அழியப்போவது அவர் ஞானக்கண்களுக்குத் தெரிகிறது. அதற்குப் பின் 30,000 ஆண்டுகளுக்கு வரப்போவது இருட்டு, கும்மிருட்டு. அதற்குள், மனிதகுலம் சேமித்துவைத்திருக்கும் அத்தனை அறிவுப் பொக்கிஷத்தையும் தொகுத்துப் பாதுகாக்கத் திட்டமிடுகிறார். சாம்ராஜ்ஜியம் அழிந்ததா, இல்லையா? பேராசிரியர் தன் லட்சியத்தில் ஜெயித்தாரா இல்லையா? - தெரிந்து கொள்ளப் படியுங்கள் The Foundation Trilogy புத்தகத்தை.

இதேபோல், எந்திரன்கள் பற்றி ஆழமாகப் பேசும் Robot என்னும் படைப்பு. அடுத்தவர் உள்மன எண்ணங்களை அறியும் சக்தி கொண்ட ரோபோட்கள், காமெடி செய்யும் ரோபோட்கள், ரோபோட் அரசியல்வாதிகள், ரகசியமாக நாடுகளை ஆளும் ரோபோட்கள், பைத்தியம் பிடித்த ரோபோட்கள் என்று அனைவரும் வருகிறார்கள்.

ஜூல்ஸ் வெர்ன், ராபர்ட் ஹென்லின், ஐஸக் அஸிமோவ் ஆகிய மூவர் படைப்புகளும் சிறுவர் படிக்கும் புத்தகங்களல்ல. ஆச்சரியமோ ஆச்சரியம், தன் பதினாறு வயதுக்குள்ளாகவே, இந்த மூவரின் எழுத்துக்களை ஜெஃப் கரைத்துக் குடித்துவிட்டான். சந்தேகம் ஏதாவது வந்தால், உடனே தாத்தா தெளிவுபடுத்தி விடுவார். இந்தப் பாதிப்பால், அவனும் கனவுலகில் சஞ்சரித்தான். செவ்வாய், சுக்கிரன் போன்ற கிரகங்களில் மனிதர்கள் குடியேறி வசிப்பது பற்றிய கனவுகள் எப்போதும் அவன் கண்கள் முன்னால் நடனமாடின.

இந்தப் பாதிப்பால், அடுத்த கட்டமாக அவனை ஈர்த்தது Star Trek. ஜெஃப் பிறந்த அதே 1964 - ஆம் வருடம், ஜீன் ரோடென்பெர்ரி என்னும் திரைக்கதாசிரியர் தொலைக்காட்சித் தொடர்களில் புதுமை கொண்டுவர விரும்பினார். அறிவியல் கற்பனைக் கதை எழுதினார். 23ம் நூற்றாண்டு பற்றிய உருவகக் கதைத் தொடர்.

ஜேம்ஸ் கிர்க், அவர் சகாக்கள் ஆகியோர் முன்னணித் தொழில் நுட்பம் கொண்ட விண்கலத்தில் பிரயாணம் தொடங்குகிறார்கள். மனிதகுலத்தை ஒட்டுமொத்தமாக அழிக்க நினைக்கும் சில தீய சக்திகள் அவர்களோடு மோதுகிறார்கள். இதுதான் அடிப்படைக் கதை. தொலைக்காட்சித் தொடர் அட்டகாச வெற்றி கண்டது.

ஏற்கெனவே, புத்தகங்கள் மூலமாக விண்வெளிப் பயணத்தில் பித்துப் பிடித்திருந்த ஜெஃப் தன் கனவுகளை வெளிப்படுத்த இன்னொரு வடிகால் கண்டான். ஸ்டார் டிரெக் தொலைக்காட்சித் தொடராக வரத் தொடங்கியது. ஜெஃப் திரும்பத் திரும்ப அதைப் பார்ப்பான். 'வசனங்கள் அவனுக்கு மனப்பாடம். வரிக்கு வரி அதை ஒப்பிப்பான்' என்று ஜாக்லீன் ஒரு தடவை நினைவு கூர்ந்தார்.

குழந்தைகளிடம் 'நீ பெரியவன் ஆனதும், என்னவாகப் போகிறாய்?' என்று கேட்டால், சாதாரணமாக, 'ரயில் எஞ்சின் டிரைவர் ஆகப்போகிறேன்', 'போலீஸ்காரர் ஆகப் போகிறேன்', 'டாக்டர் ஆகப்போகிறேன்' என்று பதில்கள் வரும். தாத்தா, ஜூல்ஸ் வெர்ன், ராபர்ட் ஹென்லின், ஐஸக் அஸிமோவ், ஸ்டார் டிரெக் தாக்கங்களால், இந்தக் கேள்விக்கு ஜெஃப் எப்போதும் தந்த பதில், 'நான் விண்வெளி வீரன் ஆகப்போகிறேன். என்பதுதான்.

அமெரிக்காவில், அதிபுத்திசாலிக் குழந்தைகளுக்கான தனிப் பள்ளிக்கூடங்கள் உள்ளன. நுழைவுத் தேர்வின் அடிப்படையில் அட்மிஷன் நடைபெறும். பதின்மூன்றாம் வயதில் தன் மகனை ஜாக்லீன் தேர்வு எழுதச் சொன்னார். நல்ல ராங்க் வாங்கினான். ரிவர் ஓக்ஸ் ஆரம்பப் பள்ளியில் இடம் கிடைத்தது. கெட்டிக்காரர்கள் நடுவிலும் ஜெஃப் முன்னணியில் தனிமுத்திரை பதிக்கத் தொடங்கினான். பள்ளிக்கு யாரோ நல்ல மனம் கம்ப்யூட்டர் நன்கொடை தந்தார்கள். அதில் புரோக்ராம் செய்யக் கற்றுக் கொண்டவர்களுள் ஜெஃப் முதலிடம் பிடித்தான்.

இந்தக் காலகட்டத்தில், ஜெஃப்புக்குப் பிடித்த தொலைக்காட்சித் தொடரான ஸ்டார் டிரெக் அடிப்படையில் கம்ப்யூட்டர் விளையாட்டுகள் வந்தன. இவையும் பிரபலமாயின. இந்த விளையாட்டில், வானத்தில் ஒரு விண்கலத்தைச் செலுத்த வேண்டும், அங்கே, மனித உருக்கொண்ட படைகளை ஜெயிக்க வேண்டும். ஜெஃப் கம்ப்யூட்டரில் இந்த கேம் விளையாடத் தொடங்கினான். அப்படி உட்கார்ந்தால், தன்னை மறப்பான், உலகத்தை மறப்பான். மணிநேரங்கள் பறந்தாலும், அவனுக்குத் தெரியவே தெரியாது. விண்வெளிப் பயணம், கற்பனைக்

குதிரையில் அவனை எங்கெங்கோ இழுத்துக்கொண்டு போகும். இந்த விளையாட்டின் பாதிப்பு அவன் வாழ்க்கையின் முக்கிய தாக்கமாக இருக்கப் போகிறது என்று அவனுக்குத் தெரியாது, ஏன், யாருக்குமே அப்போது தெரியாது.

பொதுவாக, ஜெப்ஃபால் சும்மாவே இருக்கமுடியாது. எப்போதும் எதையாவது நோண்டிக்கொண்டேயிருக்கவேண்டும். இந்தப் பசிக்கு அம்மா ஆர்வத்தோடு தீனி போட்டார். தான் தாமஸ் ஆல்வா எடிசன்போல் மாபெரும் கண்டுபிடிப்பாளராக வேண்டும் என்று ஜெஃப் சொன்னான். ஜாக்லீன் ரேடியோ ஷாக் என்னும் எலெக்ட்ரானிக்ஸ் கடைக்கு அவனைக் கூட்டிக்கொண்டு போவார். அங்கே சின்னச் சின்னக் கருவிகள் தயாரிப்பதற்கான உதிரி பாகங்கள், அவற்றை அசெம்பிள் செய்யும் வழிமுறைகள் கொண்ட குட்டிப் புத்தகத்தோடு வரும். ஜெஃப் இப்படி அவனாகவே தயாரித்த உபகரணங்கள் பல. அலாரம், சூரியசக்தியில் இயங்கும் குக்கர், பொம்மை விமானங்கள், சின்ன ரோபோக்கள், இத்தியாதி, இத்தியாதி.

பள்ளி விடுமுறை நாட்களில் விளையாட்டு, வெட்டிப் பேச்சு, நண்பர்களோடு ஊர் சுற்றல் ஆகியவற்றில் நேரத்தை 'வீணாக்க' அவனுக்குப் பிடிக்காது. மெக்டொனால்ட்ஸ் உணவகத்தில் வேலை பார்த்தான். ஒரு கோடை விடுமுறை. அவனும், தோழி உர்சுலா வெர்னர்* என்பவரும் வித்தியாசமாக ஏதாவது செய்ய நினைத்தார்கள். ட்ரீம் இன்ஸ்டிட்யூட் என்னும் 10 நாள் பயிற்சி முகாம் தொடங்கினார்கள். 'பழைய விஷயங்களைப் புதிய கோணத்தில் பார்ப்பது' என்று தங்கள் பயிற்சிப் பாசறையின் குறிக்கோளை அறிவித்தார்கள். கல்லிவரின் பயணங்கள்** புத்தகம், கருந்துளைகள்

---

* இப்போது அமெரிக்க மத்திய அரசின் நீதித் துறையில் வழக்கறிஞராக இருக்கிறார்.

** ஜொனாதன் ஸ்விஃப்ட் என்னும் அயர்லாந்து எழுத்தாளர் 1726 - ஆம் ஆண்டு படைத்த நான்கு பாகங்கள் கொண்ட புத்தகம். இங்கிலாந்து நாட்டைச் சேர்ந்த கல்லிவர் உலகப் பயணம் செய்கிறார். குள்ளர்கள் வசிக்கும் லில்லிப்புட், ராட்சச உருவம் கொண்ட மனிதர்கள் வாழும் ப்ராப்டிங்நாக் ஆகிய நாடுகளுக்குப் போகிறார். அடுத்து, லப்புட்டா தேசம். அங்கே வாய்ப்பேச்சு வீரர்களான அறிவுஜீவிகளையும், சாகாவரம் பெற்ற மனிதர்களையும் சந்திக்கிறார். நான்காம் கடற்பயணம், ஹௌஹின்ஹிம்ஸ் என்னும் பெயர்கொண்ட ஆறறிவு நிறைந்த குதிரைகள் வசிக்கும் நாடு. குழந்தைகள் முதல் முதியவர்கள் வரை அத்தனைபேரும் ரசிக்கும்படி சுவாரஸ்யத்தோடு எழுதியிருக்கிறார் ஜோனதான் ஸ்விஃப்ட்.

அணுசக்தி* ஆகியவை பற்றிக் கற்பிக்கும் பாடத்திட்டம் வகுத்தார்கள். கட்டணம் 150 டாலர். பெரிய தொகை. இத்தனை பணத்தைக் கொடுத்து, 16 வயதான இரண்டு கத்துக்குட்டிகள் நடத்தும் பயிற்சிக்கு யார் வரப் போகிறார்கள் என்று அவநம்பிக்கையில் உர்சுலா இருந்தார். முதலில் சேர்ந்தவர்கள் யார் தெரியுமா? ஜெஃப் தங்கையும், தம்பியும். 'ஜாக்லீன், மிகேல் இருவரும் ஜெஃபின் முயற்சிகளுக்கு எப்போதும் ஊக்கம் தரும் பெற்றோர்களாக இருந்தார்கள்' என்று புகழ்மாலை சூட்டுகிறார் உர்சுலா.

புத்தகங்கள், கம்ப்யூட்டர் கேம், அறிவியல் பரிசோதனைகள் என்று அறிவுஜீவித் தேடல்களில் மட்டுமே ஈடுபட்டிருந்த ஜெஃப் சக மாணவர்களைவிட எடை குறைந்தவனாக இருந்தான். விளையாட்டுகளில் சேருமாறு பெற்றோர் அவனை வற்புறுத்தினார்கள். விருப்பமில்லாமலே ஜெஃப் போனான். ஆனால், மிகேல், ஜாக்லீன் இருவருக்கும் சீக்கிரமே காத்திருந்தது ஒரு மாபெரும் ஆச்சரியம். ஜெஃப் டீமின் கேப்டன் ஆக்கப் பட்டான். ஏன் தெரியுமா? டீமின் பயிற்சியாளர் சொன்னார், 'டீம் விளையாடிய பழைய எல்லா கேம்கள், செய்த சரியான மூவ்கள், தவறுகள் ஆகியவற்றை விலாவாரியாக ஜெஃப் நினைவில் வைத்திருப்பான். இந்த அடிப்படையில், புதுப்புது வியூகங்கள் வகுப்பான்.' தங்கள் மகன் ஜெயிக்கும் வெறி கொண்டவன், அவன் எந்தத் துறையில் நுழைந்தாலும், ஜெயிக்கும் அரபுக் குதிரை என்று அம்மா, அப்பா புரிந்துகொண்டார்கள்.

---

* ட்விங்கிள் ட்விங்கிள் என்னும் நர்சரி ரைம் நம் எல்லோருக்குமே தெரியும். Twinkle என்றால் மின்னுவது, ஒளி வீசுவது என்று பொருள். நட்சத்திரம் என்றால் அது மின்ன வேண்டும், அது ஒளி வீச வேண்டும் என்பது நம் புரிதல். அப்படி ஒளி வீசாத நட்சத்திரம் உண்டா? உண்டே. அதன் பெயர் கருந்துளை. நட்சத்திரங்கள் அடிக்கடி வெடிக்கின்றன. அவற்றுள் சில மறுபடியும் நட்சத்திரங்களாகின்றன, இன்னும் சில, கருந்துளைகளாகின்றன. சூரியனின் எடையைவிட 1.4 மடங்கு வரை எடையுடைய நட்சத்திரங்கள் வெடிக்கும்போது, மறுபடியும் நட்சத்திரங்களா கின்றன. இதற்கு அதிகமான எடை கொண்டவற்றிலிருந்து ஒளிக்கதிர்கள் வெளியே வராது. இதனால், கருந்துளைகள் என்று அழைக்கப்படுகின்றன. கருந்துளைகள் பற்றிய இந்தக் கணிப்பு நம்மையெல்லாம் பெருமை கொள்ளச் செய்யவேண்டும். ஏன் தெரியுமா? இதைக் கண்டுபிடித்தவர் இதற்காகவே 1983 ல் நோபல் பரிசு பெற்ற டாக்டர் எஸ்.சந்திரசேகர். இந்த 1.4, சந்திரசேகர் வரம்பு என்று அழைக்கப்படுகிறது.

ஜெஃப் பள்ளியின் சயின்ஸ் கிளப், செஸ் கிளப் ஆகியவற்றில் முக்கியப் பங்கெடுக்கத் தொடங்கினான். அறிவுக்கூர்மையால், தொட்டது அனைத்திலும் ஜொலித்தான். அவனைச் சுற்றி நண்பர்கள் (ரசிகர்கள்) கூட்டம் வளர்ந்தது. அப்போதே அவனிடம் ஒரு குணம், தான் சரியென்று நினைத்துவிட்டால், நண்பகளோ, அப்பாவோ யாராக இருந்தாலும், கடுமையாக விவாதிப்பான். ஒப்புக்காகக்கூட அடங்கிப் போகமாட்டான். 'நான் பிடித்த முயலுக்கு மூன்றே கால்' கதைதான். ஆச்சரியம் என்னவென்றால், அவன் பிடித்த எல்லா முயல்களுக்கும் மூன்றே மூன்று கால்கள்தாம் இருந்தன.

எதிலும், எப்போதும் நம்பர் 1 ஆக இருக்கவேண்டும் என்பது ஜெஃப் கொள்கை. இதை நடத்தியும் காட்டினான். கணிதத்திலும் விஞ்ஞானத்திலும் முதல் இடம், மாநில அளவில் நடந்த அறிவியல் கண்காட்சிகளில் பரிசு என்று பங்கெடுத்த அனைத்து மாபெரும் சபைகளிலும் அவனுக்கு மாலைகள் விழுந்தன.

சவால்களை எதிர்மோதுவது அவனுக்கு அல்வா சாப்பிடுவது மாதிரி. பள்ளியிறுதி வகுப்பு மாணவர் ஒருவர் பிரிவு உபசார உரை நிகழ்த்தவேண்டும். இது மாபெரும் கௌரவம். அதிக மதிப்பெண் கள் வாங்கும் மாணவருக்கே இந்த வாய்ப்புக் கிடைக்கும். 680 மாணவர்களில், யாருக்குக் கிடைக்கும் இந்தக் கிரீடம் என்று போட்டா போட்டி தொடங்கும். தேர்வு முடிவுகள் வரும்வரை மாணவர்களின் ரத்த அழுத்தம் எகிறும். ஜெஃப் இந்த இலக்கணத்தை மாற்றி எழுதினான். ஆண்டு ஆரம்பத்திலேயே சொன்னான், 'இந்த வருடம் பிரிவு உபசார உரை பேசப்போவது நான்தான்.'

என்ன நடந்தது தெரியுமா? விழாவில் முழங்கியது ஜெஃப் குரல்தான். ஜெஃப் பேச்சின் மையக்கருத்து என்ன தெரியுமா? உலகத்துக்குப் பாதுகாப்புப் போதாது. வெளிகிரகத்தவர் யாரேனும் படையெடுத்து வந்து நம்மை ஒட்டுமொத்தமாக அழித்து விடலாம். ஆகவே, மக்கள் அத்தனை பேரையும் இன்னொரு கிரகத்தில் குடியேற்றவேண்டும், நம் பூமியை இயற்கை வளங்கள் எதுவும் கெடாத பிரதேசமாகப் பராமரிக்கவேண்டும்.

மியாமி ஹெரால்ட் என்னும் லோக்கல் நாளிதழ் பள்ளியிறுதி வகுப்பை முடித்த பலரைப் பேட்டி கண்டார்கள். எல்லோரிடமும் ஒரே கேள்வி, 'வாழ்க்கையில் உங்கள் லட்சியம் என்ன?' ஜெப் சொன்ன பதில், '20 முதல் 30 லட்சம் மனிதர்களை விண்ணில்

குடியேற்றுவேன். அதற்காக, அங்கே, ஹோட்டல்கள், பொழுது போக்குப் பூங்காக்கள், வீடுகள் கட்டுவேன்.'

விண்வெளியில் சாதனைகள் படைக்க ஆசைப்பட்டவர் ஏன் அமேசான் தொடங்கினார்?

உர்சுலா சொல்கிறார். 'அமேசானில் ஜெஃப் பல்லாயிரம் கோடி பண்ணுவதெல்லாம், தன் விண்வெளிக் கனவை நனவாக்கத்தான்.' ஆமாம், ஜெஃப் வாழ்வில், அமேசான் ஒரு சிகரம் மட்டுமே.

4

திறக்கும் கதவுகள்

1982. பள்ளிப் படிப்பை மிகச் சிறந்த மதிப்பெண்களோடு முடித்த ஜெஃப், புகழ் பெற்ற பிரின்ஸ்ட்டன் பல்கலைக் கழகத்தில் இயற்பியல் படிக்க நினைத்தார். விண்வெளி ஆராய்ச்சியாளனாக வேண்டும் என்னும் கனவு நனவாக அந்தப் படிப்புதான் பாதை. ஆனால், முதல் இரண்டு நாட்களிலேயே தன் மனதை மாற்றிக் கொண்டுவிட்டார். ஏன் தெரியுமா? 'என் வகுப்பில் இருந்த மூன்று மாணவர்கள் என்னைவிட இயற்பியலில் மிக அதிக அறிவு கொண்டவர்கள்.'

எந்தப் போட்டிக்குப் போனாலும், ஜெஃபுக்கு நம்பர் 1 ஆக வரவேண்டும். எலெக்ட்ரிக்கல் எஞ்சினீரிங், கம்ப்யூட்டர் சயின்ஸ் ஆகிய இரண்டிலும் இளங்கலைப் பட்ட வகுப்புகளுக்கு மாற்றிக் கொண்டார். வாழ்க்கையில் சிகரம் தொட நினைப்பவர்களுக்குத் தங்கள் பலங்களை மட்டுமல்ல, பலவீனங்களையும் பாரபட்சமில்லாமல் எடைபோடத் தெரிந்திருக்கவேண்டும். தங்களுக்குத் தோதான களத்தைத் தேர்ந்தெடுக்கவேண்டும். எப்போது பாய வேண்டும், எப்போது பதுங்கவேண்டும் என்று புத்திசாலித்தனமான வியூகம் வகுக்கவேண்டும். ஜெஃபுக்கு இது நன்றாகவே தெரியும்.

நான்கு வருடப் படிப்பு. படிக்கும்போதே, மாணவர்களின் விண்வெளி ஆராய்ச்சிக் கழகத்தில் சேர்ந்தார், அதன் நடவடிக்கைகளில் உற்சாகப் பங்கேற்றார். கோடை விடுமுறையில், தந்தை வேலை பார்த்த எக்ஸான், ஐ.பி.எம் ஆகிய நிறுவனங்களில் பயிற்சி

எடுத்துக்கொண்டார். கம்ப்யூட்டர் புரோகிராமிங் அவருக்கு மிகவும் பிடித்தது. எதிலும் எதிர்பார்ப்புகளை மிஞ்சுவது ஜெஃப் குணம். ஐபிஎம் கம்பெனியில் நான்கு வாரங்களில் முடிக்கவேண்டிய புராஜெக்ட் கொடுத்தார்கள். நம் அதி புத்திசாலி அதை வெறும் மூன்றே நாட்களில் கனக் கச்சிதமாக முடித்துக்கொடுத்தார்.

பிரின்ஸ்ட்டன் பல்கலைக்கழகத்தில் மதிப்பெண்கள் தருவதில்லை. சராசரிப் புள்ளி என்று தருவார்கள். ஜெஃப் பெற்ற சராசரிப் புள்ளி என்ன தெரியுமா ? நான்குக்கு 4.2*. மகா, மகா புத்திசாலி என்று அர்த்தம். இயற்பியலிலிருந்து பதுங்கிய ஜெஃப், எலெக்ட்ரிக்கல் எஞ்சினிரிங், கம்ப்யூட்டர் சயின்ஸ் படிப்புகளில் செய்தது அசுரப் பாய்ச்சல்.

பிரின்ஸ்ட்டன் பல்கலைக் கழகத்தில் பட்டம் வாங்கும் மாணவர் கள் பற்றிய விவரங்கள் கொண்ட புத்தகம் வெளியிடுவார்கள். அதில், ஒவ்வொரு மாணவனும், அவனுக்கான பக்கத்தில், அவனுக்குப் பிடித்த பொன்மொழியைத் தேர்ந்தெடுக்கலாம். ஜெஃப் தேர்வு என்ன தெரியுமா? ரேமண்ட் ப்ராட்பரி என்னும் அமெரிக்க அறிவியல் கதாசிரியர் தன் Farenheit 45 என்னும் புத்தகத்தில் சொன்ன வார்த்தைகள்:

The Universe says No to us.

We in answer fire a broadside of flesh at it and cry Yes!

அதாவது, இந்தப் பிரபஞ்சம் நமக்கு ‘முடியாது’ என்று சொல்கிறது. பதிலுக்கு, நாம் ‘முடியும்’ என்று முழங்குகிறோம்.

தன்னம்பிக்கை நிறைந்த இளைஞரின் கொள்கைப் பிரகடனம்!

---

*நம் ஊரில் மதிப்பெண்களைச் சதவிகிதமாகச் சொல்லுவோம் - 100 - க்கு 100, 100 - க்கு 90, 100 - க்கு 80 என்று. அமெரிக்காவில் இதைச் சராசரிப்புள்ளி (Grade Point Average, GPA) என்று சொல்கிறார்கள். வகுப்பின் பிற மாணவ மாணவிகளின் மதிப்பெண்களோடு ஒப்பீடு செய்யும் ஒரு முறை இது. சராசரிப் புள்ளியை எப்படிக் கண்டுபிடிக்கிறார்கள்? சதவிகித மதிப்பெண்ணை எகஅ ஆக மாற்றுவதற்கான சூத்திரம் இதுதான். GPA = (சதவிகித மதிப்பெண்/20) - 1.

உதாரணமாக, உங்கள் மார்க் 100 என்றால், GPA = (90/20) - 1 = 4.5 - 1 = 3.5. 4 - க்கு 4.1, 4.2 என்று உச்சவரம்புக்கு அதிகமாகப் புள்ளிகள் தரும் முறை, பிரின்ஸ்ட்டன் போன்ற சில பல்கலைக் கழகங்களில் இருந்தது.

அபாரத் திறமையும், அளவில்லாத் தன்னம்பிக்கையும் கொண்ட இளைஞனுக்கு ஆயிரம் வாய்ப்புக் கதவுகள் திறக்கும். அவனைக் கொத்திக்கொண்டு போக கம்பெனிகள் காத்திருக்கும். கம்ப்யூட்டர் சிப் தயாரிக்கும் இன்டெல், டெலிஃபோன் கண்டுபிடித்த அலெக்சாண்டர் கிரகாம் பெல் நிறுவிய பெல் லாபரட்டரீஸ், ஆண்டர்சன் கன்சல்டிங் என்னும் ஆலோசனை நிறுவனம் ஆகியோர் ஜெஃப்புக்குச் சிகப்புக் கம்பளம் விரித்தார்கள். எந்த நிறுவனத்தில் சேரலாம் என்று ஜெஃப் எடை போட்டுக் கொண்டிருந்தான். அப்போது, ஒரு நாள், டெய்லி பிரின்ஸ்டோனியன் என்னும் பிரின்ஸ்ட்டன் பல்கலைக் கழக மாணவர் நாளிதழைப் படித்துக்கொண்டிருந்தார். ஃபிட்டெல் என்னும் கம்பெனியின் முழுப்பக்க விளம்பரம் இடம்பெற்றிருந்தது. பிரின்ஸ்டனின் மிகச் சிறந்த கம்ப்யூட்டர் பட்டதாரிகள் எங்களுக்குத் தேவை.

ஜெஃப் விசாரித்தார். தொடங்கி சில மாதங்களே ஆகியிருந்த சிறிய கம்பெனி ஃபிட்டெல். பங்குச் சந்தையில் பன்னாட்டு நிறுவனங்களின் பங்குகளை வாங்கி, விற்பதற்கான சாஃப்ட்வேர் தயாரித்துக்கொண்டிருந்தார்கள். மொத்த ஊழியர்கள் பத்தே பத்து. ஒரு பக்கம் இன்டெல், பெல் லாபரட்டரீஸ், ஆண்டர்சென் கன்சல்ட்டிங் ஆகிய வேரூன்றிய பிரம்மாண்டங்கள். இன்னொரு பக்கம், நேற்றுப் பிறந்த மழையில் இன்று முளைத்த காளான் போல் ஃபிட்டெல்.

இப்படிப்பட்ட சூழலில் சாதாரணமாக ஒருவர் பெரிய கம்பெனிகளுள் ஒன்றைத்தான் தேர்ந்தெடுப்பார். நம் ஆள் வித்தியாசமானவர், ரிஸ்க் எடுப்பவர், பிறர் நடக்கும் பாதையைத் தவிர்ப்பவர். ஃபிட்டெல் நிறுவனத்தில் சேர்ந்தார். அவர் கணிப்பு என்ன தெரியுமா? பெரிய நிறுவனங்களில் எந்த வேலையைச் செய்வதற்கும் வழிமுறைகள் வரையறுக்கப்பட்டிருக்கும். ஏராளமான, அனுபவம் கொண்ட மேலதிகாரிகள் இருப்பார்கள். புதியவர்கள் நவீன வழிகளை ஒத்துக்கொள்ளத் தயங்குவார்கள். புதிய, சிறிய நிறுவனங்களில் கட்டுப்பாடுகள் இல்லாமல், புதுமை களை முயற்சிக்கலாம். வேக வேகமாக, கார்ப்பரேட் ஏணியில் மேலே போகலாம்.

ஜெஃப் கணிப்பு மிகச் சரியாக இருந்தது. சாஃப்ட்வேர் என்ஜினியராகச் சேர்ந்தார். இரவு பகல் பாராமல் உழைத்தார். இப்படிச் செய்யலாமா, அப்படிச் செய்யலாமா என்று கம்ப்யூட்டரில் புகுந்து விளையாடினார். ஒரே வருடம். தொழில் நுட்பம் மற்றும் பிசினஸ் வளர்ச்சித் துறை டைரக்டராகப் பதவி உயர்வு பெற்றார்.

பங்குகளின் விற்பனை - வாங்குதல் பரிவர்த்தனையில் முதலீடு செய்யும் வாடிக்கையாளர்கள், தரகர்கள், வங்கிகள் ஆகிய மூன்று தரப்பினர் பங்கேற்கிறார்கள். இவர்களுக்கிடையே தகவல் பரிமாறிக்கொள்ள, Equinet என்னும் சேவையைத் தொடங்கினார். நமக்கு இன்று நெருக்கமாக, பரிச்சயமாக, அன்றாடத் தேவையாக இருக்கும் இணையத்தளம், இன்டர்நெட் ஆகியவை 1991 - இல்தான் பொதுமக்கள் பயன்பாட்டுக்கு வந்தன என்பதை ஒரு நிமிடம் நினைத்துப் பாருங்கள். ஜெஃப் 1987 - இல் உருவாக்கிய Equinet அருமை புரியும். ஃபிட்டெல் கம்பெனி நிறுவனர் கிரேஷியேலா சிச்சில்னிஸ்கி சொன்னார். ‘ஜெஃப் வழி தனிவழி. மற்றவர்கள் என்ன சொல்கிறார்கள் என்பதைப் பற்றிக் கவலையே படமாட்டார். பிரச்னைகளை எதிர்கொள்ளும்போது, தீர்வு காணும்வரை ஓயவே மாட்டார்.’

1988ல் ஃபிட்டெல் கம்பெனியை ஒரு ஜப்பானிய நிறுவனத்துக்கு விற்றுவிட்டார்கள். ஜெஃப் தன் வேலையை விட்டுவிட்டார். அமெரிக்க வங்கிகள் இணைந்து, பேங்கர்ஸ் டிரஸ்ட் கம்பெனி என்னும் அமைப்பை உருவாக்கியிருந்தார்கள். இதில், பன்னாட்டுப் பணப் பரிவர்த்தனை தொடர்பான தகவல் தொடர்பை நிர்வகிக்கும் உதவி வைஸ் பிரெசிடென்ட் பதவியில் சேர்ந்தார். அபாரச் செயல்திறன், ஒரே வருடத்தில் 26ம் வயதில், வைஸ் பிரசிடென்ட் என்னும் கிரீடம் தலையை அலங்கரித்தது. மிகக் குறைந்த வயதில், இந்தப் பதவியை வகுக்கும் பெருமை கிடைத்தது.

புதியவரின் புயல்வேக வளர்ச்சியை பேங்கர்ஸ் டிரஸ்ட் கம்பெனியில் பழம் தின்று கொட்டை போட்டவர்களால் ஜீரணிக்க முடியவில்லை. அவருடைய அடிப்படைக்கே உலைவைக்கத் தொடங்கினார்கள். முதலீட்டாளர்கள் விவரங்களை கம்ப்யூட்டர் மூலம் பகிர்ந்துகொள்வது பாதுகாப்பானதல்ல என்று சிவப்புக் கொடி தூக்கினார்கள். தொழில்நுட்பம் ராக்கெட் வேகத்தில் முன்னேறும்போது அரசியல் விளையாட்டுகளில் நேரத்தை வீணாக்கவேண்டிய கட்டாயத்தை ஜெஃப் வெறுத்தார். வங்கிகள், நிதி ஆலோசனை நிறுவனங்கள் எல்லோருமே பத்தாம் பசலிகளாக, தொழில்நுட்பத்துக்கு முட்டுக்கட்டை போடுபவர் களாக இருப்பார்கள் என்னும் எண்ணம் வந்தது. ஆரம்பம் வேலை தேடும் படலம். மனிதவளத் துறை ஆலோசகர்களைத் தொடர்பு கொண்டார். அவருடைய ஒரே நிபந்தனை, வங்கிகள், நிதி ஆலோசனை நிறுவனங்கள் ஆகியவை மட்டும் எனக்கு வேண்டவே வேண்டாம்.

இந்த எச்சரிக்கையையும் மீறி, சீக்கிரமே டி.ஈ. ஷா அண்ட் கோ என்னும் முதலீட்டு நிர்வாக நிறுவனம் ஜெஃப் வீட்டுக் கதவைத் தட்டினார்கள். அவர்களின் மனிதவள ஆலோசகர் தொடர்பு கொண்டபோது, ஜெஃப் மறுத்தார். 'என்னை விட்டு விடுங்கள். தொழில்நுட்பம் தொடர்பான கம்பெனிகளில் மட்டுமே நான் வேலை பார்க்க விரும்புகிறேன்.' ஆனால், இந்த கம்ப்யூட்டர் கில்லாடியை அத்தனை சுலபத்தில் நழுவவிட ஆலோசகர் விடுவதாக இல்லை. ஷா அண்ட் கம்பெனி சாதாரண நிதி ஆலோசனை நிறுவனம் அல்ல, முற்றிலும் மாறுபட்டது, ஜெஃப் போன்ற கம்ப்யூட்டர் திறமைசாலிகளை ஜொலிக்கவைக்கும் இடம் என்பதை விலாவாரியாக விளக்கினார். புதிதாகத் தொடங்கிய நிறுவனம். அப்போதுதான் சிறகுகளை விரிக்கத் தொடங்கியிருந்தது. ஆகவே, ஜெஃப் போன்ற தொழில்நுட்ப வல்லுநர்களுக்கு வாய்ப்புக்கள் கொட்டிக் கிடக்கின்றன என்று உறுதிமொழி தந்தார். உண்மை.

டி. ஈ. ஷா அண்ட் கம்பெனி நிறுவனர் டேவிட் எலியட் ஷா, ஸ்டான்ஃபோர்ட் பல்கலைக்கழகத்தில் கம்ப்யூட்டர் சயின்ஸில் டாக்டர் பட்டம் பெற்றவர். கம்யூட்டர் விரைவில் உலகத்தையே கட்டியாளப் போகிறது என்னும் தொலைநோக்கு அவருக்கு இருந்தது. 1980 ல் சொந்த சாஃப்ட்வேர் கம்பெனி தொடங்கினார். கொலம்பியா பல்கலைக்கழகத்தில் பேராசிரியராகவும் பணியாற்றினார். புதுப் புதுத் துறைகளில் கம்ப்யூட்டரைப் பயன்படுத்தும் ஆர்வமும் வேகமும் இருந்தன. முதலாவதாக அவர் தேர்ந்தெடுத்த துறை முதலீடு.

ஷா 1986ல் மார்கன் ஸ்டான்லி நிதி ஆலோசனை நிறுவனத்தில் வேலைக்குச் சேர்ந்தார். அங்கே, நிதி மேதைகள் முதலீட்டு முடிவுகளை எடுத்துக்கொண்டிருந்தார்கள். அப்போது ஷா ஒரு ரகசியம் கண்டுபிடித்தார். ஒரு நாள் நியூயார்க் பங்குச் சந்தையில் மைக்ரோசாஃப்ட் கம்பெனியின் பங்கு விலை 99.50 டாலர் என்றிருந்தது. அதே சமயம், டோக்கியோ பங்குச் சந்தையில் விலை 100 டாலர். அமெரிக்காவில் அரை டாலர் விலை குறைவு என்னும் சேதி, அன்றைய தொழில்நுட்பப்படி டோக்கியோவுக்கு மறுநாள்தான் போகும். கம்ப்யூட்டரின் வேகத்தால், ஒரு எஞ்சினியர் இந்தத் தகவலை அடுத்த நொடியே தன் கிளிக்கில் தெரிந்துகொள்ள முடியும். நியூயார்க்கில் ஒரு மைக்ரோசாஃப்ட் கம்பெனிப் பங்கு வாங்கி, டோக்கியோவில் விற்றால் அரை டாலர் லாபம். அந்நியன் படத்தில் விக்ரம் சொல்கிறமாதிரி, ஒரு நாளைக்கு ஒரு லட்சம் பங்குகள் விற்றால், 50,000 டாலர்கள்

லாபம். 10 கம்பெனிகளின் பங்குகளை விற்றால் ஒரு நாள் லாபம் 5 லட்சம் டாலர், அரை மில்லியன். அப்படியானால், வருட லாபம் 150 மில்லியன் டாலரைத் தாண்டும்.

ஷாவுக்குச் சந்தேகமே இல்லை. நிதி ஆலோசனையும் கம்ப்யூட்டரும் இணைந்தால்கோடிக் கோடியாக நிச்சய லாபம். 1988ல் டி. ஈ. ஷா அண்ட் கம்பெனி தொடங்கினார். சக நிறுவனங்கள் ஃபைனான்ஸ் பட்டதாரிகள், எம்.பி.ஏ.க்கள் ஆகியோரை நியமித்துக்கொண்டிருந்தபோது, ஷா தேடிக்கொண்டிருந்தது திறமையும் துடிப்பும் கொண்ட கம்ப்யூட்டர் பட்டதாரிகளை. அப்ளை செய்பவர்களைச் சல்லடை போட்டுச் சலித்துத்தான் தேர்ந் தெடுப்பார். அத்தனை கடினமான தேர்வுகள், இன்டர்வியூக்கள். அப்ளை செய்பவர்களில் நூற்றில் ஒருவருக்குத்தான் வேலை வாய்ப்புக் கிடைக்கும். ஜெஃப் இந்த நூற்றில் ஒருவர் ஆனார். வேலை கையில்.

ஷா தப்பித் தவறி பிசினஸ்மேன் ஆகிவிட்டார். ராணுவத்தில் ஜெனரலாக இருக்கவேண்டியவர். அத்தனை ஒழுங்கு, கட்டுப்பாடு. சோம்பேறிகளை விளாசிவிடுவார். அதே சமயம், உழைப்பாளி களை அங்கீகரிப்பார், சுதந்திரமாகச் செயல்பட வாய்ப்புக்கள் ஆயிரம் தருவார். ஆனால், ஒரேயொரு சின்ன முடிவையும் அவர் ஒப்புதல் இல்லாமல் எடுக்கக்கூடாது. எரிமலையாகிவிடுவார்.

ஷாவுக்கும், இரவு பகல் பாராமல் உழைத்த ஜெஃபுக்கும் இடையே கெமிஸ்ட்ரி வந்ததில் ஆச்சரியமேயில்லை. ஜெஃப் ஷாவின் செல்லப் பிள்ளையானார். இரண்டே வருடங்களில் வைஸ் பிரசிடென்ட். வயது 28. ஷா நிறுவனத்தில் இத்தனை குறைந்த வயதில் இத்தனை உச்சாணிப் பதவி வகித்தவர் ஜெஃப் மட்டுமே.

இது மட்டுமா? அவருக்கு எத்தனை முக்கியத்துவம் தெரியுமா? 1992 ல் அமெரிக்காவில் ஜனாதிபதி தேர்தல். அந்தப் பதவியில் இருந்த ஜார்ஜ் புஷ், பில் கிளிண்டன், தொழிலதிபர் ராஸ் பெரோட் என்னும் மூவர் போட்டியிட்டார்கள். ஷா, கிளிண்டனின் ஆதரவாளர். தேர்தல் நிதி திரட்டுவதற்காகத் தன் அலுவலகத்தின் பிரம்மாண்டமான கருத்தரங்கு அறையில் மாநாடு நடத்தினார். நுழைவுக் கட்டணம் 1,000 டாலர்கள். இந்தத் தொகை தந்தால், கிளிண்டனோடு கை குலுக்கலாம், போட்டோ எடுத்துக் கொள்ளலாம். ஷா கம்பெனி ஊழியர்களில் ஒரு சிலர் தவிர மீதி அத்தனை பேருக்கும் விடுமுறை. அலுவலகம் வரவேண்டாம். இல்லை, வரக்கூடாது. டிக்கெட் இல்லாமல் ஷா வரச் சொன்ன ஒரு

சிலரில் ஜெஃப் இருந்தார். கிளிண்டனோடு கை குலுக்கினார். போட்டோ எடுத்துக்கொண்டார்.

இன்பங்களும் துன்பங்களும் எப்போதுமே ஒற்றையாக வருவதில்லை. தொடரியாக வரும். ஜெஃப் வாழ்க்கையில் இன்னொரு இன்பத் தென்றல். மக்கென்சி டட்டில் என்னும் பெண், பிரின்ஸ்ட்டன் பல்கலைக்கழகத்தில் ஆங்கிலத்தில் பட்டம் வாங்கியவர். ஷா அண்ட் கம்பெனியின் நிர்வாக இலாகாவில் வேலைக்குச் சேர்ந்தார். சில மாதங்கள். புள்ளிகள் அழகுக் கோலமாகத் தொடங்கின. மக்கென்சியை ஜெஃப் உதவியாளர் ஆக்கினார்கள். இருவருக்கும், பார்த்தவுடன் பிடித்தது; பழகப் பழக, இன்னும் பிடித்தது.

மக்கென்சி சொல்கிறார். 'அலுவலத்தில், அவருக்கு அடுத்த அறை என்னுடையது. அவருடைய அதிரடிச் சிரிப்பைக் காதலிக்காமல் யாரால் இருக்கமுடியும்?' ஜெஃபுக்கு வேலை தவிர மீதி எல்லாமே இரண்டாம் பட்சம்தான், காதல் உட்பட. மக்கென்சி கதை எழுதுபவர். கற்பனை உலகத்தில் சஞ்சரிப்பவர். காதல் பற்றி அவருக்கு ஆயிரம், ஆயிரம் ஊதா வண்ணக் கனவுகள் உள்ளன. அவர்தான் ஜெஃபை முதலில் லஞ்ச் சாப்பிடுவதற்காக டேட்டிங்குக்கு அழைத்தார். மனம்விட்டுப் பேசினார்கள். அவள் அப்பா நிதி ஆலோசகர், அம்மா இல்லத்தரசி. வாழ்க்கை லட்சியம்? பிரபலக் கதாசிரியை ஆவது.

வெட்டிப் பேச்சு பேசாமல், அறிவுபூர்வமாகக் கருத்துக்களைச் சொல்லும் மக்கென்சியை ஜெஃபுக்கு மிகவும் பிடித்தது. தன் வாழ்க்கைத் துணையாக இவள் பொருத்தமாக இருப்பாள் என்று அவர் உள்மனம் சொன்னது. மூன்று மாதங்கள் அடிக்கடி சந்தித்தார்கள். 1993ம் ஆண்டு ஒரு சுபயோக சுபதினத்தில் திருமணம் செய்துகொண்டார்கள். 2000ம் ஆண்டு முதல் மகன் வரவு. (அடுத்து இரண்டு மகன்கள். வீட்டுக்கு ஒரு மகாலட்சுமி வேண்டும் என்கிற ஆசையோ, அல்லது, மிகேல் தன்னை வளர்த்ததுபோல், ஒரு வளர்ப்புக் குழந்தைக்கு அப்பாவாகிப் பாசத்தைப் பொழிய வேண்டும் என்னும் உந்துதலோ தெரியவில்லை. நான்காவதாக, ஜெஃப் தம்பதியர் ஒரு சீனப் பெண் குழந்தையைத் தத்தெடுத்து வளர்த்து வருகிறார்கள்.)

இந்த நான்கு வாரிசுகளுக்கும் முன்னால் ஜெஃப் வாழ்க்கையில் உதித்தான் ஒரு மகராஜன். உலகத்து நாடுகள் எல்லாம் உச்சரிக்கும் பெயர், பட்டி தொட்டிகளிலெல்லாம் பரிச்சயமானவன்.

5

எவ்ரிதிங் ஸ்டோர்

1994. இணையத்தள, இன்டர்நெட் வரலாற்றில் மிக முக்கியமான வருடம். டிம் பெர்னர்ஸ் லீ என்னும் இங்கிலாந்து கம்ப்யூட்டர் விஞ்ஞானி, முதல் இணையத்தளத்தை உருவாக்கினார். இதே வருடம்தான், யாஹூ நிறுவனமும் தொடங்கியது.

இண்டர்நெட் மனித வாழ்க்கையைத் தலைகீழாக மாற்றப் போகிறது என்பதை ஷா உணர்ந்தார். ஜெஃப்புடன் அடிக்கடி இன்டர்நெட் பற்றிப் பேசினார். ஜெஃப், யாரார் வாய்க் கேட்பினும், அப்பொருள் மெய்ப்பொருள் என்னவென்று தானே கண்டுபிடிக்கும்வரை ஓயமாட்டார். இண்டர்நெட் பற்றிப் படிக்கத் தொடங்கினார். அசந்துபோனார். கடந்த சில வருடங்களில், இணையத்தளம் மூலமாக அனுப்பப்படும் 'தகவல்கள்' 2,300 மடங்கு, அதாவது 2,30,000 சதவிகிதம் வளர்ந்திருந்தன. வேறு எந்தத் துறையிலும் கண்டிராத, கேட்டேயிராத ராட்சச வளர்ச்சி! ஷாவின் தீர்க்கதரிசனம் ஜெஃப்புக்குப் புரிந்தது. அப்போதே பிறந்தது முடிவு- தன் எதிர்காலத்தை இன்டர்நெட்டோடு சங்கமித்துக்கொள்ள வேண்டும். தன் சிஷ்யனின் ஈடுபாட்டைக் கண்ட ஷா, கம்பெனியின் இன்டர்நெட் சம்பந்தமான அத்தனை முயற்சிகளையும் தலைமையேற்று நடத்தும் பொறுப்பை ஜெஃப் கைகளில் ஒப்படைத்தார்.

மனிதரில் பல வகை; எதைப் பார்த்தாலும், ஒன்றையுமே கண்டு கொள்ளாமல், எருமை மாட்டின்மேல் மழை பெய்த கதையாக நடந்துகொள்ளும் கடைநிலை மாந்தர் கோடிக் கோடி; ஏன்,

எதற்காக, எப்படி என்று கேட்டு அறிவை வளர்த்துக்கொள்ளும் மத்திமர்கள் லட்சம் லட்சமாய்; இந்தக் கேள்விகளுக்கான பதில்களைக் கண்டுபிடித்து, அத்தோடு திருப்தி அடையாமல், ஏன் வேறு மாதிரி இல்லை? என்று மாத்தி யோசிக்கும் சிந்தனையாளர்கள் வெறும் ஆயிர எண்ணிக்கையில். இந்த வித்தியாச மாந்தர்கள் மட்டுமே மாபெரும் சாதனையாளர்களாக உச்சம் தொடுகிறார்கள். தாத்தா தந்த சிறுவயதுப் பயிற்சியால், இந்தத் தேடல், ஜெஃப் ரத்தத்தில் ஊறிய குணமாக இருந்தது.

கோடு போடச் சொன்னால், விமானம் பறப்பதற்கான ரன்வேயே போடுவார் ஜெஃப் என்று ஷாவுக்குத் தெரியத் தொடங்கியது. அப்போது, ஈ மெயில், தகவல் பரிமாற்றங்களுக்கு மட்டுமே பயன்பட்டு வந்தது. இதற்கு ஒரு சில அபூர்வ விதிவிலக்குகள் - பாஸ்ட்டன் கம்ப்யூட்டர் எக்ஸ்சேஞ்ஜ், 1982 முதலாகப் பழைய கம்ப்யூட்டர்களை மட்டுமே விற்பனை செய்துகொண்டிருந்தது. போர்வாளைச் சமையல் அறையில், வெண்டைக்காய், கத்தரிக்காய் நறுக்கப் பயன்படுத்துவதுபோல 2,30,000 சதவிகித ராக்கெட் வேகத்தில் வளரும் இன்டர்நெட் தொழில் நுட்பத்தைத் தகவல் பரிமாற்றத்துக்கும், காயலான் கடை வேலைக்கும் மட்டுமே பயன்படுத்துவது, அந்த மாபெரும் சக்தியை விரயம் செய்வதாக ஜெஃபுக்குத் தோன்றியது. அவர் மனதில் எழுந்த முதல் கேள்வி, 'இணையத்தளத்தையும், இன்டர்நெட்டையும் வேறு எதற்குப் பயன்படுத்தலாம்?'

அந்தக் காலகட்டத்தில் மக்கள் தங்களுக்குத் தேவையான பொருட்களை அக்கம் பக்கக் கடைகளிலிருந்து வாங்கிக் கொண்டிருந்தார்கள். கடைவசதிகள் இல்லாத ஊர்களில் வசித்தவர்கள், இந்தக் கடைகளில் கிடைக்காத ஒருசில பொருட்களை வாங்க விரும்பியவர்கள், அஞ்சல் முறையில் (மெயில் ஆர்டர் பிசினஸ்) வாங்கிக் கொண்டிருந்தார்கள்.

சுருக்கமாகப் பார்ப்போம்.

1872 - இல் மாண்ட்கோமரி வார்ட் என்பவரால், அமெரிக்காவில் தொடங்கப்பட்ட மாண்ட்கோமரி அண்ட் கம்பெனி, உலகின் முதல் அஞ்சல் வியாபாரம். 1865ல் சிக்காகோ நகரத்தில் இருந்த ஒரு பழத் தோட்டத்தில், மாண்ட்கோமரி வார்ட் சேல்ஸ்மேனாக வேலை பார்த்தார். குளிர்ச்சாதனப் பெட்டி 1913ல்தான் கண்டுபிடிக்கப்பட்டது. ஆகவே, அப்போது காய்கறிகள், பழங்கள் ஆகியவற்றை உலரவைத்து விற்பது முக்கிய பிசினஸாக இருந்தது. மாண்ட்கோமரி சிக்காகோ நகருக்கு அருகாமைக்

கிராமங்களுக்குப் போய், சில்லறைக் கடைக்காரர்களிடம் ஆர்டர் வாங்குவார். கிராமப்புற மக்கள் நகரத்துக்கு அபூர்வமாகத்தான் பயணம் செய்தார்கள். அங்கே கிடைக்கும் ஏராளமான பொருட் களை வாங்க ஆசைப்பட்டார்கள். இந்தப் பொருட்கள் உள்ளூர்க் கடைகளுக்கு வந்துசேரும் வரை பல இடைத் தரகர்கள் தங்களக்கான கமிஷனை எடுத்துக்கொண்டனர். சில்லறைக் கடைக்கரர்கள் கொள்ளை லாபம் அடித்தனர்.

இவற்றால், பொருட்களின் விலை நகரத்தைவிடக் கிராமங்களில் மிக அதிகமாக இருந்தது. இடைத் தரகர்கள் இல்லாமல் தயாரிப்பாளர்களிடமிருந்து தயாரிப்புப் பொருட்களைக் கிராமத்துக் கஸ்டமர்களுக்கு நேரடியாகக்கொண்டு சேர்த்தால், வாடிக்கையாளர்களுக்கு நியாயமான விலை தர முடியும். இதை பிசினஸாக நடத்த மாண்ட்கோமரி தீர்மானித்தார். மாண்ட்கோமரி வார்ட் அண்ட் கம்பெனி தொடங்கினார்.

முதலில், தனக்குப் பரிச்சயமான உலர்ந்த காய்கள், பழங்கள் எனத் தொடங்கி கிராம மக்கள் விரும்பும் 163 பொருட்ளையும் படிப்படி யாகச் சேர்த்தார். இவற்றின் விவரம், விலை ஆகியவற்றைப் பட்டியலிட்டு, உலகின் முதல் கேட்டலாக் தயாரித்தார். கேட்டலாகைக் கிராமங்களில் விநியோகம் செய்தார். அதைப் பார்க்க வேண்டும், தேவையானதைத் தேர்ந்தெடுக்கவேண்டும், ஆர்டர் செய்ய வேண்டும், பணம் கொடுக்கவேண்டும். மாண்ட்கோமரி, பொருட்களை அவர்கள் ஊரில் இருக்கும் ரயில் நிலையங்களுக்கு பார்சல் அனுப்புவார். இப்படித்தான், தபால் அஞ்சல் பிசினஸ் பிறந்து வளர்ந்தது. அமெரிக்காவில் அமோகமாக வளர்ந்தது. ஸீயர்ஸ் ரோபக் போன்ற பெரிய சங்கிலித் தொடர் கடைகளும் மெயில் ஆர்டரில் இறங்கின. ஆடைகள், காமெராக்கள், வீட்டு ஃபர்னிச்சர், விளையாட்டுப் பொருட்கள், சூட்கேஸ் போன்ற பயணச் சாமான்கள், புத்தகங்கள் ஆகியவை விற்பனையாயின.

நம் ஊரிலும், தபால் அஞ்சல் பிசினஸ் 1940 களிலேயே இருந்தது. 'வாழ்க்கையில் விரக்தியா? காதலில் தோல்வியா? பரீட்சையில் டொக்கா? நூறே ரூபாயில் உங்கள் சகல பிரச்சனைகளுக்கும் தீர்வு தருகிறோம். அனுப்புங்கள் பணம். எங்கள் மந்திர மோதிரம் தபாலில் வந்து சேரும்' என்னும் டுபாக்கூர் ஜலந்தர் வியாபாரிகள் இவர்களுள் பிரசித்தம்!

இப்படி அஞ்சல் முறை பிசினஸ் நடந்த காலத்தில், அஞ்சல் தபால் மூலமாகவே நடந்தது. ஆகவே, பிசினஸூம், தபால் மூலமாக. 1994 ல் தபால் அஞ்சல் மின்னஞ்சலாகப் புது வடிவம் எடுத்துவிட்டது.

இதே பாணியில், அஞ்சல் முறை பிசினஸையும், மின்னஞ்சல் முறை பிசினஸாக மாற்றினால்.....அது ஈ காமர்ஸ்.

அதையும் சுருக்கமாகப் பார்த்துவிடுவோம். ஈ காமர்ஸ் என்பது எலெக்ட்ரானிக் காமர்ஸ் என்பதன் சுருக்கம். எலெக்ட்ரானிக் முறை வியாபாரம் என்று அர்த்தம். இதற்கு அடிப்படைத் தேவை, கம்ப்யூட்டர்கள், இணையத்தளம், இன்டர்நெட், இவற்றைப் பயன்படுத்தும் அறிவு. கம்ப்யூட்டரும் இன்டர்நெட்டும் நம் அன்றாட வாழ்க்கையின் அம்சங்களாகிவிட்டன. இந்த மாபெரும் முன்னேற்றத்தின்/மாற்றத்தின் ஆரம்பம், கம்ப்யூட்டர்கள் கண்டுபிடிப்பு. 1822 - இல் சார்லஸ் பாபேஜ் என்னும் இங்கிலாந்து விஞ்ஞானி மெக்கானிக்கல் கம்ப்யூட்டர் கண்டுபிடித்தார். இது ஏகதேசம், வெறும் கணக்குப்போடும் கருவிதான். இந்த அடிப்படையில், 1936 ல் கொன்ராட் ஸூஸ் என்ற ஜெர்மன் நாட்டு எஞ்சினியர், பிற்காலக் கணினிகளுக்கு முன்னோடியான கம்ப்யூட்டரை உருவாக்கினார். பதினேழு ஆண்டுகளுக்குப் பிறகு ஐபிஎம் கம்பெனி நுழைந்த பிறகுதான் இந்தத் துறை சூடுபிடித்தது.

அப்போது ஐபிஎம் கூட, கம்ப்யூட்டர்களுக்கு இத்தனை வளமான எதிர்காலம் இருக்குமென்று நினைத்துப் பார்க்கவில்லை. ஐபிஎம் நிறுவனத் தலைவராக இருந்த தாமஸ் வாட்ஸன், 'உலகம் முழுக்க அதிகபட்சமாக ஐந்து கம்ப்யூட்டர்களுக்குத் தேவை இருக்கலாம் என்று நான் நினைக்கிறேன்.' இதுதான் அன்றைய எதிர்பார்ப்பு. கம்ப்யூட்டர்கள் அப்போது பெரிய அளவில் இருந்தன. அவற்றை வைக்கவே தனி அறை வேண்டும். அமெரிக்கப் பாதுகாப்புத் துறை, அரசு அலுவலகங்கள், பல்கலைக் கழகங்கள் ஆகியோர் மட்டுமே கம்ப்யூட்டர்களைப் பயன்படுத்தினார்கள். பாதுகாப்புத் துறை, பல்கலைக் கழகங்கள் ஆகியவற்றில் பணிபுரியும் விஞ்ஞானிகள் அறிவுத் தாகம் அதிகம் கொண்டவர்கள். தங்கள் கையில் கிடைக்கும் கருவிகளை இன்னும் அதிகமாக எப்படிப் பயன்படுத்தலாம் என்று முயற்சிகள் செய்துகொண்டே இருப்பார்கள்.

இப்படிப்பட்ட ஒரு முயற்சியால், 1969 இல் அமெரிக்கப் பாதுகாப்புத் துறையால் வையக விரிவு வலை (World Wide Web) கண்டுபிடிக்கப்பட்டது. இணையத் தளங்களைக் குறிக்க WWW என்று சொல்கிறோமே, அது இதுதான். பாதுகாப்புத் துறையின் தேவைகளுக்காக மட்டுமே தொடக்க காலத்தில் வையக விரிவு வலை உருவாக்கப்பட்டது, பயன்படுத்தப்பட்டது. அடுத்த இரண்டு ஆண்டுகளில், 1971ல் அமெரிக்க ராணுவம், தங்களுடைய பாதுகாப்பு தொடர்பான ரகசியத் தகவல் பரிமாற்றங்களுக்காக அஞ்சல் அனுப்புவதற்கான வழிமுறைகளை உருவாக்கினார்கள்.

ஆம், வையக விரிவலையும், மின் அஞ்சலும் அமெரிக்கப் பாதுகாப்புத் துறையின் குழந்தைகள். கம்ப்யூட்டர் உபயோகத்தில் ராணுவம் இந்தப் புரட்சிகளைச் செய்துகொண்டிருந்த அதே வேளையில் கம்ப்யூட்டர் வல்லினத்திலும் மாபெரும் மாற்றங்கள்.

ஐபிஎம் பெரிய பெரிய கம்ப்யூட்டர்களை அலுவலகங்களுக்கும் தொழிற்சாலைகளுக்கும் மிக வெற்றிகரமாக விற்பனை செய்து கொண்டிருந்தது. இவற்றைத் தாண்டி மார்க்கெட் இருக்கலாம் என்று நினைக்க அவர்கள் வெற்றி தடுத்தது. 1976 ல் தனிமனிதன் உபயோகிக்கும் ஆப்பிள் பர்ஸனல் கம்ப்யூட்டர்களை, எல்லோரும் வாங்கும் விலையில் ஸ்டீபன் வோஸ்னியாக், ஸ்டீவ் ஜாப்ஸ் ஆகிய இரு இளம்புயல்கள் விற்பனைக்குக் கொண்டு வந்தார்கள். ஐபிஎம் பர்ஸனல் கம்ப்யூட்டர் அடுத்த ஐந்து ஆண்டுகளில் வந்தது.

பர்ஸனல் கம்ப்யூட்டர்கள் இருந்தன. அவற்றில் பயன்படுத்தும் மென்பொருள்களும் இருந்தன. இவை இரண்டும் இணைந்து செயல்பட வைக்கும் அத்தியாவசிய விஷயம் இயக்குதளம் (ஆபரேட்டிங் சிஸ்டம்) என்று அழைக்கப்படுகிறது. இதுவும் ஒரு சாஃப்ட்வேர்தான். ஆனால் விசேஷமான சாப்ட்வேர். 1985ல் மைக்ரோஸாஃப்ட் தலைவர் பில் கேட்ஸ், விண்டோஸ் 1 என்ற ஆபரேட்டிங் சிஸ்டத்தை அறிமுகம் செய்தார். இது கம்ப்யூட்டர் களில் ஆமை வேகத்தில் வேலை செய்தது. அடுத்த ஐந்து ஆண்டுகளில் ஆமை புயலானது. விண்டோஸ் 3 அறிமுகமானது.

இந்த ஆபரேட்டிங் சிஸ்டத்தில் வேகம் மட்டுமல்ல, விவேகமும் அதிகம். கடிதங்கள் அடிக்கும் வேர்ட், கணக்குப் போட உதவும் எக்ஸெல், தகவல்களை அழகாகச் சமர்ப்பிக்க உதவும் பவர் பாயிண்ட் ஆகிய மென்பொருள்களோடு விண்டோஸ் வந்தது. கம்ப்யூட்டர் பயன்படுத்தலில் புது யுகம் பிறந்தது. எக்ஸெலில் இருந்து புள்ளிவிவரத்தை எடுத்து வேர்டில் ஆவணமாகத் தயாரித்து பவர்பாயிண்டில் இணைப்பது சர்வ சாதாரணமானது. இந்த மூன்று மென்பொருள்களும் சேர்ந்த பொட்டலத்துக்கு ஆபீஸ் என்று மைக்ரோசாஃப்ட் பெயர் சூட்டியது. 'கம்ப்யூட்டர் பயன்படுத்துவது இத்தனை ஈசியா?' வாடிக்கையாளர்கள் க்யூவில் நிற்கத் தொடங்கினார்கள். விண்டோஸ் 3 கோடிக்கணக்கில் விற்றது. விண்டோஸ் பொருத்திய கம்ப்யூட்டர்களுக்கு அமெரிக்கர் கள் தங்கள் வீடுகளில் நிரந்தர இடம் ஒதுக்கினார்கள். கடிதங்கள் டைப் செய்யவேண்டுமா? கம்ப்யூட்டர் கொண்டு வா! கணக்குகள் போட வேண்டுமா? எடு கம்ப்யூட்டரை! தகவல்களை அழகாகச் சமர்ப்பிக்க வேண்டுமா? கூப்பிடு கம்ப்யூட்டரை. சகலம் கம்ப்யூட்டர் மயம்!

1991. தொலைத்தொடர்புத் துறையின் மாபெரும் மைல்கல். அமெரிக்கக் குடியரசுத் தலைவர் ஜார்ஜ் புஷ் அமெரிக்க ராணுவத்தினரின் ஏகபோக உரிமையாக இருந்த வையக விரிவு வலையைப் பொதுமக்களின் உபயோகத்துக்கு அனுமதித்தார். இணையம் என்கிற வலைப் பின்னலில் யார் வேண்டுமானாலும் தங்கள் கணினியை இணைக்கலாம். உலகின் எந்த மூலையில் இருப்பவரையும் தொடர்பு கொள்ளலாம். தகவல் பரிமாற்றம் நினைத்துப் பார்த்திருக்கவே முடியாத மின்னல் வேகத்தில், சல்லிசான விலையில்! வீட்டில் தொலைபேசி இணைப்பு இருக்கிறது. அதைப் பயன்படுத்தத் தொலைபேசிக் கருவி வேண்டு மல்லவா? அதைப்போல் இணையத்தளத்தில் பவனி வர இணைய உலாவிகள் (வெப் பிரவுசர்) தேவை. நெட்ஸ்கேப் (நெட்ஸ்கேப்) என்னும் நிறுவனம் இணைய உலாவிகள் தயாரிக்கத் தொடங்கியது. தனிக்காட்டு ராஜாவானது. சம்மதிப்பாரா பில் கேட்ஸ்? மைக்ரோஸாஃப்டின் வேர்ட், எக்ஸெல், பவர் பாயிண்ட் ஆகியவற்றோடு இண்டர்நெட் எக்ஸ்ப்ளோரர் என்னும் இணைய உலாவியையும் சேர்த்து விண்டோஸ் 98 என்னும் பொட்டல மாக்கிக் கொடுத்தார். வெகு சீக்கிரமே, தாக்குப் பிடிக்கமுடியாமல், நெட்ஸ்கேப், அமெரிக்கா ஆன்லைன் என்னும் கம்பெனிக்கு விலை போனது.

விண்டோஸ் 98 உலகத்தை உள்ளங்கைக்குக் கொண்டு வந்தது. தனி மனிதர்களும் நிறுவனங்களும் தகவல் பரிமாற்றத்துக்கு கம்ப்யூட்டர்களை, இன்டர்நெட்டைப் பயன்படுத்தத் தொடங்கினார் கள். ஆரம்பகாலங்களில் இன்டர்நெட், ஈமெயில் ஆகியவை கம்பெனி ஊழியர்களுக்குள் தகவல் பரிமாறிக்கொள்ளும் ஊடகங்களாகப் பயன்படத் தொடங்கின. தகவல் பரிமாற்றம் ஊழியர்களுக்குள் மட்டும்தான் இருக்கவேண்டுமா? வாடிக்கையாளர்களுடன் ஈமெயில் தொடர்பு கொண்டால்? ஒரே கல்லில் பல மாங்காய்கள் விழுமே? மிகக் குறைந்த செலவு, தகவல்களைக் கொண்டு சேர்ப்பதில் விரைவு. வாடிக்கையாளர்களுக்கும் செலவு குறைவு எனப் பல அனுகூலங்கள் கிடைக்குமே?

இன்டர்நெட் மாபெரும் சக்தி கொண்ட ஆயுதம். புதுப் புது வழிகளில் கம்பெனிகள் இன்டர்நெட்டைப் பயன்படுத்தத் தொடங்கின. அப்போது பொருட்களை விற்பனை செய்ய, மெயில் ஆர்டர் என்னும் தபால் முறை வியாபாரம் இருந்தது. இன்டர்நெட் என்பது தபால் அஞ்சலின் இருபதாம் நூற்றாண்டு அவதாரம். தபால் அஞ்சலில் பொருள்களை விற்பதைப்போல் இன்டர்நெட்டில்

விற்றாலென்ன? பலர் முயற்சிக்கத் தொடங்கினார்கள். இந்த ஈ காமர்ஸில் புயலாய் நுழைந்தவர் ஜெஃப்.

அறிவுஜீவிகளில் இரண்டு வகை- ஒரு தரப்பினர் புதிது புதிதாக எதையாவது கண்டுபிடிப்பவர்கள்; அடுத்த வகை, இந்தக் கண்டுபிடிப்புகளைக் கோடிக் கணக்கானோர் பயன்பட வைப்பவர்கள். இவர்களை முறையே, கண்டுபிடிப்பாளர்கள் (இன்வென்டர்ஸ்), புதியன புகுத்துபவர்கள் (இனோவேட்டர்ஸ்) என்று அழைக்கிறோம். சாதாரணமாக, விஞ்ஞானிகள் தங்கள் கண்டுபிடிப்புகளைக் காசாக்கத் தெரியாதவர்கள். பிசினஸ்மேன்களோ, பிறர் கண்டுபிடிப்பைக் கோடிகளாக்கும் சாமர்த்தியக்காரர்கள்.

சில உதாரணங்கள். கம்ப்யூட்டர் கண்டுபிடித்த சார்ல்ஸ் பாபேஜ் ஒரு கண்டுபிடிப்பாளர். பில் கேட்ஸ், ஸ்டீவ் ஜாப்ஸ் புதியன புகுத்துபவர்கள். இணையத்தளம், இன்டர்நெட் ஆகியவை உருவாக்கிய அமெரிக்க ராணுவத் துறை கண்டுபிடிப்பாளர்கள். யாஹூ நிறுவனர்கள் ஜெரி யாங், டேவிட் ஃபைலோ, கூகிள் தொடங்கிய லாரி பேஜ், ஸெர்ஜி பிரின், ஹாட்மெயில் சபீர் பாட்டியா ஆகியோர் இணையத்தளத்தை மக்கள் பயன்படுத்த உதவிசெய்து உச்சத்தைத் தொட்டவர்கள். இரு தரப்பினருமே மேதைகள்தாம்.

இவர்களைப்போல் இணையத்தளத்தையும் இன்டர்நெட்டையும் ஈ காமர்ஸ் பாதைக்குக் கொண்டுவந்தவர் ஜெஃப். அதாவது, ஜெஃப் ஈ காமர்ஸைக் கண்டுபிடிக்கவில்லை. மாத்தி யோசித்து, அஞ்சல் முறை பிசினஸுக்கு, மின்னஞ்சல் என்னும் நவீன ஆடை அணிவித்தார். இதனால் நம் எல்லோருக்கும், குறிப்பாகத் தொழில் முனைவர்களாக விரும்புபவர்களுக்கும் கிடைக்கும் சேதி என்னவென்றால், பிசினஸில் ஜெயிக்க, நீங்கள் மாபெரும் கண்டுபிடிப்பாளராக இருக்கவேண்டியதில்லை.

ஜெஃப், தன் ஐடியாவுக்குக் கூட எவ்ரிதிங் ஸ்டோர் (எல்லாப் பொருட்களும் விற்கும் கடை) என்று பெயர் வைத்தார். ஐடியா அரதப் பழசுதான் - தயாரிப்பாளர்களுக்கும் கஸ்டமர்களுக்கு மிடையே இடைத் தரகராக இருக்கவேண்டும், அந்தக் கமிஷனை வாங்கிக்கொள்ள வேண்டும். ஜெஃப் கொண்டுவந்த புதுமை என்ன? இந்த வியாபாரத்தை நடத்துவது கடையில் அல்ல, தபால் முறையில் அல்ல, இணையத்தளத்தில், மின்னஞ்சல் மூலமாக நடத்தவேண்டும். இந்த பிசினஸுக்குப் பூகோள எல்லைகளோ, வரம்புகளோ கிடையவே கிடையாது. உலகத்தின் எந்த நாடுகளி லெல்லாம், இணையத்தள, இன்டர்நெட் இணைப்பு

இருக்கிறதோ, அங்கெல்லாம், எல்லாப் பொருள்களும் விற்கும் கடை வெற்றிக்கொடி நாட்டும். ஏனோ, ஷாவுக்கு இந்தப் புத்தகக் கடை ஐடியா பிடிக்கவில்லை. ஜெஃபிடம் முயற்சியைக் கைவிடச் சொன்னார்.

ஷா - ஜெஃப் திறமைகளின் சங்கமத்தில், அடுத்து வந்தது, ஜூனோ (Juno) என்னும் ஈ மெயில் சேவை. யாஹூ (பிறகு ஹாட்மெயில், கூகுள்) பாணியில் உருவான இதை, ஷா நல்ல லாபத்துக்கு விற்றார். அடுத்து, பங்குகளை ஆன்லைனில் வாங்கி விற்கும் ஃபார்சைட் ஃபினான்ஷியல் சர்வீசஸ். இதை, பிரபல நிதி நிறுவனமான மெரில் லிஞ்ச் ஷாவிடமிருந்து வாங்கியது. தி எவ்ரிதிங் ஸ்டோர் ஐடியா ஜெஃப் மனத்தைப் பிடித்து ஆட்டியது. ஷா சம்மதிக்காததால், சொந்தமாக இந்த பிசினஸ் தொடங்கத் தீர்மானித்தார்.

6

எங்கே தொடங்கலாம்?

ஜெஃப் விலாவரியான திட்டம் தீட்டத் தொடங்கினார். எல்லாப் பொருட்களும் விற்கும் கடை என்னும் கனவு சரி. ஆனால், அகலக்கால் வைக்கக்கூடாது. ஒன்றிரண்டு பொருட்கள் விற்க வேண்டும், ஆழம் பார்க்கவேண்டும், விரிவாக்கவேண்டும். ஒன்று நிச்சயம், இன்டர்நெட் ராக்கெட் வேகத்தில் வளர்ந்து கொண்டிருக்கிறது. அதற்கு ஈடு கொடுப்பதுபோல், வேகமாக, வேகமாக வளரவேண்டும். ஸ்பீட், ஸ்பீட், ஸ்பீட். எது முதல் விற்பனைப் பொருள்? இருபது ஐட்டங்களைப் பட்டியல் போட்டார். கம்ப்யூட்டர் சாஃப்ட்வேர், ஸ்டேஷனரி, ஆடைகள், ம்யூசிக் காசெட்டுகள், புத்தகங்கள்...

பல கூட்டல், கழித்தல்கள், பெருக்கல், வகுத்தல்கள். புத்தக விற்பனையில் தொடங்குவது சரியாகத் தோன்றியது. பல காரணங்கள்:

- பிற பொருட்களில் வெவ்வேறு தயாரிப்பாளர்கள் இருப்பார்கள். தரம் வேறுபடும். ஒரு புத்தகத்துக்கு ஒரே ஒரு தயாரிப்பாளர்தான். ஆகவே, ஒரே தரம்தான்.
- அப்போது, பார்ன்ஸ் அண்ட் நோபிள், பார்டர்ஸ் என்னும் இரண்டு புத்தகக் கடைகளே இருந்தன. அமெரிக்கா முழுக்க இவர்களுக்குக் கிளைகள் இருந்தபோதும், அவற்றின் எண்ணிக்கை போதுமானதாக இல்லை. புத்தகப் பிரியர்கள் ஒன்று, இரண்டு புத்தகங்கள் வாங்க விரும்பினாலும், பல

மணிநேரப் பயணம் செய்து அந்தக் கடைகளுக்குப் போக வேண்டியிருந்தது. போனாலும், தேவைப்பட்ட புத்தகம் கிடைக்குமா என்று தெரியாது. ஏனென்றால், சுமார் 30 லட்சம் புத்தகங்கள் அதுவரை ஆங்கிலத்தில் வெளியாகியிருந்தன. நாம் மேலே பார்த்த இரு கடைகளும்சில ஆயிரம் புத்தகங் களுக்கு மேல் ஸ்டாக் செய்து விற்பதில்லை. எல்லாவற்றையும் குவித்துக்கொள்வது நடைமுறை சாத்தியம் இல்லாதது.

- இன்கிராம், பேக்கர் அண்ட் டைலர் என்னும் இரண்டு ஹோல்சேல் புத்தக வியாபாரிகள் இருந்தார்கள். இவர்களும் பல ஆயிரம் நூல்களை மட்டுமே ஸ்டாக் வைத்துக் கொண்டிருந்தார்கள்.

- மொத்த விற்பனையாளர்கள் தனிப்பட்ட வாசகர்களுக்கு 1 அல்லது 2 பிரதிகள் என்றால் தருவதில்லை. வாசகர்கள் தேவைப்படும் புத்தகத்தை அதை வெளியிட்ட பதிப்பாளரிட மிருந்து நேரடியாக வாங்கவேண்டும். ஒரு புத்தகத்துக்காக இத்தனை முயற்சி எடுக்க யாரும் தயாராக இல்லை. இந்தத் திராட்சை புளிக்கும் என்று தங்களைத் தேற்றிக்கொண்டார்கள்.

- வாசகர்களுக்கு எந்தப் புத்தகங்கள் பிடிக்கும் என்னும் நாடித் துடிப்பு தெரியாததால், பதிப்பாளர்கள் தேவையைக் குத்துமதிப்பாகக் கணக்கிட்டார்கள். அதிகம் பிரதிகள் அச்சிட்டார்கள். கடைகளுக்கு அனுப்பிவைத்தார்கள். விற்காத பிரதிகளைத் திருப்பி வாங்கிக்கொள்ளும் ஒப்புதலோடு. அச்சிட்ட பிரதிகளில் சுமார் 30 சதவிகிதம் திரும்பி வந்தன. இதற்குப்பின் அவை புத்தகங்களல்ல, வெறும் காகிதம், பதிப்பாளர்களின் நெஞ்சைக் குத்திக் கிழிக்கும் நஷ்டக் கணக்கு. இணையத்தள விற்பனை, இந்தச் சோகத்தைத் தவிர்க்கும். வாசகர்களோடு நேரடித் தொடர்பை உண்டாக்கும். அவர்களின் ரசனைக்கு ஏற்ற நூல்களை வெளியிட்டு, பதிப்பாளர்களுக்குப் பணம் பண்ணும் வழியைக் காட்டும்.

- ஆயிரம் ஆயிரமாகப் புத்தக வெளியீட்டாளர்கள், லட்சம் லட்சமாக புத்தகங்கள். எனவே அஞ்சல் முறையில் புத்தகம் விற்கும் கம்பெனிகளின் பொருளடக்கப் பட்டியலில் புத்தக லிஸ்ட் மட்டுமே இருக்கும். தான் வாங்கப்போகும் புத்தகத்தின் அட்டைப்படம் எப்படி இருக்கும், புத்தகத்தின் உள்ளடக்கம் என்ன, முக்கிய அம்சங்கள் என்ன என்பதை வாடிக்கையாளர்களால் தெரிந்துகொள்ளவே முடியாது. ஆனால் இத்தனை விஷயங்களையும் இணையத்தளத்தில்

கொடுக்க முடியும். தான் வாங்கப் பொகும் புத்தகம் பற்றி வாசகன் மனத்தில் ஒரு ட்ரெயிலரே ஓட்ட முடியும். வாசகர்கள், பதிப்பாளர்கள் ஆகிய அனைவருக்குமே, தி எவ்ரிதிங் ஸ்டோர் அனுகூலம் தரும்.

இந்த பிசினஸ் காரணங்கள் தவிர்த்து தனிப்பட்ட முறையிலும் ஜெஃப் இந்த ஐடியாவால் கவரப்பட்டார். தாத்தாவின் தாக்கத்தால், அவருக்கு வாசிப்பு சுவாசிப்பாகவே இருந்தது. தினமும் புத்தகம் படிப்பார். மனிதகுல முன்னேற்றத்துக்கு வாசிப்பு அத்தியாவசியம் என்பது அவர் கருத்து. தன் இணையத்தளப் புத்தகக் கடை, லாபம் பார்க்கும் பிசினஸ் என்பதைத் தாண்டி, தன்னால் முடிந்த சிறிய சமுதாயச் சேவையாகவும் இருக்கும் அவர் நினைத்தார். மனைவி மக்கென்சி படிப்பாளி, எழுத்தாளர். அவரும், ஜெஃப் புத்தகங்கள் பக்கம் சாய்வதற்குக் காரணகர்த்தாவாக இருந்திருக்கலாம் அல்லவா?

ஒளிமயமான எதிர்காலம் என் உள்ளத்தில் தெரிகிறது என்று ஜெஃப் குதூகலித்துக் கொண்டிருந்தபோது, அவர் கண்களுக்குசில இருட்டுப் பிரதேசங்கள் தெரிந்தன. ஏற்கெனவே கம்ப்யூட்டர் லிட்டரசி புக்ஷாப்ஸ், புக் ஸ்டாக்ஸ் அன்லிமிடெட், வேர்ட்ஸ்வொர்த், ஃப்யூச்சர் ஃபான்ட்டஸி என்னும் நான்கு இணையத்தளப் புத்தக விற்பனையாளர்கள் அமெரிக்காவில் இருந்தார்கள். நான்கு நிறுவனங்களும் நஷ்டத்தில். இதனால், முன்வைத்த காலை ஜெஃப் பின் வைக்கவில்லை. அவர்கள் ஏதாவது தவறு செய்கிறார்களா என்று கண்டுபிடிக்கவேண்டும். அவர்களிடம் ஆர்டர் கொடுத்துச் சோதித்தால், ஒரு பானை சோற்றுக்கு ஒரு சோறு பதம் என்று வெட்ட வெளிச்சமாகிவிடுமே?

ஜெஃப், ஃப்யூச்சர் ஃபான்ட்டஸி கடையில் தன் அபிமானப் படைப்பாளி ஐஸக் அஸிமோவ் எழுதிய சைபர்ட்ரீம்ஸ் புத்தகத்துக்குப் 'பரிசோதனை' ஆர்டர் கொடுத்தார். பார்சல் வந்தது. இணையத்தளக் கடைகளின் சாயம் வெளுத்தது. புத்தகம், அவர்கள் சொன்ன தேதியிலிருந்து இரண்டு வாரங்கள் தாமதமாக வந்தது. அட்டையும் கிழிந்திருந்தது. காசைக் கொடுத்துவிட்டு இப்படி ஏமாறக் கஸ்டமர்கள் என்ன இளிச்சவாயர்களா? தங்கள் அனுபவத்தை நான்கு பேரிடம் சொல்லுவார்கள், எல்லோரும் இணையத்தளத்தில் பொருட்கள் வாங்குவதைத் தவிர்ப்பார்கள். கஸ்டமர் சர்வீஸ் இந்த லட்சணத்தில் இருந்தால், இன்டர்நெட் பிசினஸ் எப்படி வளரும், எங்கிருந்து லாபம் வரும்?

இந்தத் தவறுகளைத் தன்னால் நிச்சயமாகத் தவிர்க்கமுடியும், என் வழி தனிவழி என்று ராஜபாட்டை போடமுடியும் என்னும்

நம்பிக்கை ஜெஃப் மனதில் உருவானது. இனி தயக்கம் ஏதுமில்லை, பிசினஸில் குதிக்கவேண்டும், ஈ காமர்ஸ் உலகைக் கலக்கவேண்டும்.

ஜெஃப் ஷாவைச் சந்தித்தார். தான் இணையத்தளப் புத்தகக் கடை தொடங்கப்போவதைச் சொன்னார். 'வா, பார்க்கில் நடந்து கொண்டே பேசலாம்' என்றார் ஷா. இருவரும் இரண்டு மணி நேரம் பேசினார்கள். ஷா பேசிய தோரணை, ஒரு முதலாளி, தன் கீழ் வேலை பார்க்கும் ஊழியரிடம் பேசும் பேச்சல்ல, பாசமுள்ள தகப்பன் மகனுக்குத் தரும் அறிவுரை. அவர் சொன்னதன் சாராம்சம் இதுதான் - நீ துடிப்பும், திறமையும் நிறைந்த இளைஞன். என்றோ ஒருநாள் சொந்த பிசினஸ் தொடங்கி வெற்றிக்கொடி கட்டப்போகிறாய். ஆனால், பிசினஸ் தொடங்க இது நல்ல தருணமா என்று ஆழமாக ஆலோசி. நீ வயதை மிஞ்சின உயர்ந்த பதவியில் இருக்கிறாய். நல்ல சம்பளம். நியூயார்க் நகரில் சொகுசான ஃப்ளாட். உன் மனைவி மக்கென்சியும் வசதியான வாழ்க்கைக்குப் பழக்கப்பட்டவள். சில நாட்கள் சிந்தித்துப் பார். உன் முடிவு எதுவாக இருந்தாலும், என் வாழ்த்துக்கள் உனக்கு உண்டு.

ஜெஃப், மக்கென்சி இருவரும் நன்மை - தீமைகளை அலசினார்கள். வாழ்க்கைத் துணைவியும், கூட நின்று, இன்பத் துன்பங்களைப் பகிர்ந்துகொள்ளத் தயாராகவே இருந்தார். பூவா, தலையா? ஜெஃப் மனதில் பல எண்ண ஓட்டங்கள். எப்படி முடிவெடுத்தார்? 'என் முதுமைப் பருவத்தைக் கண்கள் முன்னால் ஓட்டினேன். எண்பது வயதாகும்போது, வேலையை விட்டோமே, போனஸ் பணத்தை இழந்தோமே என்னும் கவலைகள் நிச்சயம் இருக்காது. மக்கள் வாழ்க்கையில் புரட்சிகர மாற்றங்கள் செய்யும் இன்டர்நெட்டின் வாய்ப்புகளைத் தவறவிட்டிருந்தால், மனமார வருத்தப்பட்டிருப்பேன். இந்தப் பாணியில் சிந்தித்தபோது, சொந்த பிசினஸ் தொடங்கவேண்டும் என்று முடிவெடுப்பது மிகச் சுலபமாக இருந்தது.'

தன் கனவுகளைப் பெற்றோரோடு பகிர்ந்துகொண்டு அவர்கள் அறிவுரையைக் கேட்பது ஜெஃப் வழக்கம். அப்பா, அம்மாவுக்கு போன் பண்ணினார். தன் திட்டத்தைச் சொன்னார். அப்பா ஷாக் ஆனார். பிரின்ஸ்டன் பல்கலைக் கழகத்தில் படித்த மகா புத்திசாலி, இருபத்து எட்டே வயதில் பெரிய கம்பெனியில் வைஸ் பிரசிடெண்ட், கை நிறையச் சம்பளம், முதலாளியின் செல்லப்

பிள்ளை. இந்நிலையில், புத்தகம் விற்கப் போவதா? அதுவும், இப்போதுதான் தலை தூக்கிக்கொண்டிருக்கும் இன்டர்நெட்டிலா?

அம்மாவுக்கும் அப்பாவுக்கும் இந்த பிசினஸ் புரியவேயில்லை. ஆனால், மகன்மேல் அபார நம்பிக்கை. பச்சை விளக்குக் காட்டினார்கள். அதே சமயம், ஆழம் தெரியாத கிணற்றில் குதிக்கிறானோ என்னும் பாசக் கவலை இருந்தது.

ஷா பிரியாவிடை கொடுத்தார். ஜெஃப் இப்போது சுதந்தரப் பறவை. அவர் விருப்பம்போல் எந்த வானிலும் பறக்கலாம். முதல் கேள்வி, பறவை எங்கே கூடு கட்டலாம் அதாவது, எந்த ஊரில் கம்பெனி தொடங்கலாம்?

முடிவெடுக்க ஜெஃப் நான்கு அளவுகோல்களைப் பயன் படுத்தினார்;

1. அங்கே, கம்ப்யூட்டர் சாஃப்ட்வேர் வல்லுநர்கள் ஏராள மானவர்கள் இருக்கவேண்டும்.
2. இணையத்தள விற்பனைக்கு அந்த மாநிலம் விற்பனை வரி விதிக்கக்கூடாது.
3. முக்கிய புத்தக மொத்த விற்பனையாளரின் சரக்குக் கிடங்கு அருகாமையில் இருக்கவேண்டும்.
4. இட வாடகை போன்ற நிர்வாகச் செலவுகள் குறைவாக இருக்கவேண்டும்.

ஜெஃப் பல இடங்களைப் பட்டியலிட்டார், பரிசீலித்தார்.

- அவர் வசித்த நியூயார்க் காஸ்ட்லியான இடம். இட வாடகையே மூலதனத்தில் பெரும்பகுதியைச் சாப்பிட்டு விடும். ஆகவே, அவுட்.
- கலிபோர்னியா மாநிலத்தின், ஸான் ஹோஸே, ஸான் ஃபிரான்சிஸ்கோ ஆகிய பகுதிகள் சிலிக்கான் பள்ளத்தாக்கு என்று அழைக்கப்பட்டன. சிலிக்கான் என்னும் வேதியப் பொருள் கம்ப்யூட்டர் சிப்ஸ் தயாரிக்கப் பயன்படுகிறது. ஆப்பிள், சிஸ்கோ சிஸ்டம்ஸ், இன்டெல், ஆரக்கிள், யாஹூ போன்ற கம்ப்யூட்டர் தொழில்நுட்ப நிறுவனங்கள் இங்கே இயங்கியதுதான் பெயர்க் காரணம். தடுக்கி விழுந்தால், சாஃப்ட்வேர் எஞ்சினியர்மேல்தான் மோதவேண்டும். ஆனால், கலிபோர்னியாவில் இன்டர்நெட் விற்பனைக்கு வரி இருந்தது. ஆகவே, குட்பை சிலிக்கான் பள்ளத்தாக்கு.

இப்படிப் பல காரணங்களால் ஒரேகான், கொலராடோ, நெவாடா ஆகியவை பட்டியலிலிருந்து காணாமல் போயின.

இந்நிலையில் ஒருநாள் ஜெஃப்பின் நண்பர் நிக்கொலஸ் ஹனாவர் தொலைபேசியில் அழைத்தார். வாஷிங்டன் மாநிலத்தில் இருக்கும் சியாட்டில் நகரத்தில் வசித்த அவர், 'எங்கள் ஊரில் பிசினஸ் தொடங்குங்கள்' என்றார். அதற்கு அவர் அடுக்கிவைத்த வாதங்கள் அசத்தலாக இருந்தன.

1. இன்டர்நெட் விற்பனைக்கு வரி இல்லை.
2. வாடகை முதலிய செலவினங்கள் பிற மாநிலங்களோடு ஒப்பிடுகையில் குறைவு.
3. பிரபல வாஷிங்டன் பல்கலைக்கழகம் தரமான கம்ப்யூட்டர் பட்டதாரிகளின் தாயகம். இத்தோடு மைக்ரோசாஃப்ட், அடோப் சிஸ்டம்ஸ், நின்டென்டோ, ப்ரொக்ரெஸ்ஸிவ் நெட்வொர்க்ஸ் போன்ற நூற்றுக்கணக்கான சாஃப்ட்வேர் கம்பெனிகள் இருந்தார்கள். ஆகவே, மென்பொருள் திறமைசாலிகள் கிடைப்பது செம ஈஸி.
4. இன்க்ராம் என்னும் பெரிய, புத்தக மொத்த வியாபாரக் கடை சியாட்டலுக்கு அருகே இருந்தது.

ஜெஃப் விவரங்கள் சேகரித்தார். ஹனாவர் சொன்னது முழுக்க முழுக்க உண்மை. இனி வருங்காலம் சியாட்டிலில்தான்.

7

அமேசான் பிறந்தது

சாதாரணமாக, வீடு மாற்றுவது எல்லோரும் வெறுக்கும் சமாசாரம். ஒரு வீட்டில் தங்கும்போது, வேண்டிய, வேண்டாத பொருள்களை வாங்கிக் குவிப்போம். காலி செய்யும்போது எதை விடுவது, எதை எடுத்துக்கொண்டுபோவது என்று குடும்பத்துக்குள் வட்டமேஜை மாநாடே நடத்தவேண்டி வரும். புதுவீடு புகுந்தபின், அதைக் கொண்டுவந்திருக்கலாமோ, இதைக் கொண்டு வந்திருக்கலாமோ என்று மனம் நிறைய ஏக்கங்கள் இருக்கும். ஜெஃப் இதிலும் வித்தியாசமானவர். 'வீடு மாற்றுவது எனக்கு எப்போதும் புத்துணர்ச்சி தரும். ஒவ்வொரு மாற்றமும், நம்மைச் சுத்திகரிக்கக் கிடைக்கும் வாய்ப்பு. மனைவி மக்கென்சியும் மிக உதவினாள்.'

வழி நெடுக மக்கென்சி காரை ஓட்ட, ஜெஃப் புதுமுயற்சி பற்றிச் சிந்தித்துக்கொண்டே வந்தார். கம்பெனிக்கு என்ன பெயர் வைக்கலாம்? அவரும், மனைவி மக்கென்சியும் நினைத்திருந்தவை - Aard.com, Awake.com, Bookmall.com, Browse.com, Cadabra.com, MakeItSo.com, Relentless.com போன்ற ஏராளமான வித்தியாசமான பெயர்கள். ஜெஃப் மிகவும் விரும்பிய பெயர் கடப்ரா. மேஜிக் செய்யும்போது, நம் ஊரில் ' மந்திரக் காளி என்று உச்சாடனம் செய்வார்கள். இதைப்போல், வெளிநாடுகளில் அப்ரகடப்ரா என்று சொல்வார்கள். ஹீப்ரு போன்ற அராமிக் என்னும் பழங்கால மொழி வார்த்தை. 'பேசிக்கொண்டே நான் உருவாக்குகிறேன்' என்று அர்த்தம். இரண்டாம் தேர்வு, ரிலண்ட்லஸ் டாட் காம். *

இந்த ஆங்கில வார்த்தைக்கு, 'தளராத' என்று அர்த்தம். (ஆனால் நண்பர்களுக்கு இந்தப் பெயர் பிடிக்கவில்லை. ஆகவே, அதைக் கைவிட்டார். இந்த இணையத்தளம் இன்றும், அமேசான் உரிமையில் இருக்கிறது. Relentless.com என்று க்ளிக் செய்து பாருங்கள். தொடர்பு உங்களை அமேசான்.காம் இணையத்தளத்துக்கு அழைத்துச் செல்லும்). இப்படி எல்லாப்பெயர்களையும் ஜெஃப் இணையத்தளத்தில் பதிவு செய்துவைத்தார். ஆனால், அவர் மனதுக்குள் முடிவுசெய்த பெயர் கடப்ரா.காம்.

•

1994. ஜெஃப், மக்கென்சி இருவரும் சியாட்டில் வந்தார்கள். நண்பர் ஹனாவர், சியாட்டிலிலிருந்து பத்து கிலோமீட்டர் தூரத்தில் இருக்கும் பெல்லெவ்யூ என்னும் ஊரில், மூன்று படுக்கை அறைகளும், கார் நிறுத்தும் இடமும் கொண்ட வீட்டை வாடகைக்குப் பார்த்துவைத்திருந்தார். மத்திமர்கள் வாழும் பகுதி. 50 வருட பழைய வீடு. மாத வாடகை 890 டாலர்கள். ஜெஃப் செலவைக் கட்டுப்படுத்த, மிகக் கவனத்தோடு, ஹனாவர் பார்த்துப் பார்த்துத் தேர்வு செய்திருந்த வீடு. தம்பதிகள் குடியேறினார்கள்.

ஹனாவர் இன்னும் பல உதவிகள் செய்தார். கம்பெனி தொடங்குவதற்குப் பெயரைப் பதிவு செய்யவேண்டும், வங்கிக் கணக்கு திறக்கவேண்டும்... இப்படிப்பட்ட பல பூர்வாங்க வேலைகளுக்காக ஒரு வழக்கறிஞருடன் சந்திப்பு ஏற்பாடு செய்திருந்தார். வழக்கறிஞர் நிறுவனத்தின் பெயர் என்ன என்று கேட்டார். ஜெஃப் பதில் சொன்னார், 'கடப்ரா.' வக்கீல் காதுக்கு இது காடவெர் என்று கேட்டது. காடவெர் என்னும் ஆங்கில வார்த்தைக்குப் பிணம் என்று பொருள். பிசினஸ் தொடங்கியபின் கஸ்டமர்களும், தான் ஆசையோடு வைத்த பெயரைப் 'பிணம்' ஆக்கி விடுவார்களோ என்னும் பயம் ஜெஃப் மனதில் தோன்றியது. ஆனால், கடைசி நிமிடத்தில், அவரிடம் இன்னொரு பெயர் தயாராக இல்லை. இதற்காகக் கம்பெனி தொடங்குவதைத் தள்ளிப்போடவும் ஜெஃப் விரும்பவில்லை. ஆகவே, கம்பெனியை, Cadabra Incorporated என்றே பதிவு செய்தார்கள்.

ஜெஃப் முடிவெடுத்த நேரம், ஈ காமர்சுக்கு மிகத் தோதான காலம். 1994 முடிவில்தான் தங்கள் வீடுகளில் ஆப்பிள், ஐ.பி.எம். போன்ற பர்சனல் கம்ப்யூட்டர்களைப் பயன்படுத்திக்கொண்டிருந்த பெரும் பாலானவர்கள் அவற்றில் இன்டர்நெட் இணைப்பு வாங்கி யிருந்தார்கள். ஒரு கோடிக்கும் அதிகமானோர், தங்கள்

கம்ப்யூட்டர்களில் இணையத்தள உலாவிகள் பொருத்தி யிருந்தார்கள்.

ஆப்பிள் கம்ப்யூட்டர்களில், அவர்களுடைய தனித்துவமான மக்கின்ட்டாஷ் என்னும் இயக்குதளம் இருந்தது. ஐ.பி.எம். தயாரிப்புகளில், மைக்ரோசாஃப்டின் விண்டோஸ். கம்பெனிகளில் பலர் சேர்ந்து பயன்படுத்தப் பெரிய கம்ப்யூட்டர்கள் இருந்தன. இவற்றின் இயக்குதளம் Unix Workstation. இவை ஒவ்வொன்றும் தனித்துவமானவை. இவற்றால் ஒன்றோடொன்று தொடர்பு வைத்துக்கொள்ள முடியாது. 1994 ல் அமெரிக்காவின் சன் மைக்ரோசிஸ்டம்ஸ் நிறுவனம் இந்த மூன்று இயக்குதளங்களிலும் பயன்படும் பொதுவான ஜாவா என்னும் கம்ப்யூட்டர் மொழியை அறிமுகம் செய்தது. எல்லோரும் உபயோகிக்கத் தொடங்கினார்கள். இன்டர்நெட் வளர்ச்சிக்கு ஜாவா வீரிய மருந்தானது.

இரண்டு வருடங்களுக்கு டி.ஈ.ஷா கம்பெனியிலிருந்து ஒருவரையும் ஜெஃப் பணிக்கு எடுத்துக்கொள்ளக்கூடாது என்னும் நிபந்தனை இருந்தது. ஆகவே, தனக்குப் பரிச்சயமான திறமைசாலி களைப் பிற இடங்களிலிருந்து தேடினார். பல ஸ்டார்ட் அப் கம்பெனிகளின் அனுபவம் பெற்ற ஷெல் காப்ஹான் முதல் ஊழியராகச் சேர்ந்தார்.

ஜெஃப் தன் சொந்த முதலீடாக 94,000 டாலர்கள் போட்டார். காப்ஹான் 25,000 டாலர்கள். இந்த பிசினஸில் நம்பிக்கை இருக்கா விட்டாலும் மகன்மேல் இருந்த அளவில்லாத நம்பிக்கையால் பெற்றோர் மிகில் - ஜாக்லீன் பலமான உதவிக்கரம் நீட்ட முடிவு செய்தார்கள். ஒரு லட்சம் டாலர்கள் முதலீடு செய்ய விரும்பினார் கள். வேலையிலிருந்து ஓய்வு பெற்றுவிட்ட அப்பா, தன் வாழ்நாள் சேமிப்பிலிருந்து இந்தப் பெரிய தொகையைக் கொடுத்தார் என்பதை நினைத்த ஜெஃபுக்கு, ரத்தத்தின் ரத்தமாகத் தன்னை நினைத்த ‘வளர்ப்பு’ அப்பாவின் பாசப் பிணைப்பு புரிந்தது. நெஞ்சம் நெகிழ்ந்தார். பிசினஸ் தோற்கவும், அவர்களின் முழுப் பணத்தையும் இழக்க இருபது சதவிகிதச் சாத்தியக்கூறு இருக்கிறது என்று வெளிப்படையாகப் பெற்றோரிடம் சொன்னார். அவர்கள் லாபத்துக்காகவா முதலீடு செய்ய முன்வந்தார்கள்? மகனுக்காக அல்லவா? ஜெஃப் கையில் பணம், மனதில் உணர்ச்சிப் பிரவாகம்.

ஜெஃப் கண்களை மூடிக்கொண்டு கடலில் குதிப்பவரல்ல. ஒவ்வொரு அடியையும் அளந்து எடுத்துவைப்பவர். பிசினஸ் சூடு பிடிக்கும் முன், புத்தகத்துறை பற்றித் தெரிந்துகொள்ள விரும்பினார். அமெரிக்கப் புத்தக விற்பனையாளர்கள் சங்கம்

நான்கு நாள் பயிற்சி முகாம் நடத்தியது. அங்கே போனார். பல நுணுக்கங்கள் தெளிவாயின. முகாமின் இரண்டாம் நாள், ஜெஃப் மறக்கவே முடியாத நாள், வாழ்க்கையில் பலமுறை நினைவுகூர்ந்த நாள்.

ரிச்சர்ட் ஹோரவொர்த், ஸ்கொயர் புக்ஸ் என்னும் கடையின் முதலாளி. அவர் சொன்ன சொந்த அனுபவம் இது. ஒரு நாள் இரண்டாம் மாடியில் ரிச்சர்ட் உட்கார்ந்திருந்தார். கீழ்த்தளத்தி லிருந்து கோபத்தோடு ஓர் பெண் கத்தும் சப்தம். என்னவென்று விசாரிக்க மேனேஜரைக் கூப்பிட்டார். அவர் பதட்டத்தோடு சொன்னார், 'அந்த கஸ்டமர் காருக்கு நம் கடை வாசலில் ஏதோ ஆகிவிட்டதாம். எங்களால் அவரைச் சமாதானப்படுத்த முடியவில்லை.'

ரிச்சர்ட் கீழே போனார். அந்தப் பெண்மணியிடம் அவர் குறை என்னவென்று கேட்டார். காரைக் கடை முன்னால் நிறுத்தி யிருக்கிறார். பக்கத்துக் கட்டட மாடியிலிருந்து யாரோ எறிந்த குப்பை கார்மேல் விழுந்துவிட்டது. 'என் கணவர் வழக்கறிஞர். காலையில்தான் காரை அவரே துடைத்தார். இப்போது நான் உங்கள் கடைக்கு வந்ததால், அழுக்காகிவிட்டது' என்றார் அவர்.

கணவர் வழக்கறிஞர் என்று சொன்னது மிரட்டல். தன் குறைக்குத் தீர்வு தராவிட்டால், கோர்ட்டுக்குப் போவேன் என்னும் பயமுறுத்தல். இந்தத் தாதாத்தனத்துக்கு ரிச்சர்ட் மிரளவில்லை. யாரோ எறிந்த குப்பைக்கு நாங்களா பொறுப்பு என்று ரிச்சர்ட் கை கழுவியிருக்கலாம். ஆனால், கடைக்கு வந்த கஸ்டமர் அதிருப்தி யோடு போவதை அவர் விரும்பவில்லை. அவரைக் காருக்குக் கூட்டிக்கொண்டு போனார். 'என்னோடு வாருங்கள். பக்கத்தில் ஒரு கார் சர்வீஸ் ஸ்டேஷன் இருக்கிறது. அங்கே போய், எங்கள் செலவில் சுத்தம் செய்து தருகிறோம். சிரமத்துக்கு மன்னியுங்கள்.'

பெண்மணி கோபத்தோடு உடன் வந்தார். பட்ட காலில்தானே படும்? அந்த சர்வீஸ் ஸ்டேஷன் அன்று மூடியிருந்தது. 'சர்வீஸ் ஸ்டேஷன்கள் கூடப் பக்கத்தில் இல்லாத புத்தகக் கடையா நடத்துகிறீர்கள்?' என்று பொரிந்து தள்ளினார். 'என் வீடு இங்கேதான் இருக்கிறது. வாருங்கள்' என்று ரிச்சர்ட் தன்னோடு கூட்டிக்கொண்டு போனார். தானே சோப் போட்டு காரைக் கழுவித் துடைத்தார். கார் பளிச். மறுபடியும் ஆயிரம் ஸாரிகள் சொல்லி விடை கொடுத்தார். அந்தப் பெண்மணி அப்போதும் முகத்தில் எள்ளும், கொள்ளும் வெடிக்கத்தான் போனார்.

ரிச்சர்ட் லஞ்சுக்குப் போய்விட்டு வந்தார். மேனேஜர் ஓடி வந்தார். 'அந்தப் பெண் கஸ்டமர் திரும்பி வந்தார். நிறையப் புத்தகங்கள் வாங்கிக்கொண்டு போனார். நீங்கள் அப்படி என்ன மேஜிக் செய்தீர்கள்?'

ரிச்சர்ட் சொன்ன பிசினஸ் ரகசியம், 'கஸ்டமர் சேவைக்கு எல்லையே கிடையாது.'

இந்த வார்த்தைகள் ஜெஃப் மனதில் நச் என்று பதிந்தன, அவர் பிசினஸின் தாரக மந்திரமாயின.

அப்போது, கார் நிறுத்தும் இடத்தில் கம்பெனி தொடங்குவது ராசியாக இருந்தது. ஹ்யூலெட் பக்கார்ட் என்னும் முன்னோடிக் கம்ப்யூட்டர் நிறுவனம், ஆப்பிள், டிஸ்னி, மோட்டார் சைக்கிள் தயாரிப்பாளர் ஹார்லி டேவிட்சன், லோட்டஸ் கார்கள், மாட்டெல் பொம்மைகள் ஆகிய வெற்றி கம்பெனிகள் பிறந்து வளர்ந்தது கராஜில்தான். இதனால் உந்தப்பட்டோ என்னமோ, ஜெஃப், கடப்ராவையும் தங்கள் வீட்டு கராஜில் தொடங்கினார்.

நவம்பர் 1994. பெல்லெவ்யூ நகரம். இருபத்து எட்டாவது வட கிழக்குத் தெரு. மூன்று படுக்கையறைகள் கொண்ட வீட்டின் கராஜ். சுமார் 400 சதுர அடி இருக்கலாம். மூன்று பேர் உட்கார மேஜை, நாற்காலிகள், ஆளுக்கு ஒரு கம்ப்யூட்டர். சுவர் ஓரம் ஃபைல்கள் வைக்கும் அலமாரிகள், ஒரு புத்தக ஷெல்ஃப். அறை நடுவே இடத்தை ஆக்கிரமித்துக்கொண்டு ஒரு வட்ட மேஜை. மேஜைகள், நாற்காலிகள் எல்லாமே புதியவையல்ல. பழைய கதவுகளை வாங்கி, ஜெஃப் வழிகாட்டலில் தச்சனார் படைத்தவை. செலவைக் குறைப்பதற்காக, ஜெஃப் கைங்கரியம். (பின்னாட்களில் அமேசானாக மாறிய) கடப்ரா.காம் முதல் ஆபீஸ் இதுதான்!

ஜெஃப், மனைவி மக்கென்சி, தொடக்க நிறுவன நிர்வாக நிபுணர் காப்ஹான், கம்ப்யூட்டர் எஞ்சினியர் பால் பார்ட்டன் டேவிஸ் ஆகிய நால்வர் மட்டுமே ஊழியர்கள். மூன்று ஆண்களும் கம்ப்யூட்டரில் மூழ்கிக் கிடப்பார்கள். வெளி உலகத்தோடு டெலிபோன் தொடர்பு, வரவு செலவுக் கணக்கு, பணப் பட்டுவாடா, பிற கொசுறு வேலைகள் அனைத்துக்கும் பொறுப்பு மக்கென்ஸி.

பிசினஸின் ஆரம்ப வேலைகள் தொடர்பாக ஜெஃப் பலரைச் சந்தித்தார். பலரும் கம்பெனி பெயரைக் காடவெர் என்று உச்சரித்தார்கள். வேண்டாம் இந்தப் பெயர் என்று ஜெஃப்

முடிவெடுத்தார். எப்படி மாற்றலாம்? மனம் பரபரத்தது. அக்டோபர் 1994. அகராதியை எடுத்தார். ஆங்கில ஏ என்னும் எழுத்தில் தொடங்கும் வார்த்தைகளில் தேடல் நடத்தினார். நாம் இணையத்தளத்தில் விவரம் தேடும்போது, சர்ச் எஞ்சின்களைப் பயன்படுத்துவோம். ஏன் ஏ? இணையத்தளங்கள் அகர வரிசையில் பட்டியலிடப்பட்டு இருக்கும். தேடுதலில் ஏ என்ற எழுத்தில் தொடங்கும் இணையத்தளங்கள்தாம் முதலில் வரும். பி எழுத்தில் தொடங்கும் இணையத்தளங்கள் அடுத்து தொடரும். ஏ முதல் எழுத்தாகக் கொண்ட பெயர் கஸ்டமர்கள் கண்களில் முதலில் படும் அல்லவா? ஜெஃப் ஒவ்வொரு நுணுக்கத்திலும் காட்டும் கவனத்துக்கு இது ஓர் உதாரணம்.

அமேசான் என்னும் வார்த்தை வந்தவுடன் ஜெஃப் தேடலில் ஒரு நிறுத்தம். இதுதான் சரியான பெயர் என்று செய்தார். காரணம்?

அமேசான் உலகத்தின் மிகப் பெரிய நதி. உலகத்தின் மிகப் பெரிய கடைக்குப் பொருத்தமான பெயர்! அமேசான் நதிக்கு ஆயிரத்துக்கும் மேற்பட்ட கிளை ஆறுகள் உண்டு. அதேபோல் தன் கம்பெனியும், புத்தகங்கள் மட்டுமல்லாது ஆயிரத்துக்கும் மேலான பொருள்கள் சங்கமிக்கிற இணையத்தளச் சந்தையாக இருக்க வேண்டும் என்பது ஜெஃபின் விருப்பம்.

நவம்பர் 1, 1994. ஜெஃப், அமேசான்.காம் என்னும் இணையத்தளப் பெயரைப் பதிவு செய்தார்.

8

ஆரம்ப நாட்கள்

மூன்று மாதங்கள் ஓடின. நாட்கள் போகப் போக தங்கள் பிசினஸ் ஜெயிக்கும் என்னும் உறுதி ஜெஃப், மனைவி மக்கென்சி, தொடக்க நிறுவன நிர்வாக நிபுணர் காப்ஹான், கம்ப்யூட்டர் எஞ்சினியர் பால் பார்ட்டன் டேவிஸ் ஆகிய நால்வருக்கும் வந்தது. அதே சமயம் நாங்களே புத்தக விற்பனைக்குப் புது இலக்கணம் வகுக்கப் போகும் கடவுளின் புத்திரர்கள் என்று அவர்கள் மார்தட்டிக் கொள்ளவில்லை. அடக்கத்தோடு இருந்தார்கள்.

பார்ட்டன் டேவிஸ் சொன்னார். 'அனைத்துப் போட்டியாளர்களைவிடச் சிறந்த கஸ்டமர் சேவையைத் தரவேண்டும் என்னும் சவால் மட்டுமே, எங்கள் முன்னால் இருந்தது.'

தொழில்நுட்பக் காலத்தில், பிசினஸின் வளர்ச்சிக்கு மூலாதாரம் பணமல்ல, கட்டுமான வசதிகளல்ல, குடும்பப் பின்புலமல்ல, யாரைத் தெரியும் என்னும் தொடர்பு வட்டமல்ல, திறமைசாலி ஊழியர்கள் மட்டுமே என்பதில் ஜெஃபுக்குக் கொஞ்சமும் சந்தேகம் கிடையாது. ஆகவே அவர் தேடியது திறமை, திறமை, திறமை. தான் நினைத்தபடி ஆள் கிடைக்காவிட்டால், ஒப்புக்குச் சப்பாணியாக யாரையாவது எடுத்து அந்த இடத்தை நிரப்பமாட்டார்.

ஆகஸ்ட் மாதம் அவர் வெளியிட்ட விளம்பரம் இந்தத் தேடலுக்குச் சிறந்த உதாரணம்.

Well-capitalized start-up seeks extremely talented C/ C ++/Unix developers to help pioneer commerce on the Internet. You must have experience designing and building large and complex (yet maintainable) systems and you should be able to do so in about one-third of the time that most competent people think possible. You should have a BS, MS or Ph.D in Computer Science or equivalent. Top-notch communication skills are essential. Familiarity with web-servers and HTML would be helpful, but is not necessary.

Expect talented, motivated, intense and interesting co-workers. Must be willing to relocate to Seattle area. (We will cover moving costs).

Your compensation will include meaningful equity ownership.

Send resume and cover letter to Jeff Bezos, US Mail Cadabra Inc., 10704 N.E. 28th Street. Bellevue, WA 98004.

அதாவது, பிற கெட்டிக்காரர்களைவிட மூன்றில் ஒரு பங்கு நேரத்தில் வேலையை முடிக்கவேண்டுமாம். ஜெஃப் தேடியது வெறும் திறமைசாலிகளையல்ல, உடல் முழுக்க மூளையும், ஒவ்வொரு நரம்பிலும் சாதனை வெறியும் கொண்ட அசகாய சூரர்களை!

1995ம் ஆண்டு. புது வருடம் பிறந்தது. காப்ஹான், டேவிஸ் இருவரும் ஒரு சில மாதங்களிலேயே அற்புதமான அடித்தள மிட்டிருந்தார்கள். விற்பனை தொடங்குவதற்கான இணையத்தளக் கட்டுமானங்கள், இன்டர்நெட் தொடர்புகள், 10 லட்சத்துக்கும் அதிகமான எண்ணிக்கை கொண்ட புத்தகங்கள் பட்டியல் (இவை ஒன்றுமே ஸ்டாக்கில் வைத்துக்கொள்ளவில்லை. மொத்த வியாபாரிகளிடமிருந்து வாங்கித் தரும் திட்டம்), அமேசான் சிபாரிசு செய்யும் நூல்கள், விற்பனையில் சாதனை படைத்தவை, இலக்கியப் பரிசுகள் வென்றவை, பிற வாசகர்களின்

விமரிசனங்கள் எனப் பல விவரங்கள். இந்த வசதிகள் எதையுமே அன்றைய புத்தக விற்பனையாளர்கள் தரவில்லை. அத்தோடு, பிற விற்பனையாளர்களைவிடக் குறைவான விலை, கிரெடிட் கார்ட் பயன்படுத்தும் வசதி ஆகியவற்றையும் அளித்தது. ஆக மொத்தம் அமேசான் புத்தக வியாபாரத்தில் புதிய ராஜபாட்டையைப் போட்டுவிட்டது. பரிசோதனை ஓட்டங்கள் செய்து பார்த்தார்கள். 'சக்ஸஸ், சக்ஸஸ்' என்று ஜெஃப் அணி குதித்துக் கூவாத குறைதான்.

அடுத்து வெப்சைட் உருவாக்கினார்கள். அந்தக் கன்னி முயற்சி இதுதான்:

Amazon website 1994

The first website had virtual shopping basket, a safe way to pay with credit card, a rudimentary search engine and a system to order books via email. In 1995 they added the review feature.

தன் குறிக்கோளை எளிமையாக, தெளிவாகச் சொன்னது அந்த இணையத்தளம். விலாவாரியான விவரங்கள், வசதிகள் இருந்தன. நெருங்கிய நண்பர்கள், உறவினர்கள் ஆகியோருக்கு வெப்சைட்டை அனுப்பினார்கள். எல்லோருக்கும் பிடித்துப்போனது.

வெப்சைட்டில் பார்க்கும் இலச்சினை பின்னாட்களில் பல்வேறு மாற்றங்களைக் கண்டிருக்கிறது.

1995 1997

amazon.com

amazon.com

amazon.com
EARTH'S BIGGEST BOOKSTORE

1998

AMAZON.COM

BOOK, MUSIC AND MORE
amazon.com

அதே ஆண்டு, புத்தகங்களோடு இசைத்தட்டுகள் விற்பனையும் தொடங்கியபோது லோகோவில் வந்த மாற்றம்.

2000

amazon.com

2000ல் அம்புக்குறி முதன் முதலாக வந்தது. எல்லாப் பொருட்களும் கிடைக்கும் என்பதை ஆங்கிலத்தில் A to Z என்பார்கள். இதன் குறியீடாக, அம்பு a - இல் தொடங்கி z - இல் முடிகிறது. இன்னொரு முறை கவனித்துப் பாருங்கள். சிரிக்கும் முகம்போல் தெரிகிறதா? கஸ்டமருக்குச் சுகானுபவம் தந்து, அவரை மகிழ வைப்போம் என்னும் வாக்குறுதியைக் குறிக்கிறது.

விருப்பம் வியாபாரமாகுமா, கனவு காசாகுமா? நெஞ்சம் பட படக்க ஜெஃப், மாக்கன்ஸி, காப்ஹான், டேவிஸ் நால்வரும் காத்திருந்தார்கள். அவர்கள் கொட்டிய உழைப்பு, போட்ட பணம், வருங்காலம் அத்தனைக்குமல்லவா விரைவில் தீர்ப்பு கிடைக்கப் போகிறது?

ஏப்ரல் 3, 1995. அமேசான் வரலாற்றில் பொன்னெழுத்துகளால் பொறிக்கப்படவேண்டிய சுபயோக சுபதினம். காப்ஹான், தன் நண்பர் ஜான் வெய்ன்ரைட் என்பவரிடம், வெப்சைட் மூலமாக ஒரு

புத்தகம் வாங்கிச் சோதித்துப் பார்க்கச் சொன்னார். அவரும் போணி பண்ணினார். ஆமாம், அமேசானின் முதல் கஸ்டமர், ஜான் வெய்ன்ரைட். அவர் வாங்கி, அமேசான்.காம் இணையத்தளத்தில் விற்பனையான முதல் புத்தகம், Fluid concepts and and creative analogies. டக்ளஸ் ரிச்சர்ட் ஹாஃஸ்டேடெர் என்னும் அமெரிக்க விஞ்ஞானப் பேராசிரியர் எழுதி, அப்போதுதான் வெளியாகி யிருந்த புத்தகம். மனித மூளையின் சக்தியை விளக்குகிறது.

வெய்ன்ரைட் மகராஜனுக்கு ராசியான கை. இன்று, அமேசான் தலைமையகத்தில் ஒரு கட்டடத்தின் பெயர் வெய்ன்ரைட். நன்றியின் அடையாளமாகத் தன் முதல் கஸ்டமருக்கு ஜெஃப் அடித்திருக்கும் சல்யூட்.

ஜூலை 16, 1995. அமேசான் இணையத்தளம் கஸ்டமர்களுக்காகத் தன் கதவுகளைத் திறந்தது. ஆர்டர்களும் ஒவ்வொன்றாக வரத் தொடங்கின. அலுவலகத்தில் ஒரு மணி வைத்திருந்தார்கள். ஒவ்வொரு ஆர்டர் வரும்போதும் மணி அடிப்பார்கள். அனைவருடைய காதுகளிலும் இன்னிசை பொழியும் சங்கீதம் இது. சில நாட்களில், இப்படி மணி அடிக்கும் வழக்கத்தை நிறுத்தினார் கள். ஏனென்றால், ஒரு நாளுக்கு ஆறு எனச் சிறுதுளியாக ஆரம்பித்த ஆர்டர்கள் வரத்து, நான்கே மாதங்களில் தினமும் நூறைத் தாண்டும் பெருவெள்ளமாகிவிட்டது.

ஒரு வாரம் ஓடியது. ஒரு ஆனந்த அதிர்ச்சி. யாஹூ நிறுவனர் களான ஜெர்ரி யாங், டேவிட் ஃபைலோ ஆகியோரிடமிருந்து ஒரு மின்னஞ்சல் - உங்கள் பிசினஸ் பற்றி யாஹூவில் செய்தி வெளியிடலாமா? 'ஐயையோ, நாம் பிசினஸ் தொடங்கி ஒரு வாரம்தான் ஆகிறது. இப்போது விளம்பர வெளிச்சம் வேண்டாம். இது அக்னிப் பரீட்சை. ஓரளவு கால்களை ஊன்றியபிறகு யாஹூவிடம் சம்மதம் தரலாம்' என்று எல்லா சகாக்களும் எச்சரித்தார்கள். ஜெஃப் நெருப்பாற்றில் நீந்தத் துடிக்கும் சாகசக்காரர். ஆகவே சம்மதித்தார், விவரங்கள் தந்தார். யாஹூ அப்போது மிகப் பிரபலம். யாஹூ தந்த அங்கீகார முத்திரையில் ஆர்டர்கள் வரத்து எகிறியது. முதல் வார ஆர்டர்கள் 12,000 டாலர்கள்; இரண்டாம் வாரம் 14,000 டாலர்கள்; மூன்றாம் வாரம் 17,000 டாலர்கள்.

ஆகஸ்ட் 1995. முதல் மாதத்தை ஜெஃப் திரும்பிப் பார்த்தார், பிரமித்தார். அமெரிக்காவின் ஐம்பது மாநிலங்களிலிருந்து ஆர்டர்கள். வெளிநாட்டு ஆர்டர்களையே அவர் நினைத்துப் பார்த்திருக்கவில்லை. 45 நாடுகளிலிருந்து ஆர்டர்கள். வெளிநாடு களில் பணியாற்றிய நூற்றுக் கணக்கான அமெரிக்க ராணுவ

வீரர்கள் இதற்கு ஒரு முக்கியக் காரணம். தங்கள் தனிமைச் சோகம் போக்கும் புத்தகங்களைச் சுலபமாகக் கொண்டுவந்து சேர்க்கும் புதிய ஜன்னல் திறந்ததுபோல் அவர்களுக்கு ஒரு ஆசுவாசம். காமிக்ஸ் முதல் கம்ப்யூட்டர் ரிப்பேர்வரை, எத்தனை வகை வகையான ரசனைகள், தேவைகள்... புத்தக உலகம் இத்தனை பெரியதா? அமேசான்.காம் இணையத்தளம் மாபெரும் அமேசான் நதியில்லை. அதையும் தாண்டி, உலகின் மிகப் பெரிய பசிபிக் சமுத்திரம்!

ஆர்டர்கள் இப்படிக் கூரையைப் பிய்த்துக்கொண்டுவந்து கொட்டும் என்று ஜெஃப், சகாக்கள் கனவுகூடக் கண்டதில்லை. ஆகவே, புத்தகங்களைப் பேக் செய்யவும், தபால் அல்லது கூரியரில் அனுப்பவும் ஆள்பலம் போதவில்லை. ஜெஃப், மாக்கன்ஸி, கப்ஹான், டேவிஸ் முதல் கடைநிலை ஊழியர் வரை எல்லோரும் இதில் இறங்கினார்கள். முதலாளியாவது, எஞ்சினியராவது, யாராக இருந்தாலென்ன, எல்லோருடைய வேலையும், கஸ்டமரைத் திருப்திப்படுதுவதுதானே? இந்த உணர்வோடு எல்லோரும் தோள் தந்தார்கள். ஆனாலும், முடியவில்லை. ஆர்டர்கள் வந்த வேகத்துக்கு பேக்கிங் முடியவில்லை. கல்லூரி மாணவ, மாணவிகளைத் தற்காலப் பணிக்கு அமர்த்திக் கொண்டார்கள். ஆனாலும், பேக்கிங் அவர்கள் தீர்வு காணவே முடியாத தடைக்கல்லாகவே இருந்தது.

ஜெஃப், அவர் சகாக்கள் அத்தனை பேரும் கம்ப்யூட்டர் துறையில் கொடி கட்டிப் பறக்கும் ராட்சசர்கள். ஆனால், பேக்கிங் பற்றிய அவர்கள் அறிவும் அனுபவமும் சூன்யம். எப்படி பேக்கிங் செய்தார்கள் தெரியுமா? சின்ன அறை முழுக்கப் புத்தகங்களைப் பரத்திப் போட்டிருப்பார்கள். அவற்றுக்கு நடுவே உட்கார்ந்து பொட்டலம் கட்டுவார்கள். ஒருவர் கைகளும், கால்களும் அடுத்தவர்மேல் இடிக்கும். பேக்கிங் எப்படி வேகமாக நடக்கும்?

இந்தச் சமயத்தில் லாரெல் கானன் என்பவர் வேலைக்குச் சேர்ந்தார். கம்ப்யூட்டர் எஞ்சினியர். ஆனால், படிக்கும்போது, செலவைச் சமாளிக்கப் பகுதிநேரத் தச்சராக வேலை பார்த்தவர். முதல் நாளே அவர் கேட்ட கேள்வி, 'நீங்கள் புத்தகங்களை மேஜை மேல் வைத்து பேக்கிங் செய்தால் வேலை வேகமாக நடக்குமே? ஏன் செய்யவில்லை?'

நம் மேதாவிகளின் பதில், 'அந்த ஐடியா எங்களுக்குத் தோன்றவே இல்லையே?' என்பதுதான்.

லாரெல் கானென் பழைய மரப்பலகைகள் வாங்கினார். தன் கைகளாலேயே மேஜைகள் செய்தார். பேக்கிங் வேகமாக நடந்தது. விற்பனையின் தடைக்கல் காணாமல் போனது.

அமேசான் அப்போது ஸ்டாக் எதுவும் வைத்துக்கொள்ளவில்லை. தங்களுக்கு கஸ்டமர் ஆர்டர் வந்தவுடன், மொத்த விற்பனை யாளரிடம் ஆர்டர் தருவார்கள். அவர் 50 சதவிகிதம் கமிஷன் தருவார். இரண்டு, மூன்று நாட்களில் புத்தகம் வரும். வேகமாக விற்பனையாகும் புத்தகங்களுக்கு அமேசான் கஸ்டமருக்கு 40 சதவிகிதத் தள்ளுபடி தருவார்கள். மீதி எல்லாப் புத்தகங்களுக்கும் 10 சதவிகிதம். தபால் செலவு கஸ்டமர் தரவேண்டும்.

மொத்த விற்பனையாளரிடம் புத்தகம் வாங்குவதில் ஒரு சிக்கல் வந்தது. ஒவ்வொரு தடவையும், பத்துப் புத்தகங்கள் வாங்க வேண்டும். அவை ஒரே புத்தகத்தின் பத்துப் பிரதிகளாக இருக்கலாம். அல்லது, பல்வேறு புத்தகங்களாக இருக்கலாம். அப்போதுதான் 50 சதவிகிதம் தள்ளுபடி கிடைக்கும். இந்தத் தள்ளுபடியில் பெரும்பகுதியை கஸ்டமருக்குத் தருவதுதானே அமேசானின் ஜீவநாடி? அதே சமயம், பத்துப் புத்தகங்கள் வாங்கினால் அவற்றுள் சில பிரதிகள் விற்காமல் தேங்கின.

ஜெஃப் நேர்வழி நடக்கிற சிங்கம்; அதே சமயம், குறுக்குப் பாதையும் அறிந்த குள்ளநரி. மொத்த விற்பனையாளரின் புத்தகப் பட்டியலை அலசி ஒரு ஓட்டையைக் கண்டுபிடித்தார். பூஞ்சைக் காளான்கள் பற்றிய ஒரு புத்தகம் எப்போதும் ஸ்டாக்கில் இருக்காது. வியாபாரியின் நிபந்தனைப்படி, 50 சதவிகிதத் தள்ளுபடி பெற, பத்துப் புத்தகங்கள் வாங்கவேண்டும் என்பதில்லை. பத்துப் புத்தகங்கள் ஆர்டர் செய்யவேண்டும். ஜெஃபுக்கு ஷேக்ஸ்பியரின் ரோமியோ ஜுலியட் ஒரு பிரதி தேவைப்படுகிறது என்று வைத்துக்கொள்வோம். அவர், இதன் ஒரு பிரதியும், பூஞ்சைக் காளான் புத்தகம் ஒன்பது பிரதிகளும் ஆர்டர் செய்வார். ரோமியோ ஜுலியட்டை 50 சதவிகிதத் தள்ளுபடியில் தருவார்கள். 'பூஞ்சைக் காளான் புத்தகம் ஸ்டாக் இல்லை. வருந்துகிறோம்' என்று கடிதம் அனுப்புவார்கள். இதற்குத்தானே ஜெஃப் திட்டம் போட்டார்? மொத்த விற்பனையாளர்கள் கண்டுபிடிக்காமலே, பல மாதங்களுக்கு இதை நடத்திக் காட்டியது ஜெஃப் சாமர்த்தியம்.

9

பணம் கரைகிறது

1995 - ஆம் ஆண்டு முடிந்தது. ஜெஃப்புக்கும் சகாக்களுக்கும் நடப்பது உண்மையா, கனவா என்று சந்தேகம். முதல் ஆறே மாதங்களில் விற்பனை 5,11,000 டாலர்கள். வெப்சைட்டுக்கு விசிட் அடிப்பவர்கள் சராசரியாக ஒரு நாளுக்கு 22,000 பேர்.

1996. வால் ஸ்ட்ரீட் ஜர்னல் என்னும் பிரபல நாளிதழ் ஜெஃப்பைப் பேட்டி கண்டு கட்டுரை வெளியிட்டது. இது மிகப் பெரிய அங்கீகாரம். இதைத் தொடர்ந்து, பல ஊடகங்கள் அவரை ஈ காமர்ஸ் உலகின் நம்பிக்கை நட்சத்திரமாக, இளஞ்சூரியனாக வர்ணிக்கத் தொடங்கின. இந்தப் பொதுஜன விளம்பர வெளிச்சத்தால், ஒவ்வொரு மாதமும், அமேசானில் ஆர்டர்கள் வெள்ளம் கரை புரண்டு ஓடத் தொடங்கியது. 1996ம் ஆண்டு மொத்த விற்பனை 15.7 மில்லியன் டாலர்கள். அதாவது 1995 -தொடங்கி 1996 முடிய ஒரே வருடத்தில் விற்பனை மூன்று மடங்கு அதிகம்! வெப்சைட்டுக்கு விசிட் அடிப்பவர்கள் சராசரியாக ஒரு நாளுக்கு 50,000 பேர். ஒரே வருடத்தில், இரண்டு மடங்கு அதிகம்.

இத்தனை பிரமாண்டமான வளர்ச்சி இருந்தபோதும், அமெரிக்கப் புத்தக விற்பனை என்னும் பெரும் கடலில் அமேசான் அடையாளமேயில்லாத ஒரு சிறு துளிதான். ஏனென்றால், 1996ல் அமெரிக்காவில் மொத்தப் புத்தகங்களின் விற்பனை 26 பில்லியன் டாலர்கள் (26,000 மில்லியன்). ஆனாலும், பார்ன்ஸ் அண்ட் நோபிள், பார்டர்ஸ் போன்ற புத்தக விற்பனை பிரம்மாண்டங்கள் அமேசானைக் கண்டு பயந்தார்கள். அவர்கள் பயம் நியாயமானது.

1995ல் இணையத்தளங்கள் மூலமாக விற்பனையான பொருட்களின் மதிப்பு 318 மில்லியன். 1996 ல் 5,400 மில்லியன். அதாவது, 17 மடங்கு. அப்போது நடத்தப்பட்ட ஒரு கருத்துக் கணிப்பின்படி, இணையத்தளங்களில் பொருட்கள் வாங்கியவர்களில் 50 சதவிகிதம் பேர் கல்லூரிப் படிப்பு முடித்தவர்கள்; 62 சதவிகிதம் பேரின் வருட வருமானம் 40,000 டாலர்களுக்கும் அதிகம். அதாவது படித்தவர்கள், பணக்காரர்கள், கடைகளிலிருந்து இணையத்தளங்களுக்கு மாறிக்கொண்டிருந்தார்கள்.

மார்க்கெட்டிங் நிபுணர்களும் மனோதத்துவ மேதைகளும் இப்படிப்பட்ட மாற்றங்களை ஆழமாக ஆராய்ச்சி செய்திருக்கிறார்கள். சாதாரணமாக, புதிய பொருட்களோ, புதிய வாங்கு முறைகளோ வரும்போது, படித்த, பணக்காரக் கஸ்டமர்கள் மட்டுமே அவற்றைச் சோதனை செய்து பார்ப்பார்கள். ‘நெல்லுக்கு இறைத்த நேர் வாய்க்கால் வழியோடி, புல்லுக்கும் ஆங்கே புசியுமாம்’ என்பதுபோல், பிற வாடிக்கையாளர்கள் இந்த முன்னோடிகளைப் பின்பற்றித் தொடர்வார்கள். ஆகவே படித்த, பணக்காரக் கஸ்டமர்களின் மனமாற்றம், பார்ன்ஸ் அன்ட் நோபிள், பார்டர்ஸ் போன்ற பெரிய புத்தக விற்பனையாளர்கள் மனங்களில் எச்சரிக்கை மணி அடித்தது. என்ன செய்து அமேசானைக் கவிழ்க்கலாம் என்று திட்டங்கள் தீட்டத் தொடங்கினார்கள்.

முதலில் காயை நகர்த்தியது பார்ன்ஸ் அண்ட் நோபிள். அமெரிக்காவில் சங்கிலித் தொடராகப் பல நகரங்களிலும் கடைகளோடு, புத்தக விற்பனையில் நம்பர் 1 - ஆக இருந்தவர்கள் இவர்கள். லெனார்ட் ரிகியோ, ஸ்டீவ் ரிகியோ ஆகிய இரு சகோதரர்கள் பார்ன்ஸை நிர்வகித்தார்கள். 1996ல் அமேசானின் விற்பனை 15.7 மில்லியன் டாலர்கள்; பார்ன்ஸ் நோபிள் விற்பனை 2,000 மில்லியன். அதாவது, அமேசானைவிட 127 மடங்கு அதிகம். ஆனால், ராக்கெட் வேகத்தில் வளரும் அமேசான் சீக்கிரமே தங்களுக்குச் சவால் விடும் என்று சரியாகக் கணித்தார்கள். போட்டியை முளையிலேயே கிள்ள ரிகியோ சகோதரர்கள் முடிவெடுத்தார்கள். ஜெஃப்பை டின்னருக்கு அழைத்தார்கள். புலி மானிடம் ‘நாம் நண்பர்களாவோமா? இரவு டின்னருக்கு வா’ என்று கூப்பிட்டால், புலியின் இரவு உணவே தான்தான் என்று மானுக்குத் தெரியவேண்டும்.

நம் மானுக்கா தெரியாது? ஜெஃப் சந்தேகத்துடன்தான் வந்தார். சிறிது நேரத்திலேயே, தன்னை பார்ன்ஸ் அழைத்தது கை குலுக்க அல்ல, கையை முறுக்க என்று புரிந்துகொண்டார். ‘நம் இரு கம்பெனிகளும் சேர்ந்து பிசினஸ் பண்ணலாமா?’ என்று ரிகியோ

சகோதரர்கள் கேட்டார்கள். 'அமேசானை எங்களுக்கு விற்கிறாயா?' என்னும் மறைமுகக் கேள்வி, ஆசை காட்டல். பிசினஸ்மேன்கள் வேறு யாராக இருந்தாலும், பிரம்மாண்ட பார்ன்ஸோடு ஏன் மோதவேண்டும், அவர்களுக்கு கம்பெனியை விற்றால் ஏழேழு தலைமுறைகள் கவலையே இல்லாமல் அனுபவிக்கக் கோடிக் கணக்கில் பணம் கிடைக்கும் என்று நீட்டிய இடத்தில் கையெழுத்துப் போட்டிருப்பார்கள். ஜெஃப் வித்தியாசமானவர். அவருக்கு அமேசான் குறுகிய காலத்தில் லாபம் பார்க்கும் பிசினஸ் அல்ல, வாழ்க்கையின் லட்சியம், ஒரு மானசீகப் புனிதப் பயணம். ஆகவே, மறுத்தார்.

ரிகியோ சகோதரர்கள் ஜெஃப் மறுப்பை எதிர்பார்க்கவேயில்லை. ஜெஃப் பனங்காட்டு நரி, சலசலப்புக்கு அஞ்சமாட்டார் என்று தெரிந்தது. மிரட்டினார்கள். 'நாங்கள் ஆன்லைன் விற்பனை தொடங்குவோம். அமேசானை நசுக்கிவிடுவோம்.'

ரிகியோ சகோதரர்கள் இணையத்தளப் போட்டிக்கடை திறக்கத் தயாரானார்கள். 50 கம்ப்யூட்டர் பொறியாளர்களைப் பணிக்கு அமர்த்தினார்கள். சீக்கிரமே எங்கள் இணையத்தளச் சொர்க்கபுரிக் கதவு திறக்கும் என்று சேதியைப் பரப்பினார்கள். அடுத்து வந்தார்கள் பார்டர்ஸ். வெற்றிலை பாக்கு வைத்துத் தங்கள் வெப்சைட்டுக்கு வரவேற்றார்கள், ராண்டம் ஹவுஸ், சைமன் அன்ட் ஸ்கஸ்ட்டர் ஆகிய புத்தகப் பதிப்பாளர்கள். சியுசி இன்டர்நேஷனல் என்னும் நிறுவனம், நெட்மார்க்கெட் என்னும் ஈ காமர்ஸ் வெப்சைட் தொடங்கினார்கள். கம்ப்யூட்டர்கள், சர்வர்கள், கம்ப்யூட்டர் வல்லுநர்கள் ஆகிய அம்சங்களில் பணத்தைக் கொட்டினார்கள். விளம்பரங்களில் டாலர்களை வாரி இறைத்தார்கள். இது வெறும் போட்டியல்ல, போர்.

இந்தப் போரில் பார்ன்ஸ் முன்னணியில் நின்றது. பார்ன்ஸுக்கு எதிராக நம்மால் தாக்குப் பிடிக்கமுடியுமா என்று அமேசான் ஊழியர்கள் பயந்தார்கள். நியாயமான பயம். பார்ன்ஸ் 1886ல் தொடங்கப்பட்டு 110 வருடங்களாக மக்கள் மனங்களில் இடம் பிடித்த கடை. நூற்றுக்கணக்கான கிளைகள், 30,000 ஊழியர்கள் என அசைக்கமுடியாத பாரம்பரியம். அமேசானோ 1995ல் தொடங்கப்பட்ட இரண்டு வயதுக் குழந்தை. 15.4 மில்லியன் விற்பனை, 151 ஊழியர்கள். பார்ன்ஸ் நோபிள் நம்மை நசுக்கி விடுவார்கள், நம் வாழ்நாள் எண்ணப்படுகிறது என்று நம்பத் தொடங்கினார்கள். ஜெஃப் அவர்களிடம் பேசினார். உற்சாகமும், உத்வேகமும் தந்த அவருடைய வீரிய வார்த்தைகள் இவை. 'போட்டியாளர்களைப் பற்றிக் கவலைப்படாதீர்கள். நமக்குப்

படியளப்பவர்கள் அவர்களல்ல. நம் கஸ்டமர்கள்மேல் கவனத்தை ஒருமுகப்படுத்துவோம்.'

நிஜமாகவே, ஜெஃப் மனதில் அச்சமே இல்லை. அவர் பார்வை வித்தியாசப் பார்வை, தொலைநோக்குப் பார்வை. அவரைப் பொறுத்தவரை, கஸ்டமர்கள்தாம் பிசினஸின் உண்மையான சொத்து. ஆறு வருடங்களில் பல லட்சம் கஸ்டமர்களைச் சேர்ப்பது அவர் இலக்கு. இதற்கு எக்கச்சக்கப் பணம் செலவிடவேண்டும், இதனால் நஷ்டம் வரும் என்பது அவருக்குத் தெரியும். ஆனால், அவர் பார்வையில், இது நஷ்டமல்ல, வருங்காலத்துக்கான உரம். இப்படி உருவாக்கும் கஸ்டமர்களை அடித்தளமாக வைத்து மாடமாளிகை எழுப்பலாம்.

'புதுமையான பிசினஸில் உடனடி லாபம் தேடியவர்களின் பிரேதங்கள் எங்கும் கொட்டிக் கிடக்கின்றன' என்று முழங்கினார். 'இன்னும் ஐந்து வருடங்கள் நஷ்டத்தை ஏற்கத் தயாராக இருக்கிறேன். அதற்குப் பிறகு லாபம் வந்தாலும், அதை இதே பிசினஸில்தான் போடுவேன்.'

இலக்கை எட்டவும், பார்ன்ஸ் போன்ற போட்டியாளர்களைப் புறமுதுகிட்டு ஓட வைக்கவும், அமேசானின் பலங்களையும் பலவீனங்களையும் ஜெஃப் எடை போட்டார். ஜெயிக்கும் வெறி, கம்ப்யூட்டர்களும் சர்வர்களும் தரும் தொழில்நுட்ப பலம், திறமை சாலிகள் சேனை, அற்புதமான கஸ்டமர் சேவை தரத் துடிக்கும் அர்ப்பணிப்புஅத்தனையும் அவர் பலங்கள். ஒரே ஒரு பலவீனம்தான். கையிருப்பு மூலதனம் கரைந்துகொண்டே வந்தது. திருடன் போலீஸ் விளையாட்டு மாதிரி விற்பனை சதாப்தியாக விரைந்துகொண்டிருந்தபோது, செலவு ஜெட் ஸ்பீடில்!

செலவினம்	1995	1996
ஊழியர்கள் எண்ணிக்கை	33	151
மார்க்கெட்டிங் (டாலர்கள்)	2 லட்சம்	61 லட்சம்
கம்ப்யூட்டர்கள், சர்வர்கள்	1.71 லட்சம்	23 லட்சம்

1994 - இல் நஷ்டம் - 52,000 டாலர்கள்; 1995 - இல் 3 லட்சம்; 1996 - இல் 62 லட்சம். கம்பெனியை இன்னும் 45 நாட்கள் ஓட்ட மட்டுமே காசு இருக்கிறது என்று அக்கவுன்டிங் அதிகாரிகள் சிவப்புக் கொடி காட்டினார்கள்.

அவசரம் அவசரமாகப் பணம் புரட்டவேண்டிய கட்டாயம். உடுக்கை இழந்தவன் கைபோல் இடுக்கண் களையும் நண்பர் ஹனாவர் இப்போதும் களத்துக்கு வந்தார். எரிக் டில்லன் என்னும் ஷேர் புரோக்கரோடு சந்திப்புக்கு ஏற்பாடு செய்தார். ஜெஃப் தன் திட்டத்தை விவரித்தார். அவர் பேச்சு டில்லனைக் கவரவேயில்லை. டில்லன் சொன்னார், 'இன்டர்நெட் பற்றி அப்போது யாருக்கும் தெரியாது. இன்டர்நெட்டில் புத்தகம் விற்பது அத்தனை பெரிய ஐடியாவாகத் தோன்றவில்லை. சுவாரஸ்யமான ஐடியா. ஆனால், சுவாரஸ்யத்துக்காக யாராவது பணம் முதலீடு செய்வார்களா?'

இந்த ரூட் ஓர்க் அவுட் ஆகவில்லை என்றதும் ஹனாவர், தன் குடும்பத்தார், நண்பர்கள் என அறுபது பேர் கொண்ட பணக்காரர்கள் கூட்டம் ஒன்றை ஏற்பாடு செய்தார். ஜெஃபோடு சந்திப்பு. அவர்களுள் இருபது பேராவது ஆளுக்கு 50,000 டாலர்கள் போடுவார்கள், அமேசான் கஜானாவில் ஒரு மில்லியன் டாலர்கள் தேறும் என்பது அவர் போட்டிருந்த கணக்கு.

ஜெஃப் வந்தார். அவர் வாய்ச் சவடால் ஆளல்ல. தன்னைப் பாதிக்கும் என்று தெரிந்தபோதும், உண்மையைப் போட்டு உடைப்பவர். இப்போதும் அதையேதான் செய்தார். தொடங்கியது முதல் அன்றுவரை, மூன்று வருடங்கள் நஷ்டத்தில் தத்தளிக்கும் கம்பெனி என்பதைத் தயங்காமல் சொன்னார்.

முதலீடு செய்ய வந்திருந்த ஒருவரின் கேள்வி வந்தது, 'அமேசான் எப்போது லாபம் பார்க்கும்?'

'2000 ம் ஆண்டில்- விற்பனை 114 மில்லியன் டாலர்களைத் தொடும். அப்போது முதல் லாபம் வரத் தொடங்கும்.'

முதலீட்டாளர்கள் எதிர்பார்ப்பது கையில் காசு, வாயில் தோசை. அவர்கள் இதுவரை சந்தித்திருந்த தொழில்முனைவோர் அனைவரும் நம் ஊர் ஃபைனான்ஸ் கம்பெனிகள்போல், என்னிடம் பணத்தைத் தாருங்கள் வானத்தை வளைத்து வில்லாக்கித் தருகிறேன் என்று ஷோ காட்டுபவர்கள். ஆனால் இவரோ அடுத்த பல வருடங்களுக்கு லாபமே வராது என்கிறார். அப்படியானால், உண்மை இன்னும் கசப்பாக இருக்குமோ, கம்பெனி லாபமே பார்க்காதோ? வந்தோர் மனம் நிறைய சந்தேகங்கள். இவர் கம்பெனியில் முதலீடு செய்தால் அந்தப் பணம் கோவிந்தாவாகி விடும் என்று முடிவு கட்டினார்கள். ஒவ்வொருவராக நழுவினார்கள்.

ஹனாவரும், அவர் அம்மாவும் முதலீடு செய்தார்கள். ஆனால், அவர் அப்பாவும், அண்ணனும், இந்தத் 'தோற்கும் குதிரை'யில்

பணம் கட்டவில்லை. கம்பெனி ஆரம்பிக்கப் பூர்வாங்க வேலைகள் செய்த வக்கீல் டாட் டெர்பர்ட் 50,000 டாலர்கள் போடுவதாகச் சொன்னார். பிறகு, ஏதோ சாக்குப்போக்குச் சொல்லி நழுவிவிட்டார். (1997. டாட் டெர்பர்ட்டும் அவர் மகனும் பேசிக்கொண்டிருந்தார்கள். மகன் கேட்டான், 'டாடி, நீங்கள் முன்னால் என்னிடம் இந்த அமேசான் கம்பெனி பற்றித்தானே சொல்லியிருக்கிறீர்கள்?' 'ஆமாம், அதற்கென்ன இப்போது?' 'நீங்கள் அன்றைக்கு 50,000 டாலர்கள் முதலீடு செய்திருந்தால், அது ஒரே வருடத்தில் பல மில்லியன் டாலர்களாகியிருக்கும்.')

இந்தச் சந்திப்பில் ஜெஃப் 5 லட்சம் டாலர்கள் எதிர்பார்த்தார். தேறியது என்னமோ ஐந்தில் ஒரு பங்குதான் 98,100 டாலர்கள்.

தனக்கு நெருங்கியவர்களே முதலீடு செய்யாததை ஜெஃப் தப்பாக நினைக்கவில்லை. பின்னாட்களில் சொன்னார், 'பலரும் எங்கள் பிஸினஸ் ப்ளான் சாத்தியமானது என்று நம்பவில்லை.'

ஜெஃப் கஞ்சமகாப் பிரபு. ஆற்றில் போட்டாலும் அளந்து போடுபவர். ஒரு டாலர்கூட அநாவசியமாகச் செலவு செய்ய யாரையும் அனுமதிக்கமாட்டார். அதே சமயம், கஸ்டமர்களைத் திருப்தி செய்ய உதவுமானால் பல ஆயிரம் டாலர்களை அள்ளிக் கொட்டுவார். வந்த 9,81000 டாலர் பணத்தில் நவீன கம்ப்யூட்டர்களும் சர்வர்களும் வாங்கினார். அலுவலகம், விசாலமான புதிய கட்டடத்துக்கு இடம் மாறியது. வந்த பணம் கரையத் தொடங்கியது. அக்கவுண்ட்டிங் அதிகாரிகள் மறுபடியும் சிவப்பு விளக்குக் காட்டினார்கள். அப்போது அமேசான் கஸ்டமர் களுக்கு 40 சதவிகிதத் தள்ளுபடி தந்துகொண்டிருந்தார்கள். நஷ்டத்தைக் குறைக்க இந்தத் தள்ளுபடியை 30 சதவிகிதம் ஆக்குமாறு எல்லோரும் ஆலோசனை சொன்னார்கள். ஜெஃப் மறுத்துவிட்டார். அவரைப் பொறுத்தவரை, தள்ளுபடியில் கை வைப்பது நினைத்துப் பார்க்கவே கூடாத மகா பாபம்.

யானைப் பசிக்குச் சோளப்பொரி மாதிரி, ஜெஃப் திரட்டிய 98,100 டாலர்கள் போதவில்லை. காசு, பணம், துட்டு இன்றே இப்பொழுதே வேண்டும். என்ன செய்யலாம்? என்ன செய்யலாம்? ஜெஃப் மனம் முழுக்க எப்போதும், இந்தக் கேள்விதான்.

10

வா, வா, போட்டியே வா!

பணம் புரட்ட வேறு என்ன செய்யலாம் என்று மூளையைக் குழப்பிக்கொண்ட ஜெஃப் மனதுக்குள் துணிகர முதலீட்டாளர் களைத் தொடர்பு கொள்ளலாமா என்று சிந்தனை ஓட்டம். அதென்ன துணிகர முதலீட்டாளர்கள்?

நிறுவனங்கள் ஓரளவு வளர்ந்து லாபம் காட்டியபின் இந்தச் சாதனையின் அடிப்படையில், பங்குச் சந்தையில் தங்கள் கம்பெனியின் பங்குகளை விற்க வருவார்கள். ஒருவர் சிறிய நிறுவனம் தொடங்குகிறார். இந்த ஸ்டார்ட் அப் கம்பெனியை வளர்த்து லாபம் காட்டவே அவருக்குப் பணம் வேண்டும். வங்கிகள் கடன் தர மாட்டார்கள். எங்கே போவது? தனியாரிடம் கடன் வாங்கினால், வட்டியே ஆளை விழுங்கிவிடும். இப்போது தான், துணிகர முதலீட்டாளர்கள் ஆபத்பாந்தவர்களாக வருவார்கள். பிற முதலீட்டாளர்கள் கம்பெனியின் கடந்த கால, நிகழ்கால லாபத்தையும், வளர்ச்சியையும் பார்க்கும்போது இவர்கள் எதிர்காலத்தைக் கணக்குப் போடுவார்கள். பணம் தருவார்கள். பதிலாகக் கம்பெனியின் குறிப்பிட்ட சதவிகிதத்துக்குச் சொந்தக் காரர்களாவார்கள். கம்பெனி வளர்ந்து பங்குச் சந்தைக்கு வரும் போது, பங்குகள் விலை அதிகமானால், எக்கச்சக்க லாபம். கம்பெனி நஷ்டம் கண்டால், மொத்தப் பணமும் அவுட். நான்கு ஸ்டார்ட் அப்- களில் ஒன்றே ஒன்றுதான் ஜெயிப்பதாகப் புள்ளி விவரங்கள் கூறுகின்றன. ஆகவே, தங்கள் மூலதனத்தில் பெரும் ரிஸ்க் எடுக்கிறார்கள். இதனால்தான், துணிகர முதலீட்டாளர்கள் என்று அழைக்கப்படுகிறார்கள்.

ஜெஃப் கும்பிடப் போன தெய்வம் குறுக்கே வந்தது. அந்தக் கடவுள், நம்மூர்க்காரர் - ரமணன் ராகவேந்திரன். ஜெனரல் அட்லாண்டிக் பார்ட்னர்ஸ் என்னும் வென்ச்சர் காப்பிடல் நிறுவனத்தில் சீனியர் அஸோஷியேட் என்னும் உயர் பதவியில் இருந்தார். அமேசான், வெடிக்கப்போகும் கவர்ச்சி நீர்க்குமிழி என்று எல்லோரும் ஆரூடம் சொல்லிக்கொண்டிருந்த வேளையில், அமேசான் பிரம்மாண்ட நிறுவனமாகும் என்று முதன் முதலாகக் கணித்த பெருமை நம் மண்ணின் மைந்தருக்கே!

எனவே, ஒரு சுருக்கமான அறிமுகம். ரமணன் அமெரிக்காவின் தலை சிறந்த பென்சில்வேனியா பல்கலைக் கழகத்தில் கம்ப்யூட்டர் சயின்ஸ், நிதி நிர்வாகம் ஆகிய துறைகளில் பட்டம் பெற்றவர். சான் பிரான்சிஸ்கோவில் வசிக்கிறார். குபேர் பார்ட்னர்ஸ் என்னும் நிறுவனத்தை 2006 - ஆம் ஆண்டு தொடங்கி, வெற்றிகரமாக நடத்தி வருகிறார். இந்தியக் குழந்தைகள் நலனில் தனி அக்கறை கொண்டவர். இம்பாக்ட் பார்ட்னர்ஸ், மேஜிக் பஸ் என்னும் இவருடைய சமூக சேவை நிறுவனங்கள் கல்வி, சுகாதாரம், பெண் குழந்தைகள் முன்னேற்றம் ஆகியவற்றுக்கு உதவிக்கரம் நீட்டுகின்றன. புள்ளிவிவரங்களின்படி, இந்தச் சேவை நிறுவனங்களின் மூலம் 15 லட்சம் இந்தியச் சிறுவர், சிறுமியர் பயன் அடைந்திருக்கிறார்கள்.

தகவல்கள்தாம், துணிகர முதலீட்டாளர்களின் தங்கச் சுரங்கங்கள். தேடிக்கொண்டே இருப்பார்கள். அப்படிப்பட்ட ஒரு தேடுதலில், ரமணன் அமேசான் இணையத்தளத்தைப் பார்த்தார். அவர் புதுமை விரும்பி, புத்தகப் பிரியர். ஆகவே, அமேசான் மேல் அவருக்கு ஈர்ப்பு வந்தது. கம்பெனியின் செயல்பாடு எப்படி என்று பரிசோதிக்க விரும்பினார். 101 Unuseless Japanese Inventions என்னும் புத்தகம் ஆர்டர் செய்தார். நம்பவே முடியாத குறைந்த விலை. குறித்த நாளில் கையில் புத்தகம். அட்டகாசமான கஸ்டமர் சர்வீஸ்.

ரமணன் ஜெஃபுக்கு போன் செய்தார். பேசத் தொடங்கினார்கள், பேசிக்கொண்டேயிருந்தார்கள். 'நான் சந்தித்த தொழில் முனைவர்களில், முதல் தொடர்பிலேயே என்னைக் கவர்ந்த ஒரு சிலரில் ஜெஃப் முக்கியமானவர். நாங்கள் இருவரும் வாசிப்புக் காதலர்கள். ஆகவே, எனக்கு அமேசான் மேல் உறுதியான நம்பிக்கை வந்தது.' இருவரும் அடிக்கடி பேசிக்கொண்டார்கள்.

ரமணன் மனசுக்குள் குறளி சொன்னது. அமேசான் ஜெயிக்கும் குதிரை.

ரமணன், தன் கம்பெனி முதலீட்டு வல்லுநர்களுக்கு அமேசானை அடையாளம் காட்டினார். அவரும், சில ஜெனரல் அட்லாண்டிக் உயர் அதிகாரிகளும் சியாட்டில் போனார்கள். ஜெஃப், அமேசான் நிதித்துறை அதிகாரிகள் ஆகியோரோடு பலகட்டப் பேச்சு வார்த்தைகள் நடந்தன. அப்போது அமேசானின் வருட விற்பனை 15.4 மில்லியன் டாலர்கள், நஷ்டம் 6.2 மில்லியன் டாலர்கள். இந்த அடிப்படையில், ரமணன் குழு அமேசானை 10 மில்லியன் டாலர்களுக்கு மதிப்பிட்டார்கள். ஜெஃப் மனதிலும் முதலில், இந்த மதிப்புத்தான் இருந்தது. ஆனால், ஒரு பிரபல வென்ச்சர் காப்பிட்டலிஸ்ட், தன்னைத் தேடி வந்து முதலீடு செய்வேன் என்றதும், அவர் ஆசை பேராசையாகிவிட்டது. மதிப்பீட்டை 50 மில்லியன் டாலர்களாக்கிவிட்டால், ஏகப்பட்ட பணம் கிடைக்கும், அமேசானை இன்னும் வேகமாக வளர்க்கலாமே? இரட்டை நாடகம் ஆடத் தொடங்கினார். பிசினஸ் பாஷையில், இதை ராஜதந்திரம் என்று சொல்வார்கள்.

எட்டு ஆலோசர்களைத் தொடர்பு கொண்டார். ஈ காமர்ஸ் துறை நிறுவனங்களுக்கு வென்ச்சர் காப்பிட்டல் தருவதில் Kleiner Perkins Caufield & Byers (KPCB) நம்பர் 1 நிறுவனமாக இருந்தது. அந்த கம்பெனித் தலைவர் ஜான் டூயர் கார்ப்பரேட் உலகில் பிரபலமானவர். இன்டியூட், காம்ப்பாக் கம்ப்யூட்டர்ஸ், நெட்ஸ்கேப், சன் மைக்ரோசிஸ்டம்ஸ் போன்ற வெற்றிகரமான நிறுவனங்களில் கேபிசிபி முதலீடு செய்திருந்தார்கள். ஆகவே, அவர்கள் பணம் போட்டால் அது மகா அங்கீகாரம். ஜானை அமேசான் இயக்குநராக்கிவிட்டால், ஆண்டவனே ஆசீர்வதித்த தாகப் பங்குச் சந்தை நம்பும். இரண்டு மாங்காய்களையும் ஒரே கல்லில் வீழ்த்துவது ஜெஃப் திட்டம்.

ஜெஃப் கேபிசிபியைத் தொடர்பு கொண்டார். ஜெனரல் அட்லாண்டிக் களத்தில் இருக்கிறார்கள் என்பதால், அமேசான் தங்கமுட்டை போடும் வாத்தாக இருக்கவேண்டும் என்று சந்திப்புக்கு வந்தார்கள். அவர்களும் முதலில் தந்த மதிப்பீடு 10 லட்சம் டாலர்கள்தாம்.

ஜெஃப், கேபிசிபி, ஜெனரல் அட்லாண்டிக் இருவருக்குமிடையே போட்டித் தீயைக் கிளறிவிட்டார். இருவரும் 50 மில்லியனை எட்டினார்கள். ஜெஃப் ரமணனிடம் வந்தார். 'இன்னொரு நிறுவனமும் 50 மில்லியன் மதிப்பீடு போடுகிறார்கள். உங்கள் எண் 70 மில்லியன் என்றால் மட்டுமே, நாம் தொடர்ந்து பேச முடியும்.'

ரமணன் குழு சம்மதித்தார்கள். இப்போது ஜெஃப் என்ன செய்தார் தெரியுமா? கேபிசிபியிடம் போனார். ஜெனரல் அட்லாண்டிக் 70

மில்லியன் டாலர்கள் மதிப்பீடு தரத் தயார், உங்கள் நம்பர் என்ன என்று கேட்டார். கேபிசிபி தங்கள் உச்ச வரம்பு 60 மில்லியன்தான் என்று கறாராக இருந்தார்கள். அதே சமயம் அமேசானைக் கை நழுவ விடவும் அவர்கள் தயாராக இல்லை. ஜெஃப் துருப்புச் சீட்டை வீசினார். 'உங்கள் கம்பெனித் தலைவர் ஜான் டூயர் அமேசான் இயக்குநராகச் சம்மதித்தால், உங்கள் 60 மில்லியன் டாலருக்குச் சம்மதிக்கிறேன். இல்லையென்றால், ஜெனரல் அட்லாண்டிக்கிடம் போய் விடுவேன்.' இது வெறும் மிரட்டல். ஆனாலும், கேபிசிபி இணங்கினார்கள். அடிதடி, உதவுவதுபோல் அண்ணன் தம்பி உதவுவதில்லை என்பது பழமொழி; பிடிவாதமும், முரட்டுத்தனமும் சில சமயம் வெற்றி தரும் என்பது பிசினஸ் புதுமொழி.

இந்த அடிப்படையில் கேபிசிபி 8 மில்லியன் டாலர்கள் முதலீடு செய்தார்கள். பிரதியாகக் கம்பெனியில் 13 சதவிகிதச் சொந்தம் பெற்றார்கள். ஜெனரல் அட்லாண்டிக்கிடம் ஜெஃப் நடந்து கொண்டது சரியா, தவறா என்று பட்டிமன்றம் நடத்தலாம். ஆனால் எப்போதுமே உலகம், ஜெயிப்பவன் செயலைத்தான் சரியென்று தீர்ப்புக்கூறும். ஜெஃப் ஜெயித்தவர்.

ரமணன் அமேசான் பிசினஸைப் பெறுவதில் தோற்றிருக்கலாம், ஆனால், அவர் ஜெஃபைத் தொடர்பு கொண்டிருக்காவிட்டால், அமேசானுக்கு இத்தனை மதிப்பீடும், அதனைத் தொடர்ந்த வேகமான பிரம்மாண்ட வளர்ச்சியும் சாத்தியம் ஆகியிருக்கவே முடியாது. நிஜமாகவே ரமணன் தீர்க்கதரிசி!

ஜெஃப் அமேசான் பங்குகளை விற்பனைக்கு (ஐபிஓ, அதாவது இனிஷியல் பப்ளிக் ஆஃபரிங்) விட நினைத்தார். ஆனால் இதுவரை லாபமே பார்த்திராத அமேசானில் பொதுமக்கள் பணம் போடுவார்களா என்று கொஞ்சம் தயக்கம். துணிகர முதலீட்டாள ராகப் பணம் போட்டிருந்த கேபிசிபி இந்த அச்சத்தைப் போக்கி, ஊக்கம் அளித்தது. யாஹூ, நெட்ஸ்கேப் ஆகிய தொழில்நுட்பக் கம்பெனிகளை உதாரணம் காட்டி ஊக்குவித்தார்கள்.

1995 - இல் தொடங்கப்பட்ட யாஹூவின் முதல் வருட வருமானம் 14 லட்சம் டாலர்கள், நஷ்டம் 6,34,000. பிறகு, 1996 ல் பங்குச் சந்தைக்கு வந்தார்கள். ஒரு ஷேர் விலை 13 டாலர்கள். முதல் நாளே, விலை 43 டாலர்களைத் தொட்டது. இதேபோல், 1994 ல் தொடங்கப்பட்ட நெட்ஸ்கேப், 16 மாதங்களில் ஐபிஓ செய்தது. கணக்கில் காட்டியது நஷ்டம். ஷேர் விலை 28 டாலர்கள். முதல் நாளே, விலை 75 டாலர்கள் வரை உயர்ந்தது.

முதலீட்டாளர்களின் மனப்போக்கையே அடியோடு மாற்றிய ஐபிஓக்கள் இவை. டாட் காம் நிறுவனங்ள் ஐபிஓக்களில் பணம் போட்டால், அர்த்த ராத்திரியில் கோடீஸ்வரர்கள் ஆகலாம் என்னும் நம்பிக்கை மக்கள் மனங்களில் விழுந்துவிட்டது. காற்றுள்ளபோதே தூற்றிக்கொள்ள கேபிசிபி அறிவுரை சொன்னது. அமேசானின் மதிப்பு 438 மில்லியன் என்று பங்குச் சந்தை அதிகாரிகள் நிர்ணயித்தார்கள்.

மே 15, 1997. அமேசானின் முதல் பங்கு விற்பனை சுபநாள். ஜெஃப் அமேசானைத் தங்களுக்கு விற்காததால், அவர்மேல் ஏகப்பட்ட கோபத்தில் இருந்த பார்ன்ஸ் அமேசானை நோக்கி வீசினார்கள் ஒரு விஷ அம்பு. அமேசான், தங்களை, 'உலகத்தின் மிகப் பெரிய புத்தகக் கடை' என்று விளம்பரம் செய்துகொண்டிருந்தார்கள். மே 12 அன்று, ஐபிஓ திறப்பதற்குச் சரியாக மூன்று நாட்களுக்கு முன்னால் பார்ன்ஸ் அமேசான் மீது வழக்குத் தொடுத்தது. இது பொய், உலகின் மிகப்பெரிய புத்தகக் கடை பார்ன்ஸ்தான். அது மட்டுமல்ல, அமேசான் தங்களைப் புத்தகக் கடை என்று வர்ணித்துக்கொள்வதே பொய், மக்களை ஏமாற்றும் வேலை. அவர்கள் புத்தக விற்பனையில் வெறும் இடைத்தரகர்கள் மட்டுமே - இப்படி நீண்டது குற்றப் பத்திரிகை. மக்களுக்கு அமேசான் மீது இருந்த நல்லெண்ணத்தை உடைத்து, அவர்களை மோசக்கார களாகச் சித்தரித்து, முதலீடு வராமல் தடுக்கும் சதி.

மே 13. பார்ன்ஸின் தவுசண்ட்வாலா வெடித்தது. புத்தகம் விற்கும் இணையத்தளத் திறப்புவிழா. முன்னணிக் கம்ப்யூட்டர் தயாரிப்பாளர்களான ஹ்யூலட் பாக்கர்ட், சாஃப்ட்வேர் ராஜா மைக்ரோசாஃப்ட் ஆகிய இருவர் துணை. 200 மில்லியன் முதலீடு. பிறகு, கவலை ஏன்?

இந்தத் தடைகள், சதிகள் அனைத்தையும் மீறி, அமேசான் ஐபிஓ திறந்தது. ஒரு பங்கு 18 டாலர்கள் என்னும் விலையில் 30,00,000 பங்குகள் விற்பனைக்கு வந்தன. முழுவதும் விற்றுப்போயின. (அன்று ஒருவர் 1000 டாலர்களுக்கு அமேசான் ஷேர் வாங்கியிருந்தால், இன்று அந்த ஷேர்களின் மதிப்பு 3 லட்சம் டாலர்களுக்கும் அதிகம்). சில மணி நேரங்களிலேயே விலை 29.25 டாலர்களாக உயர்ந்தது. 18 சதவிகிதப் பங்குகளைக் கைவசம் வைத்திருந்த ஜெஃப் 128 மில்லியன் டாலர்களுக்கு அதிபதி. இதைவிட அவருக்குச் சந்தோஷம், தன் வாழ்க்கைச் சேமிப்பின் பெரும்பகுதியை ஓய்வுபெற்ற வயதில் தயங்காமல் தந்த அப்பா, நண்பர் ஹனாவர் ஆகியோர் தன்னிடம் வைத்த நம்பிக்கைக்குத்

தகுதியானவனாகிவிட்டோம், அவர்களைக் கோடீஸ்வரர்கள் ஆக்கிவிட்டோம் என்னும் ஆத்ம திருப்தி.

அமேசானின் ஐ.பி.ஓ. வெற்றி பார்ன்ஸை இன்னும் குமுற வைத்தது. அடுத்த சில வருடங்கள். நடந்தது போட்டியல்ல, போர். இந்தப் போரில் ஜெஃப் கையாண்ட உத்திகள், மார்க்கெட்டிங் ரசிகர்களுக்குத் தலைவாழை விருந்து.

எங்களிடம்தான் அதிகப் புத்தகங்கள் இருக்கின்றன என்று பார்ன்ஸ் விளம்பரங்களில் மார் தட்டினார்கள். அவர்களிடம் அதிகப் புத்தகங்கள் இருந்தது உண்மை. இதற்குப் பதில் கொடுக்க வேண்டும். 'அமேசானிடம்தான் அதிகப் புத்தகங்கள் இருக்கின்றன' என்று பதில் விளம்பரம் கொடுத்தால், அது அண்டப் புளுகு. பார்ன்ஸ் முகமூடியைக் கிழித்துவிடுவார்கள். பொய்யும் சொல்லக் கூடாது, அதே சமயம் அமேசான் தான் மேலானது என்னும் பிம்பத்தைப் படிப்பவர்கள் மனங்களில் பதியவைக்கவும் வேண்டும். என்ன செய்யலாம்? வழுக்குத் தரையில் கண்ணாடிப் பாத்திரத்தை எடுத்துக்கொண்டு நடக்கும் சமாச்சாரம்.

அட்டகாச வழி ஒன்றைக் கண்டுபிடித்தார் மகேஷ் மூர்த்தி என்னும் தமிழர். இவர் அமேசானின் விளம்பர ஆலோசகர்களாக இருந்த USWeb.CKS என்னும் நிறுவனத்தில் கிரியேட்டிவ் டைரக்டராகப் பணியாற்றிவந்தார். இவரைச் சுருக்கமாக அறிமுகப்படுத்திக் கொண்டுவிடலாம். இன்று தெலங்கானா மாநிலத்தில் இருக்கும் செகந்திராபாத் நகரில் பள்ளிப் படிப்பு முடித்தார். உஸ்மானியா பல்கலைக்கழகத்தில் கெமிக்கல் டெக்னாலஜி படிப்பில் சேர்ந்தார். எஞ்சினிரிங் பிடிக்கவில்லை. மார்க்கெட்டிங் கண்களைச் சிமிட்டி அழைத்தது. படிப்பைப் பாதியில் விட்டார். யுரேக்கா ஃபோர்ப்ஸ் கம்பெனியில் விற்பனைப் பிரதிநிதியாக முதல் வேலை. பின் விளம்பரக் கம்பெனிகளில் சேர்ந்தார். பிறகு அமெரிக்கா. மும்பை திரும்பிய பிறகு பின்ஸ்ட்ார்ம் என்னும் விளம்பர நிறுவனத்தை நடத்தியதோடு வென்ச்சர் காப்பிட்டலிஸ்ட்டாகவும் மாறினார்.

இந்த மார்க்கெட்டிங் மேதை தயாரித்த விளம்பரம் என்ன தெரியுமா?

'திருமணம் பற்றி 163 புத்தகங்கள்,
டைவோர்ஸ் பற்றி 798 புத்தகங்கள்.'

அமேசானின் புத்தகப் பட்டியலின் விஸ்தாரத்தைக் கவித்துவமாக விவரித்த இந்த விளம்பரம், வாசகர்கள் மனங்களில் 'நச்' என்று பதிந்தது. இதே பாணியில் வந்தன இன்னும் சில விளம்பரங்கள்.

‘ஆண்களின் வழுக்கை பற்றி 16 புத்தகங்கள்,
தொப்பிகள் பற்றி 128.’

‘859 சமையல் புத்தகங்கள்,
எடை குறைப்பது பற்றி 1,986 புத்தகங்கள்.’

விளம்பரங்களில் மட்டுமல்லாது, அமேசான் வழங்கும் புத்தக வரிசையிலும் ஜெஃப் தனித்துவம் காட்டினார். பார்ன்ஸ் விற்பனை செய்யாத அச்சில் இல்லாத, சுலபமாகக் கிடைக்காத புத்தகங்களைப் பழைய கடைகளில் தேடிப் பிடிக்க ஒரு தனிப்படையையே அமைத்தார்.

‘நீ பணபலத்தில் கோலியாத், நான் உன்னை வீழ்த்த வந்திருக்கும் டேவிட்’ என்று ஜெஃப் அஞ்சாநெஞ்சராக நின்றார். பார்ன்ஸ் கம்பெனியின் பலங்களையும் பலவீனங்களையும் அலசினார். 200 மில்லியன் டாலர்கள் பணம், நாடு முழுக்க 466 கடைகள், 30,000 ஊழியர்கள், பல லட்சக் கணக்கான புத்தகங்கள் என ஏராளமான பலங்கள்.

1960 ம் ஆண்டு நான்கு அமெரிக்க மேனேஜ்மெண்ட் பேராசிரியர்கள் Business Policy, Text and Cases என்னும் புத்தகத்தில், ஸ்வாட் அனாலிசிஸ் (SWOT Analysis) பற்றிக் குறிப்பிட்டிருக்கிறார்கள். Strengths, Weaknesses, Opportunities, Threats Analysis என்பதன் சுருக்கப் பெயர் இது. நம்முடைய நிறை குறைகள், போட்டியாளர்களின் நிறைகுறைகள், சந்தை வாய்ப்புகள், சந்தை அபாயங்கள் ஆகியவற்றை அலசி, ஆராய்ந்து, போட்டியாளர்களை எதிர்கொள்ளும் யுக்திகளை வகுக்கவேண்டும் என்று இந்தக் கொள்கை சொல்கிறது. இதைத்தான் ஜெஃப் செய்தார்.

பார்ன்ஸின் சில கிளைகள் சில அவர்களாலேயே நடத்தப்பட்டவை. பெரும்பாலானவை உரிமை முறையில் (ஃபிராங்கைஸ்) பிறருக்குத் தரப்பட்டவை. பார்ன்ஸின் தலைமையகம் இந்தக் கடைகளின் ஆர்டர்கள்படி அவர்களுக்குப் புத்தகங்கள் அனுப்பும். ஆகவே, தலைமையகத்துக்கு, வாசகர்களுடன் நேரடித் தொடர்பு மிகக் குறைவு. கடைகள் மூலம் கசிந்துவரும் சேதிதான் கிடைக்கும். இதனால் வாசகர்களின் நாடித் துடிப்புகள், எதிர்பார்ப்புகள் பார்ன்ஸ் தலைமையக நிர்வாகிகளுக்குத் தெரியாது, அப்படியே தெரிய வந்தாலும், காலம் கடந்துதான் தெரியும். இது பார்ன்ஸின் மிகப் பெரிய பலவீனம்.

அமேசான் ஒவ்வொரு நிமிடமும் இணையம் மூலமாக கஸ்டமர்களோடு 24 x 7 நெருக்கத்தில் இருக்கும் நிறுவனம். இது அமேசானின் யானை பலம். கஸ்டமர்களோடு பிணைப்பை இறுக்கிக்கொண்டால், பார்ன்ஸ் என்ன, எல்லாப் பகையையும் தூள் தூளாக்கிவிடலாம். அமேசானின் வியூகத்தில் கணக்கில்லாப் புதுமைகள் வந்தன.

11

கஸ்டமர்தான் ராஜா!

கஸ்டமர்களோடு இருக்கும் உறவுச் சங்கிலியை எப்படி இன்னும் உறுதியாக்கலாம் என்று ஜெஃப் சிந்தனை எப்போதும் சுழன்றது. விரைவில், புத்தக விற்பனையாளர்கள் அதுவரை தொட்டுப் பார்த்தேயிராத புரட்சி அரங்கேறியது. அமேசான் வெறும் வியாபாரியல்ல, வாசகர்களைப் புத்தகச் சொர்க்கபுரிக்குக் கை கொடுத்து, அரவணைத்து அழைத்துப்போகும் வழிகாட்டியாக, நண்பனாக இருக்கவேண்டும் என்று நினைத்தார். இதற்காக எழுத்தாளர்களையும் பத்திரிகையாளர்களையும் கொண்ட குழுவை உருவாக்கினார். வாடிக்கையாளர்கள் ஏதாவது புத்தகம் பற்றி விவரங்களோ சந்தேகங்களோ கேட்டால் ஆணித்தரமான பதில்கள் தரும் அறிவுகொண்ட அறிவாளிகள் குழுவாக அது இருந்தது. விற்பவர், வாங்குபவர் என்னும் உறவைத் தாண்டி, பதில் தேடுபவர், வழிகாட்டி என்னும் பந்தத்தை உருவாக்கும் பாலமாக அது இருந்தது.

இதையே மிஞ்சும்படி இன்னொரு அடியை ஜெஃப் எடுத்து வைத்தார். சாப்பாட்டிலும் வாசிப்பிலும் மனிதர்களின் ரசனைகளும் விருப்பங்களும் வேறுபட்டவை, விசித்திரமானவை. இதேபோல் தான் புத்தகங்களிலும்.

1990கள் காலகட்டம். சுஜாதா எழுதிய ஒரு புத்தகம் வெளியாகும் போது, அது கடைக்கு வந்த பிறகுதான் அவருடைய தீவிர வாசகருக்குக்கூடத் தெரியும். அதே சமயம், புத்தகம் வரும் முன்பேஅந்தச் சேதியை அவர் கேட்காமலேயே யாராவது

அவரிடம் சொன்னால் எப்படியிருக்கும்? ரஜினி படம் ஃபர்ஸ்ட் டே ஃபர்ஸ்ட் ஷோ டிக்கெட்டைத் தேடி அலையாமலே, யாரோ கையில் திணித்த மாதிரி ஆனந்தத்தின் உச்சிக்கே போய் விடுவார் அல்லவா? ஜெஃப் தன் கஸ்டமர்களுக்குத் தர முடிவு செய்ததும், அப்படி ஒரு பேரின்ப அதிர்ச்சியைத்தான்.

அமேசான் புக்வாட்ச் என்னும் சேவையைத் தொடங்கியது. வாடிக்கையாளர்கள் தங்களை மிகவும் கவர்ந்த பன்னிரெண்டு புத்தகங்களைக் குறிப்பிடவேண்டும். இந்தப் பதில்களின் அடிப்படையில், அவர்களின் விருப்பங்களை புக்வாட்ச் கணிக்கும். இந்தத் தகவலை கம்ப்யூட்டரில் சேமித்துவைக்கும். இந்த ரசனைக்குப் பொருத்தமான புத்தகங்கள் வெளியாகும் போது, அவர்களுக்கு முன்பாகவே தெரிவிக்கும். சேல்ஸ் சூடோ சூடு பிடித்தது.

ஜெஃப் ரத்தம் குடித்த புலியானார். இந்தத் திட்டத்தை இன்னும் கூர்மையாக்க விரும்பினார். ஓ. எச். ஷியெல் என்னும் ஜெர்மன் நாட்டு கம்ப்யூட்டர் மேதை சொன்னார். 'இது செய்தித் தொடர்பு யுகம். போட்டி உலகளாவியதாகிவிட்டது. தகவலை யார் வேகமாகப் பயன்படுத்துகிறார்களோ அவர்கள் மட்டுமே தாக்குப்பிடிக்க முடியும்.' இதை வார்த்தைக்கு வார்த்தை ஜெஃப் கடைப்பிடித்தார்.

சிமிலாரிட்டீஸ் சர்ச் என்னும் தொழில்நுட்பம் அப்போது அறிமுகமாகியிருந்தது. ஒரு கஸ்டமர் இதுவரை வாங்கியிருக்கும் புத்தகங்களின் அடிப்படையில், வரும் நாட்களில் என்ன புத்தகங்கள் வாங்குவார் என்று சிமிலாரிட்டீஸ் சர்ச் துல்லியமாகக் கணித்துவிடும். ஆனால் இது சாதாரண சமாச்சாரமல்ல. முதலில், அவர்கள் இதுவரை என்னென்ன புத்தகங்கள் வாங்கி யிருக்கிறார்கள் என்னும் தகவலைச் சேகரிக்கவேண்டும். அவர்கள் எண்ணிக்கை நூறா, ஆயிரமா, பல லட்சம் இருக்கும்! விற்பனையை கஸ்டமர் வாரியாகப் பல லட்சம் கூறுகளாகப் பிரிக்க வேண்டும். ஒவ்வொருமுறை புதிதாக ஏதேனும் வாங்கும்போது, அந்தத் தகவலைப் புதுப்பிக்கவேண்டும். எக்கச்சக்க கம்ப்யூட்டர், எஞ்சினியர் நேரம், கோடிக் கோடியாய்ப் பணம். மூன்று வயதேயான, முளைத்து மூன்று இலை விடாத கம்பெனி செய்யும் வேலையா இது? முயற்சி பலன் தராவிட்டால், அமேசான் யாருமே கைதூக்கி விடமுடியாத பாதாளத்துக்குள் விழுந்துவிடும். ஜெஃப் துணிந்து இறங்கினார்.

ஜெஃப் நினைத்ததை முடிக்காமல் விடுவதில்லை. இந்தப் புதிய சேவை, கானல்நீராகப் போகும் கனவு என்று ஜெஃப் தவிர

ஏகதேசம் எல்லோருமே நினைத்த சேவை. சிமிலாரிட்டீஸ் என்னும் பெயரில் மேடை ஏறியது. அமேசான் வரலாற்றில் இது ஒரு மைல்கல், திருப்புமுனை. புத்தகப் பிரியர்களை அமேசானுக்குத் திருப்பியது. போட்டியாளர்களை அலறி ஓட வைத்தது.

கஸ்டமர் சர்வீஸில் அமேசான் யாரும் நெருங்கவே முடியாத உச்சம் தொடுவதற்கு என்னென்ன செய்யலாம் என்று ஜெஃப் சிந்தனை எப்போதும் ஓடிக்கொண்டிருக்கும். யாரிடமிருந்து எதைக் கற்கலாம் என்று தன் மன ஜன்னல்களை எப்போதும் அகலத் திறந்துவைத்திருப்பார்

நார்ட்ஸ்ட்ராம் என்னும் சங்கிலித் தொடராக இயங்கும் சில்லறைக் கடைகள் அமெரிக்காவில் இருக்கின்றன. வால்மார்ட், டார்கெட் போன்ற தொடர்களுக்குப் போட்டி நிறுவனம். தலைமையகம் சியாட்டிலில் இருக்கிறது. அவர்களின் ஒரு கடைக்கு ஜெஃப் போனார். கடைக்குள் நுழைந்தது முதல், டெலிவரி கவுன்ட்டர் வரை, ஒவ்வொரு அம்சத்திலும் அவர்களின் கரிசனம் தெரிந்தது. இதுவரை இத்தனை சுகானுபவம் அவர் கண்டதில்லை.

எப்படி இதைச் செய்கிறார்கள் என்று விசாரித்தார். வால்மார்ட், டார்கெட் போல நார்ட்ஸ்ட்ராம் ஊடகங்களில் விளம்பரம் செய்வதில்லை. வாடிக்கையாளர்கள் தங்கள் நார்ட்ஸ்ட்ராம் அனுபவத்தை நெருக்கமானவர்களோடு பகிர்ந்துகொண்டால், அந்த 'வாய் வழி விளம்பரம்' வேறெந்த ஊடகத்தையும்விட ஆக்கமானது என்று நம்பினார்கள். அவர்கள் கணிப்பு சரியாக இருந்தது. கடைகள் தொடர் வளர்ச்சி கண்டன. இந்த வழியைப் பின்பற்ற ஜெஃப் முடிவு செய்தார். போட்டியாளர்கள் பார்ன்ஸ் அண்ட் நோபிள், பார்டர்ஸ் ஆகியோரோடு மோத, இந்த வழியைப் பின்பற்ற ஜெஃப் முடிவு செய்தார்.

இன்னொரு காரணமும் இருந்தது. வாய்வழி விளம்பரம், இன்டர்நெட் விளம்பர உலகில் புதிய அத்தியாயங்களைத் திறந்திருப்பதாக ஜெஃப் நம்பினார். 'முன்னாட்களில், ஒரு கஸ்டமர் அதிருப்தியடைந்தால், ஐந்து நண்பர்களுக்குச் சொல்வார். இன்டர்நெட் வந்தபின், அவர் 5,000 பேருக்கு ஈ மெயில் அனுப்பமுடியும். திருப்தியான கஸ்டமர்கள் தங்கள் அனுபவத்தை 5,000 பேரோடு பகிர்ந்துகொண்டு, அவர்களை வாடிக்கையாளர்களாக்க முடியும். அதேபோல், அதிருப்தி யானவர்கள், தங்கள் சோகக் கதையைக் காட்டுத் தீயாகப் பரப்பி, தங்களைப் பாதிக்கவைத்த பிசினஸுக்கே சமாதி கட்டிவிட முடியும். 'முன்னாட்களில், வாடிக்கையாளர் சேவைக்கு 30

சதவிகிதப் பணமும், அதை டமாரம் அடிக்கும் விளம்பரங்களுக்கு 70 சதவிகிதமும் செலவு செய்வார்கள். இன்டர்நெட் யுகத்தில், வாடிக்கையாளர் சேவைக்கு 70 சதவிகிதப் பணமும், அதை முழக்கமிடும் விளம்பரங்களுக்கு வெறும் 30 சதவிகிதமும்தான் செலவிடவேண்டும்.'

வாய்வழி விளம்பரத்தின் சக்தியை, அமேசான் அனுபவப்பூர்வ மாக விரைவில் அறிந்தது. 1996 ல் பிசி வீக் என்னும் பத்திரிகைக்குக் கொடுத்த பேட்டியில் பில் கேட்ஸ் சொன்னார். 'நான் அமேசானில் புத்தகங்கள் வாங்குகிறேன். ஏனென்றால், அவர்களிடம் ஏராள மான புத்தகங்கள் இருக்கின்றன, வாங்க எடுக்கும் நேரம் குறைவு. அத்தோடு அவர்கள் நம்பகமானவர்கள்.' பில் கேட்ஸே நற்சான்றிதழ் தந்துவிட்டதால், அமேசான் இணையத்தளத்தில் க்ளிக்கியவர்கள் பல்லாயிரம்.

புத்தக ரசிகர்களின் வாங்கும் அனுபவத்தை மகிழ்ச்சிகரமானதாக ஆக்க என்னென்ன செய்யலாம் என்பதை அவர்கள் பார்வை யிலிருந்து ஜெஃப் நினைத்துப் பார்த்தார். முதலில், அவர்கள் எந்தெந்த அம்சங்களை முக்கியமானதாக நினைக்கிறார்கள் என்று தெரிந்துகொள்ளவேண்டும். இந்த அம்சங்களில் அவர்களின் எதிர்பார்ப்பைவிட அதிகமான திருப்தியை அளித்து அவர்களை ஆனந்த அதிர்ச்சியில் ஆழ்த்தவேண்டும். விளம்பர முழக்கத்தால் வருவது கூட்டப்படும் கும்பல். இவர்களோ, தானாகவே தேடிவரும் கூட்டம். ஆகவே, நிறுவனத்தோடு உணர்ச்சி பூர்வமான பற்றுதல் கொண்டிருப்பார்கள்.

கருத்துக் கணிப்புகள், சில சாஃப்ட்வேர் சித்து விளையாட்டுகள் மூலமாக, வாடிக்கையாளர்கள் எங்கே, யாரிடம் புத்தகம் வாங்கலாம் என்பதை மூன்று அளவுகோல்கள் மூலம் முடிவு செய்வதாக ஜெஃப் டீம் கண்டுபிடித்தார்கள். அவை, புத்தகங்களின் எண்ணிக்கை, வகைகள், வாங்கும் வசதி, விலை.

இந்த எதிர்பார்ப்புகளுக்கு ஈடு கொடுக்கவேண்டுமானால், ஏராளமாகப் பண முதலீடு செய்யவேண்டும். லாபம் வருவதற்குப் பல வருடங்களாகும். அதுவரை நஷ்டம்தான். பிசினஸ் எதற்கு நடத்துகிறோம்? லாபம் பார்க்க. வெறித்தனமான வேகம் இருந்தால் மட்டுமே இந்த இலக்கணத்தை உடைக்கமுடியும். ஜெஃபிடம் அது இருந்தது.

எந்தச் செயலின் வெற்றியும், அதன் நுணுக்கங்களில் நாம் காட்டும் கவனத்தில்தான் இருக்கிறது. இந்தப் பழமொழி ஒரு மனித உருவெடுத்து வந்தால், அவர்தான் ஜெஃப். ஒரு வேலையில்

இறங்கிவிட்டால், சின்னச் சின்ன அம்சமும் கச்சிதமாக வரும்வரை ஓயவே மாட்டார். தன் சகாக்களிடமும் இந்த வெறியை ஊட்டி அவர்களையும் ஓய விடமாட்டார்.

பெரும்பாலான மக்கள் புத்தகக் கடைகளுக்கு நேரில் போய் புத்தகங்களைத் திறந்து பார்த்து, சந்தேகம் வந்தால், கடை ஊழியர்களிடம் தெளிவு பெற்று புத்தகங்கள் வாங்குபவர்கள். இணையத்தளத்தில், அவர்களுக்கு மனிதர்களோடு தொடர்பே கிடையாது. கம்ப்யூட்டரோடு மட்டும்தான் தகவல் பரிமாற்றம். இதில் எங்காவது தடங்கல் வந்தால் மீண்டும் பொருள்கள் வாங்க இன்டர்நெட் பக்கமே வரமாட்டார்கள். இது அமேசானுக்கு மட்டுமல்ல, ஈ காமர்ஸுக்கே நிரந்தர கஸ்டமர் இழப்பு. இதைத் தடுக்க, அமேசான் வெப்சைட் மிகக் குறைந்த நேரத்தில் திறக்க வேண்டும். தேடல், ஆர்டர் போடுவது, கிரெடிட் கார்ட் விவரம் தருவது அத்தனையும் சின்னச் சிக்கல்கூட வராமல் நடக்க வேண்டும். பேக்கிங் இலாகா தவறுகள் இல்லாமல் பேக் செய்ய வேண்டும். கஸ்டமரிடம் போய்ச் சேரும்போது, பார்சலின் வெளியே சின்னக் கிழிசல் இருந்தால்கூட அவர் முகம் சுளிப்பார். ஆகவே, ஜெஃப் தன்னையே ஒரு கஸ்டமராக உருவகம் செய்து கொண்டு ஒவ்வொரு அம்சத்தையும் மனக்கண் முன்னால் ஓட்டிப் பார்ப்பார். மனம் குதூகலித்துக் கூத்தாடுகிறதா? ஓகே. இல்லையா? முன்னேற்றம் காணும் பரிசோதனைகள் தொடரும்.

அமேசானின் ஜீவநாடியான கம்ப்யூட்டர், இன்டர்நெட் இரண்டிலும் என்னென்ன தொழில்நுட்ப முன்னேற்றங்கள் வருகின்றன என்று ஜெஃபும் அவர் வல்லுநர்களும் கூர்ந்து கவனித்துக்கொண்டே இருந்தார்கள். புத்தம் புதிய கருவிகள் வாங்கினார்கள், நவீன சாஃப்ட்வேர் பயன்படுத்தினார்கள். ஸ்பீட், ஸ்பீட் - இதுதான் கம்ப்யூட்டர் எஞ்சினியர்களின் மந்திரம்.

வாடிக்கையாளர்களுடன் நேரடியாக உரையாடுவதுபோன்ற அம்சத்தை 1999 ல் அறிமுகம் செய்தார்கள். உங்கள் பெயர் கண்ணன் என்று வைத்துக்கொள்வோம். நீங்கள் அமேசான் வெப்சைட் திறந்தவுடன் அது, 'ஹலோ கண்ணன்' என்று உங்களை விளிக்கும், உங்களுக்குப் பிடித்தமான சில புதிய புத்தகங்கள் இதோ என்று குட்டிப் பட்டியல் போடும். தனக்கு மிகவும் பரிச்சயமான ஒருவர் எதிரே நின்று பேசுவதுபோன்ற உணர்வை உருவாக்கும். 1999 காலகட்டத்தில் நீங்கள் இருப்பதாகக் கற்பனை செய்து பாருங்கள். இது நிச்சயமாக, அவர்களை மகிழ்ச்சியின் உச்சிக்குக் கொண்டுபோய்விடும்.

புத்தகக் கடைகளின் பல நல்ல அம்சங்களை ஜெஃப் வெப்சைட்டில் கொண்டுவந்தார். அவருடைய ஆசிரியர் குழு, படைப்பாளிகளோடு நேர்காணல் நடத்தி வெளியிட்டது. அமேசான் ஒரு வழித் தகவல் பரிமாற்றத் தளமல்ல, வாசகர்களும் பங்கேற்கும் மேடை என்பதைப் புரியவைத்தார். வாசகர்கள் தாங்கள் வாங்கிய புத்தகங்கள் குறித்த கருத்துகளை மற்றவர் களுடன் பகிர்ந்துகொள்வதற்கு வாய்ப்புகள் அளித்தார். இந்த விமரிசனங்களில் அமேசான் கடைப்பிடித்த கொள்கை, 'கருத்து களைத் தாக்கலாம், தனிமனிதர்களைத் தாக்கக்கூடாது' என்பது தான். தனிமனித அவதூறுகளை ஆசிரியர் குழு தணிக்கை செய்தது.

இப்படி முன்னெச்சரிக்கைகள் எடுத்தபோதும் தேன்கூட்டைக் கலைத்ததுபோல், இந்த முயற்சிக்குப் பல முனைகளிலிருந்து எதிர்ப்புகள். கை தட்டல்கள் வந்தால், விற்பனை அதிகமானது. எழுத்தாளர்களும், வெளியீட்டார்களும் மகிழ்ச்சியடைந்தார்கள். ஆனால் விமரிசனங்கள் வந்தால் விற்பனை சரிந்தது. அமேசான் விமரிசனங்களை வெளியிட்டால், தங்கள் படைப்புகளைத் தரமாட்டோம் என்று மிரட்டினார்கள். வாசகர்கள் தன் பக்கம் இருந்தால், பதிப்பாளர்கள் கதவைத் தட்டியே ஆகவேண்டும் என்று ஜெஃப் உறுதியாக நின்றார். தட்டினார்கள்.

ஆசிரியர் குழு பதிப்பாளர்களோடு நெருக்கமான உறவு வளர்த்தார்கள். கடைகளில் புத்தகங்கள் வாங்கும்போது, அவற்றைப் புரட்டிப் பார்க்கலாம். சில பக்கங்களைப் படிக்கலாம். புத்தகம் எப்படி இருக்கும் என்னும் உருவகத்தை மனதில் தோற்று விக்கலாம். இந்த அனுபவத்தை அமேசான் தன் கஸ்டமர்களுக்குத் தர விரும்பியது. இதுவரை மேல் அட்டை, பின் அட்டை ஆகியவற்றின் புகைப்படங்கள், பக்க எண்ணிக்கை ஆகிய விவரங்கள் மட்டுமே இருந்தன. உள்ளடக்கம், மாதிரிப் பக்கங்கள் ஆகியவை இருந்தால், விற்பனை அதிகமாகும் வாய்ப்பு அதிகம் என்று வெளியீட்டாளர்களுக்கு விளக்கினார்கள். பலர் ஒத்துக் கொண்டார்கள்.

அமேசான் வாடிக்கையாளர்கள் எந்தெந்த விஷயங்களில் முழு மகிழ்ச்சியோடு இல்லை என்று ஜெஃப் ஆராய்ந்தார். முதல் குறை, ஆர்டர் செய்த நாளிலிருந்து புத்தகம் கைக்கு வரக் காத்திருக்கும் நேரம். இது 4 முதல் 6 வாரங்களாக இருந்தது. டானா பிரவுன் என்னும் பெண்மணி 1996 ல் பட்டுவாடா இலாகாவில் பணிக்குச் சேர்ந்தார். மகா கெட்டிக்காரி. பட்டுவாடாவை எப்படி விரைவு படுத்தலாம் என்று திட்டமிடத் தொடங்கினார்.

அமேசான், இன்கிராம், பாப் அண்ட் டைலர் என்னும் இரண்டு மொத்த விற்பனையாளர்களிடமிருந்து புத்தகங்கள் வாங்கினார்கள். இவர்கள் அமேசானுக்கு சப்ளை செய்ய நான்கு நாட்கள் எடுத்துக் கொண்டார்கள். இதை 24 மணி நேரமாகக் குறைக்கும்படி டானா கேட்டுக்கொண்டார். முதலில் மறுத்தார்கள். ஆனால், லட்சக் கணக்கில் பிசினஸ் தருபவர் பிடிவாதமாகக் கேட்டால் மறுக்க முடியுமா? சம்மதித்தார்கள். அடுத்து, அதிக விற்பனையாகும் 10 புத்தகங்கள் ஒவ்வொன்றிலும் 100 பிரதிகள் வாங்கி ஸ்டாக் செய்தார். இவற்றை ஆர்டர் வந்தவுடனேயே அனுப்பினார். முதலில், தான் செய்வது சரியா, தப்பா என்று பயம். ஆனால், சோதனை ஓட்டம் பிரமாத வெற்றி. இந்த அனுபவத்தில் 250 தலைப்புக்களின் தலா 10,000 பிரதிகளை ஸ்டாக் செய்தார். மறுபடியும் சக்ஸஸ். 4 அல்லது 6 வாரக் காத்திருத்தல் ஒன்று, இரண்டு வாரங்களாகக் குறைந்தது.

துரித டெலிவரிக்காக டானா ஊழியர்களின் உற்பத்தித் திறனை அதிகரிப்பதில் கவனம் காட்டினார். பெரும்பாலான ஆர்டர்களில் எந்த வகைப் புத்தகங்களைக் கேட்கிறார்கள் என்பதை கம்ப்யூட்டர் பதிவுகள் மூலம் கண்டுபிடிக்கமுடியும். வருங்கால ஆர்டர்களிலும், இந்தப் பாணியே தொடரும் என எதிர்பார்க்கலாம். இதற்கு ஏற்ப, புத்தகங்களை அடுக்கிவைக்க ஏற்பாடு செய்தார். ஆர்டர்களுக்கான புத்தகங்களைத் தேட, சரக்குக் கிடங்கின் பல்வேறு பகுதிகளுக்கு ஊழியர்கள் நடக்கவேண்டியிருந்த நேரத்தை இது கணிசமாகக் குறைத்தது. ஒரு நாளைக்கு 100 என்று இருந்த டெலிவரிகளை ஐந்தே மாதங்களில் 5,000 ஆக்கினார். அதிசயிக்க வைக்கும் முன்னேற்றம்.

வாசகர்களின் நிறைவேறாத இன்னொரு தேவையை ஜெஃப் கண்டுபிடித்தார். புத்தக வெளியீட்டுத் துறையில் ஏராளமான சிறு பதிப்பாளர்கள் இருந்தார்கள். தரமான நூல்களை வெளியிட்டாலும், இவர்களின் தயாரிப்புகளை, பார்ன்ஸ் அண்ட் நோபிள், பார்டரஸ் போன்ற பெரிய புத்தகக் கடைகள் விற்கத் தயாராக இல்லை. இந்தப் பதிப்பாளர்களின் புத்தகங்களை வாங்க விரும்பிய வாசகர்கள் என்ன செய்வதென்று தெரியாமல் தவித்தார்கள். இதற்கு ஒரு வழி கண்டது அமேசான்.

1998ம் ஆண்டு பப்ளிஷர்ஸ் அட்வாண்டேஜ் என்னும் திட்டம் தொடங்கியது. இதன்படி, அமேசான் ஒவ்வொரு சிறிய பதிப்பாளரிடமும் ஒரு புத்தகத்தின் ஐந்து பிரதிகள் வாங்குவார்கள். ஸ்டாக்கில் இருந்ததால் இந்தப் புத்தகங்கள் 24 மணி நேரத்துக்குள் அனுப்பப்பட்டன. பெரிய பதிப்பாளர்களுக்கு சப்ளை வந்த 60

நாட்களில் பணம் தந்த அமேசான், இந்தச் 'செல்லங்களுக்கு' முப்பதாம் நாளே பணம் தந்தார்கள். வாசகர்களுக்குச் சிறிய பதிப்பாளர்களின் தரமான புத்தகங்கள் கிடைத்தன. பல குட்டி கம்பெனிகள் வாசகர்கள் பார்வைக்கு வந்ததும் வளர முடிந்ததும் அமேசானின் இந்தப் பதிப்பாளர்கள் சிறப்பு வசதியால்தான். ஒரே கல்லில் இரண்டு மாங்காய்!

கரும்பு தின்னக் கூலி என்பதுபோல், புத்தக ரசிகர்களான வாடிக்கை யாளர்கள் பணம் பண்ண, அமேசான் ஒரு மேடை அமைத்தது. இதற்காக 1996ல் அமேசான், அசோஷியேட்ஸ் என்னும் சேவையைத் தொடங்கியது. இதில் பதிவு செய்துகொள்ளும் கஸ்டமர், தன் இணையத்தளத்தில் தனக்குப் பிடித்த புத்தகங் களைப் பரிந்துரை செய்து, அதன் உள்ளடக்கம், விமரிசனங்கள் ஆகிய எல்லா விவரங்களும் தருவார். அந்தப் பக்கத்தை யாராவது க்ளிக் செய்தால், அமேசான் இணையத்தளத்துக்கு அழைத்துப் போகும். அங்கே ஆர்டர் செய்யலாம். மீதி அத்தனை வேலை களையும், புத்தகம் அனுப்புவதுவரை அமேசான் பார்த்துக் கொள்வார்கள். இந்த அறிமுகத்துக்காக, அசோஷியேட்ஸ்களுக்கு அமேசான் புத்தக விலையில் 15 சதவிகிதம் கமிஷன் தந்தார்கள்.

அறிவுஉலகத்தின் எல்லைகள் ராக்கெட் வேகத்தில் விரிந்து கொண்டே வருகின்றன. உதாரணமாக, சிலர் நாய் வளர்ப்பில் முழுநேரம் ஈடுபட்டிருப்பார்கள். இது தொடர்பான அனைத்துப் புத்தகங்களையும் உடனுக்குடன் படிப்பார்கள். இத்தனை ஆழமான ஆராய்ச்சியை அமேசான் ஆசிரியர் குழு செய்யவே முடியாது. இத்தகைய பல்வேறு துறை நிபுணர்களுக்கு அசோஷி யேட்டாகக் கிடைக்கும் 15 சதவிகிதப் பணம் உபரி வருமானம். சேர்ந்தார்கள். வாடிக்கையாளர்களான வாசகர்களுக்கு இது தங்கச் சுரங்கம் அல்லவா? மூன்றே ஆண்டுகளில் அதாவது 1999 முடிவில் அசோஷியேட்ஸ்கள் எண்ணிக்கை 3,50,000 ஆனது. ஒவ்வொருவரும் தலா 1,000 கஸ்டமர்கள் கொண்டுவந்தால்... ஒவ்வொருவரும் 100 டாலருக்காவது வாங்கினால்...வந்தார்களே, வாங்கினார்களே!

வாசகர்களோடு உறவை வளர்க்க அமேசான், நூதனப் போட்டிகளும் நடத்தியிருக்கிறார்கள். அவற்றில் ஒன்று, 'நடுவிலே கொஞ்சம் பக்கத்தைக் காணோம்' போட்டி. அந்தப் போட்டியின் அறிவிப்பு சுருக்கமாக இப்படித்தான் இருந்தது. பிரபல அமெரிக்க எழுத்தாளரான ஜான் அப்டைக், அமேசான் இருவரும் 44 எழுத்தாளர்களைக் கூட்டுச்சேர அழைக்கிறார்கள். 1,00,000

டாலர்கள் - அமேசான் தரும் பம்பர் பரிசு. ஜான் அப்டைக் முதன் முதலாக ஆன்லைனில் எழுத வருகிறார்.

Murder makes the magazine என்னும் த்ரில்லர் தொடரை அமேசான் வசகர்களுக்காக மட்டுமே எழுத வருகிறார் அப்டைக். ஒவ்வொரு நாளும் அவர் தொடரின் முதல் பாரா மட்டும் எழுதுவார். மீதியை நீங்கள் எழுதவேண்டும். ஒவ்வொரு நாளும் வரும் பங்களிப்புகளில், ஒருவருக்கு 1,000 டாலர்கள் பரிசு வழங்கப்படும். 44 நாட்கள் இந்தத் தொடர் வரும். இந்த 44 பேரில் ஒருவர் குலுக்கல் முறையில் தேர்ந்தெடுக்கப்படுவார். அவருக்குப் பம்பர் பரிசு 1,00,000 டாலர்கள்.

எத்தனை பேர் வாராவாரம் தங்கள் கற்பனாசக்தியைச் சிறகடிக்க வைத்தார்கள் தெரியுமா? நான்கு லட்சம் பேர்!

2000 ம் ஆண்டில் மேடை ஏறியது டாய் குவெஸ்ட் என்னும் போட்டி. குழந்தைகளுக்கான போட்டி. தங்கள் கற்பனை பொம்மை ஒன்றை அவர்கள் 200 வார்த்தைகளில் வர்ணித்து எழுதவேண்டும். அவற்றுள் ஒரு பொமையைத் தேர்ந்தெடுத்து, அமேசான் தயாரிக்கும், விற்பனை செய்யும். அந்தக் குழந்தைக்கு 10,000 டாலர்கள் பரிசு. இத்தோடு, விற்பனையில் 7 சதவிகிதம் கமிஷன்.

வாடிக்கையாளர் திருப்தியே தன் ஒரே குறிக்கோள், இதைச் செம்மைப்படுத்தினால், லாபம் தேடாமலே வரும் என்னும் தன் நூதனச் சித்தாந்தத்தால், ஜெஃப் எடுத்த சில நடவடிக்கைகள் நம்பமுடியாதவை.

அமேசானின் அதித்திறமைசாலிகள் பலர் வாடிக்கையாளர் சேவைப் பிரிவில்தான் நியமிக்கப்பட்டிருந்தனர். அதுவே அடிநாதம் என்பதை ஜெஃப் உணர்ந்திருந்ததால் இந்த ஏற்பாடு. இவர்கள் உயர்மட்டக் கல்லூரிகளிலிருந்து உயர்வான மதிப் பெண்களோடு இளங்கலைப் பட்டமும் குறைந்தபட்சம் பெற்றிருக்கவேண்டும். நேரடிப் பேட்டிகளில் தனிமுத்திரை பதித்திருக்கவேண்டும். அனைத்துக்கும் மேலாக, வாசிப்பைக் காதலிப்பவர்களாக இருக்கவேண்டும். கம்பெனியின் அத்தனை இலாக்காக்களிலும் இவர்களுக்குப் பயிற்சி அளிக்கப்பட்டது. அப்போதுதானே, இவர்கள் பிறர் கேள்விகளுக்குச் சரியான பதில் தரமுடியும்?

இந்த இலாகாவில் வேலை பார்த்த மெயர் மாஸ்கோ சொன்னார். 'இவர்கள் பயங்கரப் படிப்பாளிகள். உதாரணமாக, ஒரு கஸ்டமர் பழங்கால கிரேக்க இதிகாசமான இலியட் பற்றிச் சந்தேகம்

கேட்டார். உடனேயே தெளிவு தந்தார் ஒரு சகா.' இந்த அறிவாளிகளுக்கு ஊதியம் ஒரு மணிநேரத்துக்கு 10 டாலர். மிகக் குறைவுதான். ஆனால், ஜெஃப் இவர்களுக்கு மற்ற எல்லா இலாகாவினரையும்விட அதிகமாக கம்பெனிப் பங்குகள் கொடுத்தார். இவர்கள் எல்லோருமே சில வருடங்களில் மில்லியனர்கள் ஆனார்கள்.

கஸ்டமர்களை விழுந்து விழுந்து உபசரிப்பதில் இவர்கள் எப்படித் தேர்ச்சி பெற்றிருந்தார்கள் தெரியுமா? ஒரு பெண்மணியின் கேள்வி இது 'நான் 1944 ல் சிறுமியாக இருந்தபோது, இரண்டாம் உலகப் போர் நடந்துகொண்டிருந்தது. ஐரோப்பாவிலிருந்து அமெரிக்காவுக்குப் படகில் போய்க் கொண்டிருந்தேன். அப்போது ஒரு புத்தகம் படித்தேன். அதன் கதாநாயகி பெயர் மேரி' என்று கூறி, அந்தப் புத்தகத்தில் வரும் ஒரு நிகழ்ச்சியை விவரித்தார். அந்தப் புத்தகத்தின் ஒரு பிரதி வாங்க ஆசைப்பட்டார்.

இப்படி ஒரு ஈ மெயில் வந்தால் நாம் என்ன செய்வோம்? இந்த ஒரு புத்தகத்துக்காகத் துப்பறியும் வேலையெல்லாம் செய்ய முடியாது என்று மறந்துவிடுவோம். அல்லது, 'மேரி என்னும் பெயரோடு கதாநாயகி வரும் பல்லாயிரம் நூல்கள் இருக்கின்றன. தயவுசெய்து முழு விவரம் தாருங்கள்' என்று கையை விரித்திருப்போம். ஆனால், கேள்வி வந்தது கஸ்டமர் சர்வீஸுக்கே இலக்கணம் எழுதும் அமேசான் ஊழியருக்கல்லவா? அவர் தேடத் தொடங்கினார். அமாவாசை இரவில், பூட்டிய இருட்டு அறையில், கண்களை மூடிக்கொண்டிருக்கும் கறுப்புப் பூனையைத் தேடுவது போல் திண்டாடினார். தன் சகாக்கள் அனைவரையும் தேடச் சொன்னார். ஆச்சரியமோ ஆச்சரியம். அதில் ஒருவர் புத்தகத்தைக் கண்டுபிடித்துவிட்டார். வாசகருக்குப் பதில் தந்தார்கள். அவரிடமிருந்து ஒரு பிரதிக்கு ஆர்டர் வந்தபோது மகிழ்ச்சியின் உச்சிக்குப் போனவர் கஸ்டமரா அல்லது சேவைப் பிரதிநிதியா? அவர்கள் இருவரையும்தான் கேட்கவேண்டும்.

இதேபோல் இன்னொரு கேள்வி. தி இங்கிலீஷ் பேஷண்ட் என்னும் திரைப்படத்தில் ஒருவர் கையில் எப்போதும் ஒரு புத்தகத்தோடு வருவார். அது என்ன புத்தகம்?' பிரதிநிதி சினிமாவை போட்டுப் பார்த்தார். சில காட்சிகளை ஜூம் பண்ணினார். விடை கண்டுபிடித்தார். 48 மணி நேரத்துக்குள் பதில் போட்டார். ஆர்டர் வரப்போவதில்லை என்று தெரியும், ஆனாலும், ஏன் இத்தனை சிரமப்பட்டார்? ஒரு கஸ்டமர் முகத்தில் வரும் திருப்திக்கும் மகிழ்ச்சிக்கும் ஆயிரம் டாலர் ஆர்டரைவிட

அதிக மதிப்பு என்று அவருக்குத் தெரிந்திருந்தது. அமேசான் அவர் ரத்தத்தில் ஊற வைத்திருக்கும் உணர்வு இது.

எத்தனை கவனம், கரிசனம், முன்னெச்சரிக்கைகள் இருந்தாலும், லட்சக்கணக்கான புத்தகங்களை அனுப்பும்போது, சில சமயங்களில் தவறுகள் நடந்தன. அந்தச் சந்தர்ப்பங்களில் புத்தகத்தைத் திரும்பப் பெறுதல், வாங்கிய பணத்தைத் திருப்பிக் கொடுத்தல் ஆகிய திருத்த நடவடிக்கைகள் எடுக்கவேண்டும். சாதாரணமாக நிறுவனங்களில் இதற்குப் பல படிநிலைகள் உண்டு. சேவைப் பிரதிநிதி தன் சீனியருக்குப் பரிந்துரை அனுப்புவார்; அவர் தன் மேனேஜருக்கு; மேனேஜர் அக்கவுண்டிங் பிரிவுக்கு. அவர்கள் நடவடிக்கை எடுத்து கஸ்டமர் பலன் பெறும்போது குறைந்தபட்சம் ஒரு மாதமாகிவிடும். அதற்குள் வாடிக்கையாளர் எரிச்சலில் மூழ்கிவிடுவார். இதைத் தடுக்க அமேசானில் இந்த அதிகாரத்தைச் சேவைப் பிரதிநிதியிடமே கொடுத்தார்கள். அவருக்கு முக்கியத்துவம், கஸ்டமருக்கு உடனடித் தீர்வு!

ஜெஃப் ஒருமுறை சொன்னார், 'அமேசான் பொருட்களை விற்பனை செய்யும் கம்பெனியல்ல; பொருட்களை வாங்கு வதற்கான முடிவுகளை எடுக்க கஸ்டமர்களுக்கு உதவும் கம்பெனி.' இரண்டுக்கும் என்ன வித்தியாசம்? அமேசான், எந்தப் பிரச்னையை யும் வாடிக்கையாளர் கண்ணோட்டத்திலிருந்து மட்டுமே பார்க்கும், அதற்காக மலையையும் புரட்டும் என்னும் சத்தியப் பிரமாணம். இப்படிப் பல வாய்ச்சொல் வீரர்களை நாம் அவ்வப் போது சந்திக்கிறோம். பொருள்களை வாங்கும்வரை நம் பின்னால் லோ லோ என்று அலைந்துவிட்டு, காரியம் முடிந்தவுடன் காணாமல் போகும் தில்லாலங்கடிகள் இவர்கள். ஜெஃப் சொன்னதைச் செய்தார். சொன்னதற்கும் அதிகமாகவே செய்தார்.

அமேசானின் 'வாடிக்கையாளர் முக்கியத்துவத்தை' ஜெஃப் பல வகைகளில் முதன்மைப்படுத்தினார். 1999. பாஸ்டன் நகரிலிருந்து கட்டடத் தொழிலாளி ஒருவர் கோல்ஃப் விளையாட்டுக்கான மட்டைகள் ஆர்டர் செய்தார். அவர்தான் பத்து லட்சமாவது கஸ்டமர். இந்த நிகழ்ச்சியை அமேசான் எப்படிக் கொண்டாடினார்கள் தெரியுமா? ஜெஃப் அவரே பார்சலை எடுத்துக்கொண்டு பாஸ்ட்டனுக்குப் பறந்தார். கஸ்டமர் வேலை பார்த்துக் கொண்டிருந்த அரைகுறைக் கட்டடத்துக்குப் போனார். அவர் கையில் பார்சலைக் கொடுத்தார். அந்தத் தொழிலாளி பிரமித்தார். காமெராக்கள் க்ளிக்கின. ஊடகங்களில் அது தலைப்புச் செய்தியானது. (இது நிஜமல்ல, விளம்பரத்துக்காக, ஜெஃப் எழுதி, இயக்கி, நடித்த நாடகம் என்று சொல்பவர்கள் உண்டு).

12

அமேசானியன் என்று சொல்லடா

ராட்சசத்தனமாக எகிறிக்கொண்டிருந்த விற்பனையைச் சமாளிக்க ஏராளமான ஆட்கள் தேவைப்பட்டார்கள். ஜெஃப் அளவுகோல்கள் மிக உயரமானவை - திறமைசாலிகளாக, கடும் உழைப்பாளிகளாக, வாடிக்கையாளர் சேவைக்காகச் சொந்த வாழ்க்கைச் சுகங்களைக் கண் சிமிட்டாமல் தியாகம் செய்பவர்களாக இருக்கவேண்டும். இதற்காகக் கடுமையான, விரிவான தேர்வு முறையை உருவாக்கினார்.

வேலை தேடி விண்ணணப்பம் செய்பவர்களுக்கு மனிதவளத் துறை படிவங்கள் அனுப்புவார்கள். பள்ளிப் படிப்பு முதல் உயர் கல்வி வரை, ஒவ்வொரு கட்டத்திலும் வாங்கிய மதிப்பெண்கள் தரவேண்டும். நல்ல மதிப்பெண் இல்லாவிட்டாலோ, படிவங்களில் எழுத்துப் பிழை இருந்தாலோ, விண்ணப்பம் உடனடி நிராகரிக்கப்படும். விளையாட்டு நட்சத்திரங்கள், பேச்சாளர்கள், எழுத்தாளர்கள், கவிஞர்கள், பாடகர்கள், இசைக் கலைஞர்கள் ஆகியோருக்குத் தனிச் சிறப்பு உண்டு. ஏனென்றால், இவை சாதனை வெறியின் அடையாளம். ஆனால், இவர்களும் படிப்பில் நல்ல மதிப்பெண் வாங்கியிருக்கவேண்டும்.

இப்படிச் சல்லடையால் சலிக்கப்பட்டவர்களுக்குத் தேர்வுக்கு வருமாறு அழைப்புகள் அனுப்புவார்கள். சம்பந்தப்பட்ட டிப்பார்ட்மென்ட் மேனேஜர் அவர்கள் அத்தனை பேரையும் நேரடியாக இன்டர்வியூ செய்யவேண்டும். தன் கீழ் வேலை பார்ப்பவர்களிடம் இந்தப் பணியை அவர் ஒப்படைக்கவே

கூடாது. இன்டர்வியூவில் கேட்ட கேள்விகள், பெற்ற பதில்கள், தன் அப்பிராயம் ஆகியவற்றை உள்ளடக்கிய அறிக்கையை மேனேஜர் தயாரிக்கவேண்டும். கம்ப்யூட்டர் ப்ரோகிராமிங் வேலைக்கு வருபவர்கள் ப்ரோக்ராமிங் தேர்வு ஒன்றும் எழுத வேண்டும். இந்த மதிப்பெண்களும் அறிக்கையில் சேர்க்கப்படும்.

ஒவ்வொரு விண்ணப்பதாரரும், தங்களை நன்கு அறிந்த மூன்று பேரின் பெயர்களும், டெலிபோன் நம்பரும் தரவேண்டும். கம்பெனியின் மனிதவளத் துறை இந்த மூவரிடமும், தலா அரை மணி நேரம் தோண்டித் துருவி, விண்ணப்பதாரரின் திறமை, அனுபவம், குணநலன்கள் பற்றி விவரங்கள் சேகரிக்கும். இவற்றையும் டிபார்ட்மென்ட் மேனேஜர் அறிக்கையில் சேர்க்க வேண்டும்.

இந்த விண்ணப்பதாரர்களை, நான்கு அல்லது ஐந்து பேர் கொண்ட ஒரு குழு இன்டர்வியூ செய்யும். இந்தக் குழுவிடம், ஒவ்வொரு விண்ணப்பதாரர் பற்றியும் சாதாரணமாக 100 பக்க விவரங்கள் இருக்கும். இந்தக் குழுவினர் உயர் அதிகாரிகள். ஏற்கெனவே, வாரம் 60 முதல் 80 மணிநேரங்கள் வேலை பார்ப்பவர்கள். வீட்டில் இரவு தூக்கம் மறந்தால் மட்டுமே, அவர்கள் இந்த 100 பக்கத் தலையணை அறிக்கைகளைப் படிக்க முடியும். இதன் அடிப்படையில் அவர்கள் அறிவார்ந்த கேள்விகள் கேட்க வேண்டும். அடுத்து, இன்டர்வியூவில் கேட்ட கேள்விகள், பெற்ற பதில்கள், தன் அப்பிராயம், முடிவு ஆகிய அம்சங்கள் கொண்ட அறிக்கைகள் தயாரிக்கவேண்டும். லேசுபட்ட வேலை இல்லை.

ஜெஃப் தூங்கவே மாட்டாரோ, என்னமோ? இத்தனை அறிக்கை களையும் படிப்பார். 1997 வரை, குழு சிபாரிசு செய்யும் அத்தனை பேரையும் ஜெஃப் இறுதிச் சுற்று இன்டர்வியூ செய்து வந்தார். அவர் கேட்கும் கேள்விகள் விசித்திரமாக இருக்கும். உதாரண மாக, அவர் தவறாமல் கேட்கும் சில வினாக்கள்;

'அமெரிக்காவில் எத்தனை பெட்ரோல் பங்குகள் இருக்கின்றன?'

'புதைச் சாக்கடை மூடிகள் ஏன் வட்ட வடிவில் இருக்கின்றன?'

'காது கேட்காதவர்களுக்கான காரை வடிவமைக்க என்ன வித்தியாசங்கள் செய்வீர்கள்?'

இந்தக் கேள்விகளுக்கு ஒரே ஒரு சரியான விடை என்பது கிடையாது. ஜெஃப் நோக்கம் அவர்களுடைய சமயோசித புத்தியையும், மாற்றி யோசிக்கும் வல்லமையையும் அறிந்துகொள்வதுதான்.

ஜெஃப் அறிவுரை பேச்சோடு நின்றுவிடாது. எல்லோருக்கும் உதாரணமாகத் தானும் செய்வார். அவரும் பிறர் போலவே விலாவரியாக அறிக்கை எழுதுவார்.

இறுதிக் கட்டமாக, ஜெஃப் தலைமையில் பன்னிரெண்டு அங்கத்தினர்கள் கொண்ட குழு எல்லா அறிக்கைகளையும் விவாதிக்கும். ஜனநாயக ஆலோசனை. ஒரே ஒரு நிபந்தனை - எந்தச் சிபாரிசுக்கும் இடம் கிடையவே கிடையாது. தனக்கு நெருங்கிய நண்பர்களின் பரிந்துரைக்குக்கூட அவர் பதில், 'திறமை இருந்தால் அவர்களுக்குத் தானாகவே அமேசானில் வேலை கிடைக்கும்.'

ஜெஃப் தன் மனிதவளக் கொள்கையைச் சுருக்கமாகச் சொல்வார். 'அமேசானில் அதிக நேரம் உழைக்கவேண்டும், கடுமையாக உழைக்கவேண்டும், திறமையாக உழைக்கவேண்டும்.' ஒரு சிலர் அவர் காதுகளுக்குக் கேட்காமல் கிசுகிசுத்ததுண்டு,. 'வேலைக்கு வருபவர்களிடம் இத்தனை குடைகிறோமே, நம் கம்பெனி லாபம் எவ்வளவு என்று அவர்கள் கேட்டால்?' ஆச்சரியம், ஒருவருமே கேட்கவில்லை. அது மட்டுமா, ஜெஃப் உணர்ச்சி கொந்தளிக்கத் தன் கனவை, அமேசானின் ஒளிமயமான எதிர்காலத்தை வர்ணிப்பார். பிற நிறுவனங்கள் அதிகச் சம்பளம் கொடுத்தாலும், அந்த வாய்ப்புகளை நிராகரித்துவிட்டு, அமேசானுக்கு வருவார்கள். அதுதான் ஜெஃபின் காந்தக் கவர்ச்சி.

ஜெஃப் ஊழியர்கள் தேர்வில் இத்தனை கறாராக இருந்ததற்கு ஒரே காரணம் அறிவாளிகளின், திறமைசாலிகளின், கடும் உழைப்பாளி களின் கூடாரமாக அமேசான் இருக்கவேண்டும் என்னும் ஒரே ஆசைதான். ஆப்பிள் கூடையில் ஒரு ஆப்பிள் அழுகியிருந்தாலும், மொத்தக் கூடையே கெட்டுவிடும். ஒரேயொரு 'அழுகிய ஆப்பிள்' கூட அமேசான் கூடைக்குள் நுழைந்துவிடக்கூடாது என்பது அவர் கொள்கை.

ஜெஃப் கண்ணோட்டத்தில் கம்பெனிகளும், அனுபவ அறிவுக் கோயில்கள்தாம். மைக்ரோசாஃப்ட், வால்ட் டிஸ்னி, ஃபெடெக்ஸ், வால்மார்ட் ஆகிய நான்கு நிறுவனங்களும் அவரை மிகவும் கவர்ந்தவை. அவருக்கு மைக்ரோசாஃப்டில் பிடித்தது, திறமைசாலிகளுக்குத் தந்த மதிப்பு; வால்ட் டிஸ்னியில் கற்பனா சக்தியை ஊக்குவிக்க எடுத்த முயற்சிகள்; குறித்த நேரத்தில் டெலிவரி செய்யவும், கஸ்டமரைத் திருப்திப்படுத்தவும் கூரியர் கம்பெனியான ஃபெடெக்ஸின் மெனக்கெடல்; ஈவு இரக்கம் இல்லாமல் சப்ளையர்களோடு பேரம் பேசி, எல்லோரையும்விட

கஸ்டமர்களுக்கு மிகக் குறைந்த விலை தரும் வால்மார்ட். இவை நான்கின் கலவையாக, திறமை- கடும் உழைப்பு- அர்ப்பணிப்பு- செலவுக் குறைப்பு, கஸ்டமர் சேவை ஆகியவை ஓங்கித் தழைக்கும் பூமியாக அமேசான் இருக்கவேண்டும். நான் ஒரு அமேசானியன் என்று ஒவ்வொரு ஊழியரும் பெருமைப்படுவதாக அந்தக் கலாசாரம் இருக்கவேண்டும் - இதுதான் ஜெஃப் லட்சியம்.

இப்படிப்பட்ட அமேசான் கலாசாரத்தை எப்படி உருவாக்குவது என்பதில் ஜெஃப் தெளிவோ தெளிவுடன் இருந்தார். *'ஒரு நிறுவனத்தின் கலாசாரம் எப்படி உருவாகிறது? 30 சதவிகிதம் நம் லட்சியம், 30 சதவிகிதம் ஆரம்ப காலத்தில் சேரும் ஊழியர்கள் மனப்போக்கு, எஞ்சிய 40 சதவிகிதம் தற்செயலாக அமைவது.'*

இந்தக் கலாசாரத்தை உருவாக்குவது மரம் வளர்ப்பதைப் போல. நல்ல விதையை ஊன்றினால் மட்டும் போதாது, தொடர்ந்து தண்ணீர் ஊற்ற வேண்டும், உரம் போடவேண்டும், பூச்சிகள் வராமல் தடுக்கவேண்டும். இதற்காக ஜெஃப் '14 தலைமைக் கொள்கைகள்' என்னொன்றை உருவாக்கியிருந்தார். கடைநிலை முதல் உயர்நிலை வரை, புதிதாகச் சேரும் அத்தனை ஊழியர்களின் நாடி நரம்புகளிலும், இந்தக் கொள்கைகள் ஓட வேண்டும் என்பது ஜெஃப் குறிக்கோள். புதிதாக வேலைக்குச் சேரும் ஒவ்வொரு வருக்கும், இந்தக் கொள்கைகள் பொறித்த லாமினேட்டட் அட்டை தருவார்கள்.

அந்தக் கொள்கைகள் பின்வருமாறு. எங்களுடைய தலைமைக் கொள்கைகள் வெறுமே அழகுக்காகச் சுவரில் மாட்டும் உத்வேக வார்த்தைகளல்ல. எங்களைப் போலவே, அவையும் கடுமையாக உழைப்பவை. புதிய திட்டங்களை விவாதித்தல், கஸ்டமர்களின் பிரச்னைகளுக்குப் புதுமையான தீர்வுகள் காணுதல், வேலைக்கு விண்ணப்பிப்பவர்களைப் பேட்டி காணுதல் ஆகிய அத்தனைக்கும், ஒவ்வொரு நாளும், அமேசானியர்கள் இந்தக் கொள்கைகளைப் பயன்படுத்தவேண்டும். அமேசானுக்குத் தனித்துவம் தரும் பல்வேறு விஷயங்களில், இந்தக் கொள்கைகள் இடம் பிடிக்கின்றன.

வெறித்தனமான கஸ்டமர் சர்வீஸ் தலைவர்கள் தங்கள் திட்டங்களை வாடிக்கையாளர்களிடமிருந்து தொடங்குகிறார்கள். வாடிக்கையாளர்களின் நம்பிக்கையைப் பெறவும் தக்க வைத்துக் கொள்ளவும் கடுமையாக உழைக்கிறார்கள். போட்டியாளர்கள் மேல் கவனம் இருந்தாலும், இந்தத் தலைவர்களின் சிந்தனை முழுக்க நிறைந்திருப்பது கஸ்டமர்கள்தாம்.

உரிமை கொண்டாடுதல் : தலைவர்கள், பிசினஸ் தங்களுக்குச் சொந்தமானதுபோல் நடந்துகொள்வார்கள். தொலைநோக்குப் பார்வையோடு சிந்திப்பார்கள். குறுகிய கால லாபத்துக்காக நெடுங்காலப் பலன்களைப் பணயம் வைக்கமாட்டார்கள். தங்கள் துறையைத் தாண்டி, நிறுவனத்தின் மையைக் கருத்தில் கவனம் கொள்வார்கள். 'இது என் வேலை அல்ல' என்று எதையும் கை கழுவ மாட்டார்கள்.

புதிதாய்க் கண்டுபிடித்தல், எளிமையாக்குதல் : தலைவர்கள், தங்கள் சக ஊழியர்களிடம் மாற்றுச் சிந்தனை, புதிய வழிகள் கண்டுபிடிப்பு ஆகியவற்றை எதிர்பார்பார்கள், அதிகாரத்தோடு வற்புறுத்தி வாங்குவார்கள். அனைத்தையும் எளிமையாக்க வழிகள் கண்டுபிடிப்பார்கள். 'நாம் கண்டுபிடிக்காத ஐடியா' என்று எதையும் உதறித்தள்ள மாட்டார்கள். நல்ல வழிமுறைகள் எங்கிருந்து வந்தாலும் திறந்த மனத்தோடு ஏற்றுக்கொள்வார்கள். புதியன செய்யும்போது, நெடுங்காலத்துக்குப் பிறரால் தவறாகப் புரிந்துகொள்ளப் படலாம் என்பது அவர்களுக்குத் தெரியும்.

சரியான முடிவுகள் எடுத்தல் : தலைவர்கள் நன்மை, தீமைகளைச் சீர்தூக்கிப் பார்க்கும் திறமையும், கூர்மையான உள்ளுணர்வும் கொண்டவர்கள். மாறுபட்ட கண்ணோட்டக் கருத்துகளை வரவேற்று, தங்கள் எண்ணங்களைச் சுய பரிசீலனை செய்து கொள்வார்கள். அறிவுத் தேடல் தலைவர்களுக்கு அறிவுப் பசியைத் தீர்த்துக்கொள்வதில் திருப்தியே வராது. எப்போதும் தங்களை மேம்படுத்திக்கொள்ளும் முயற்சிகளில் ஈடுபட்டபடி இருப்பார்கள். புதிய வழிமுறைகளைக் கண்டுபிடிப்பதில் ஆர்வம் காட்டுவார்கள்.

அதித் திறமைசாலிகளை வேலைக்கு அமர்த்துதல், அவர்களை இன்னும் பட்டை தீட்டுதல் : தலைவர்கள், ஒவ்வொரு புதிய ஊழியரைத் தேர்ந்தெடுக்கும்போதும், பதவி உயர்வு தரும் போதும், அளவுகோல்களை முன்பிருந்ததைவிடக் கடுமையாக்கு வார்கள். அதித் திறமைசாலிகளை அடையாளம் கண்டு, பிறரைப் பட்டை தீட்ட, இவர்களைப் பயன்படுத்துவார்கள். எல்லா ஊழியர்களின் தரத்தையும் தொடர்ந்து உயர்த்தி, யாரை எங்கே பொருத்தலாம் என்று முடிவு செய்யும் வழிமுறைகள் தேடுவார்கள்.

மிக உயர்ந்த தரத்தை வற்புறுத்துதல் : தலைவர்களின் அளவு கோல்கள் மிகக் கடுமையானவை. இவை தேவைக்கு அதிகமாகக் கடுமையானவை என்று பலர் நினைக்கலாம். தங்களோடு

பணியாற்றுபவர்கள் தொடர்ந்து உயர்தரமான பொருட்கள், சேவை, வழிமுறைகள் ஆகியவற்றைத் தருவதற்காக ஒவ்வொரு அம்சத்தின் தர எதிர்பார்ப்புகளையும் உயர்த்திக்கொண்டேயிருப் பார்கள். பிரச்னைகளைக் கீழ் மட்டத்துக்குத் தள்ளிவிட மாட்டார்கள். தாங்களே பொறுப்பேற்று அவற்றுக்கு நிரந்தரத் தீர்வுகள் கண்டுபிடிப்பார்கள்.

பிரம்மாண்டமாகச் சிந்தித்தல் : தலைவர்கள் துணிச்சலான பாதையை உருவாக்குவார்கள், பிறருக்கு அதைத் தெரிவித்து அவர் களையும் தோளோடு தோள் உழைக்கவைத்து வெற்றியடை வார்கள். வித்தியாசமாக யோசிப்பார்கள், கஸ்டமர் சேவையை மேம்படுத்த அனைத்து வழிமுறைகளையும் தேடுவார்கள்.

ஆக்ஷன், ஆக்ஷன் : பிசினஸில் வேகம் மிக முக்கியம். முடிவுகள், செயல்பாடுகள் என எதுவானாலும், தவறுகள் நடந்தால் திருத்திக் கொள்ளலாம். ஆகவே, அதீத ஆராய்ச்சிகளில் நேரத்தை வீணாக்கக் கூடாது. அறிவுபூர்வமான ரிஸ்க் எடுப்பதை நாங்கள் மதிக்கிறோம்.

சிக்கனம் : குறைந்த செலவில் நிறைய சாதியுங்கள். புத்தி சாதுரியம், புது வழிகள், தன்னிறைவு ஆகிய குணங்களை நம்மிடம் வளரச் செய்பவை பற்றாக்குறைகள்தாம். ஊழியர்களின் எண்ணிக்கை, செலவு பட்ஜெட் ஆகியவற்றை அதிகமாக்குவதால், அமேசானில் உங்கள் மதிப்பு அதிகமாவதில்லை.

நம்பிக்கையைச் சம்பாதித்தல் : தலைவர்கள் பிறர் சொலவதைக் கவனமாகக் காது கொடுத்துக் கேட்பார்கள். வெளிப்படையாகப் பேசுவார்கள், அடுத்தவர்களை மரியாதையோடு நடத்துவார்கள். இக்கட்டானதாக, தர்மசங்கடமானதாக இருந்தாலும் வெளிப் படையாகவே சுய விமரிசனம் செய்துகொள்வார்கள். மிகச் சிறந்தவர்களோடு தங்களையும், தங்கள் அணியினரையும் ஒப்பிடும் இவர்களுக்குச் சுயமுன்னேற்றம், முடிவேயில்லாத நெடும் பயணம்.

ஆழமாய் முழுகுதல் : தலைவர்கள் எந்தச் சின்ன வேலையையும் இழிவானதாக நினைக்கமாட்டார்கள். விவரங்களை விரல்நுனி யில் வைத்திருப்பார்கள். தொடர்ந்து மேற்பார்வை செய்வார்கள். ஏதேனும் நிகழ்வுகள் ஆதாரங்களிலிருந்து மாறுபட்டால், சந்தேகக் கண்களோடு ஆராய்வார்கள்.

முதுகெலும்போடு இருத்தல், மாற்றுக் கருத்துக்களைத் தெரிவித்தல், பொறுப்புக்களை ஏற்றுக்கொள்ளுதல் : தங்களால் ஏற்றுக்கொள்ள முடியாத கருத்துக்களை எதிர்கொள்ளும்போது,

எத்தனை சிரமமானதாக, சோர்வளிப்பதாக இருந்தாலும், தலைவர்கள் தட்டிக் கேட்கவேண்டும். பிறரோடு நல்லுறவு வேண்டும் என்பதற்காகத் தலைவர்கள் தங்கள் கருத்துகளைப் பணயம் வைக்கக்கூடாது. முடிவு எடுக்கப்பட்டுவிட்டால், பிடித்தாலும் பிடிக்காவிட்டாலும், முழு அர்ப்பணிப்போடு முடிவின்படி செயலாற்றவேண்டும்.

நினைத்ததை முடித்தல் : தலைவர்கள், பணிகளுக்கான உள்ளீடுகளில் (இன்புட்ஸ்) மிகுந்த கவனம் செலுத்துவார்கள். சரியான தரத்தில், சரியான நேரத்தில் பலன்களை அளிப்பார்கள். எத்தனை தடைக்கற்கள் வந்தாலும் ஓயாமல் செயலாற்றி, நினைத்ததை முடித்துக் காட்டுவார்கள்.

இவையனைத்தையும் ஜெஃப் கடைப்பிடித்தார் என்பதைத் தனியே சொல்லத் தேவையில்லை.

திறமைசாலிகளை அமேசானுக்குக் கடத்திவந்துவிடுவதில் ஜெஃப் எப்போதுமே முனைப்புடன் இருந்தார். ஒரு கெட்டிக்காரரை அடையாளம் கண்டுவிட்டால், அந்த வேலையை யாரிடமும் ஒப்படைக்கமாட்டார். கம்பெனி சார்மன் என்னும் தலைக்கனமே இல்லாமல் அவரே அவர்களைத் துரத்தித் துரத்திப் பிடிப்பார். சில உதாரணங்கள். ஜாய் கோவே 33 வயது பெண். அமர்க்களமான பின்புலம். 19 வயதில், கலிஃபோர்னியா பல்கலைக்கழகத்திலிருந்து, பிசினஸ் அட்மினிஸ்ட்ரேஷனில் இளங்கலைப் பட்டம். அக்கவுண்டிங் தேர்வில் அமெரிக்காவிலேயே இரண்டாம் இடம். நான்கு வருடங்கள் ஆடிட்டர் கம்பெனி வேலை. மறுபடியும் படிப்பு. ஹார்வர்ட் பிசினஸ் ஸ்கூல் எம்.பி. ஏ. பட்டம். அத்தோடு ஹார்வர்ட் சட்டப் படிப்பு. டிஜிடிசைன் நிறுவனத்தில் சேர்ந்தார். 1993ல் கம்பெனியின் ஐபிஓவை மிகத் திறமையாக நடத்தி முடித்தார். வைஸ் பிரசிடெண்ட் ஆகப் பதவி உயர்வு பெற்றார். ஏனோ, மூன்று வருடங்களில் இந்த வேலையில் சலிப்பு ஏற்பட்டுவிட, ராஜிநாமா செய்துவிட்டார். பிரகாசமான எதிர்காலம் கொண்ட கலிஃபோர்னியாவின் ஸ்டார்ட் அப் கம்பெனியில் சேர விரும்பி, மனிதவள ஆலோசகர் ஒருவரிடம் பதிவு செய்திருந்தார். ஜெஃபுக்கு இந்த விவரங்கள் கிடைத்தன. அமேசானின் ஐபி ஓவை நிர்வகிக்க ஜாய் சரியானவர் என்று நினைத்தார். ஜாயைச் சந்திக்க விரும்பினார்.

ஆலோசகர் ஜாயோடு பேசினார். ஜாய் விருப்பமே காட்டவில்லை. அவருக்கு கலிபோர்னியாவை விட்டு சியாட்டல் வர விருப்பமில்லை. அத்தோடு புத்தகக் கடை வேலை

சுவாரசியமானதாக அவருக்குத் தோன்றவில்லை. ஜெஃபைச் சந்திக்க மறுத்துவிட்டார். ஜெஃப் கொடுத்த அழுத்தத்தால், ஆலோசகர் விடுவதாக இல்லை. மரியாதை நிமித்தமான சந்திப்பு மட்டுமே என்று நிபந்தனை விதித்தார். சந்தித்தனர்.

தன் அனுபவத்தை ஜாய் சொல்கிறார். 'முதலிலேயே, கலிபோர்னியாவை விட்டு சியாட்டல் வர நான் தயாராக இல்லை. என்னோடு நீங்கள் நேரத்தை வீணாக்கவேண்டாம் என்று எச்சரித்தேன்.' சரி, நட்புக்காகப் பேசுவோம் என்று சொன்ன ஜெஃப் தன் அமேசான் கனவை உணர்ச்சிப் பொங்க விவரித்தார். 'அன்று இரவு எனக்குத் தூக்கமே வரவில்லை. அமேசான் பற்றிய சிந்தனைகள். புதிய பாதை போடும் அமேசான் குடும்பத்தில் அங்கத்தினராக விரும்பினேன்.'

மறுநாள் ஜெஃபுக்கு போன் செய்தார். அமேசானில் சேரச் சம்மதித்தார். ஃபைனான்ஸ் வைஸ் பிசிடெண்ட். ஒரு வேண்கோள் விடுத்தார். ஒவ்வொரு வார இறுதியிலும் (கலிபோர்னியாவின்) சான் ஃபிரான்சிஸ்கோ வரும் செலவை அமேசான் ஏற்கவேண்டும். ஜெஃப் சம்மதித்தார். ஜாய் ஒரு வருடம், வாரா வாரம் சியாட்டலுக்கும் சான்ஃபிரான்சிஸ் கோவுக்கும் பறந்து கொண்டிருந்தார். பிறகு, அவருக்கு சியாட்டலே சொர்க்கமாகிவிட்டது.

ஜாய், ஜெஃபின் அற்புதக் கண்டுபிடிப்பு. சாதாரணமாக, அக்கவுண்டிங் ஆசாமிகள் பத்தாம் பசலித்தனமானவர்கள், ரிஸ்க் எடுக்கத் தயங்குவார்கள். ஜாய் வித்தியாசமானவர். துணிச்சலான முடிவுகள் எடுத்தார். எதிர்ப்புகள் எப்படி வந்தாலும் தூள் தூளாக்குவார். ஜெஃபுக்கு, அமேசான் போன்ற ஸ்டார்ட் அப் கம்பெனிக்கு முழுக்க முழுக்கப் பொருந்திய ஆளுமையாக இருந்தார். அமேசானில் அப்போது செலவுகள்மீது கட்டுப்பாடே இருக்கவில்லை. ஒவ்வொரு துறை மேனேஜரும் தங்கள் தேவைகளுக்கு ஏற்பச் செலவுகள் செய்தார்கள். தங்கள் துறையின் கண்ணோட்டத்தில் இந்தச் செலவுகள் தேவையா இல்லையா என்று முடிவெடுத்தார்கள். ஜாய் இதை மாற்றினார். ஒட்டுமொத்த கம்பெனியின் இலக்குகளின் அடிப்படையில் செலவுகள் செய்யும் மனமாற்றத்தைக் கொண்டுவந்தார். ஒவ்வொரு துறைக்கும் பட்ஜெட் போட்டார், அவர்களின் செலவுகளுக்கு உச்ச வரம்புகள் கொண்டுவந்தார். அவர்கள் மீறினால் கண்களில் விரலை விட்டு ஆட்டினார். செலவினங்கள் கட்டுக்குள் வந்தன. ஐபிஓ வந்த போது, கேபிசிபி ஜெனரல் அட்லாண்டிக் ஆகியோரோடு மிகத் திறமையாக ஜாய் பேரம் பேசினார். அமேசானுக்கு அனுகூலமாக

முடித்தார். ஐபிஓ மகத்தான வெற்றிக்கு ஜாய் முக்கிய காரணகர்த்தா.

ஜெஃப் தேடிக் கண்டுபிடித்த இன்னொரு முத்து, ரிக் டால்ஸெல். அர்க்கன்சாஸ் நகரத்தில், வால்மார்ட்டில் தகவல் துறைத் தலைவராக இருந்தார்.. வால்மார்ட் வேலை சமுதாயத்தில் மிகக் கௌரவமான விஷயம். ஜெஃப் அவர் மேல் ஒரு கண் வைத்தார். ஜெஃப், ஜாய் இருவரும் ரிக்குடன் தொடர்பு கொண்டார்கள். வால்மார்ட்டை விட்டு ஒரு சிறிய கம்பெனிக்கு வர அவர் என்ன இளிச்சவாயனா? கண் இமைக்காமலே மறுத்தார். ஜெஃப் திரும்பத் திரும்ப போன் செய்தார். தொந்தரவு தாங்கமுடியாமல், ரிக் சியாட்டில் வந்தார்.

ஆரம்பமே குளறுபடி. விமான கம்பெனி ரிக் சூட்கேஸைத் தொலைத்துவிட்டது. வாடகைக்குத் தொளதொளா சூட் வாங்கி மாட்டிக்கொண்டு அமேசான் அலுவலகம் வந்தார். சீக்கிரமே வந்து சேர்ந்துவிட்டார். அங்கு யாருமேயில்லை. பிறகு ஜெஃப் வந்தார். இருவரும் காபி சாப்பிட்டார்கள். அப்போது, ஜெஃப் கையில் இருந்த காபி கோப்பை கை தவறியது. ரிக்கின் வாடகை கோட் காபியில் குளித்தது. இத்தனை நடந்தபோதும், அவருக்கு ஜெஃப் மேல் ஏதோ இனம் புரியாத ஈர்ப்பு. ஊர் திரும்பியபிறகும், ரிக் அமேசானில் சேருவது பற்றி மௌனம் சாதித்தார். ஏதோ பிரார்த்தனைபோல், மூன்று வாரங்களுக்கு ஒரு முறை ஜாய் அர்க்கன்சாஸ் போவார், ரிக் மனைவியைச் சந்திப்பார். ஒரு நாள் ஜெஃப், ஜாய் இருவரும் வந்தார்கள். ரிக், அவர் மனைவி இருவரையும் டின்னருக்கு அழைத்துப்போனார்கள். சாப்பாடு முடிந்தவுடன், ரிக் அமேசானில் சேரச் சம்மதித்தார். பொழுது விடிந்ததும், வேதாளம் முருங்கை மரம் ஏறியது. மன மாற்றம். 'அர்க்கன்சாஸில் அணுகுண்டு விழுந்தால் மட்டுமே இந்த ஊரைவிட்டு வருவேன்.'

இந்தச் சபதம் பிரசவ வைராக்கியம்தான். மந்திரித்த ஆடுபோல், எப்போதும் ஜெஃப் பற்றியே பேசிக் கொண்டிருப்பார். ஜாய் அவர் மனைவியிடம் பல வாரங்களாகச் செய்துவந்த முயற்சி பலன் தந்தது. மனைவி, ரிக்கிடம் கேட்டார், 'எப்போதும் அமேசான் அமேசான் என்கிறீர்கள். இன்னும் ஏன் வால்மார்ட்டில் வேலை பார்க்கிறீர்கள்?'

மனைவி சொல் மிக்க மந்திரமில்லை அல்லவா? அர்க்கன்சாஸில் அணுகுண்டு விழவில்லை. ஆனாலும், ரிக் குடும்பத்தோடு சியாட்டில் வந்தார். ஜெஃப் அணியில் முக்கிய ஆட்டக்காரரானார்.

ஊழியர்கள் அமேசானின் தூண்கள் என்பது ஜெஃப் நம்பிக்கை. பணியாளர்களை அடிக்கடி சந்திப்பார். அவர்களின் நாடித் துடிப்பைத் துல்லியமாக எடை போடுவார். அவர் கண்டுபிடித்த ஒரு விஷயம் இது. அமேசான் தொழில்நுட்ப கம்பெனி. ஆகவே, கம்ப்யூட்டர் எஞ்சினியர்களுக்கு முக்கியத்துவம் இருந்தது. இதனால், பேக்கிங் இலாகாவில் இருந்தவர்களுக்குத் தாங்கள் இரண்டாம் தரக் குடிமக்களோ என்னும் தாழ்வு மனப்பான்மை வரத் தொடங்கியது. முளையிலேயே கிள்ளாவிட்டால் இந்த உணர்வு விஷ விருட்சமாகிவிடும் என்று ஜெஃப் உணர்ந்தார். அவர்களிடம் அடிக்கடி போய்ப் பேசி ஊக்க மருந்து தந்தார். 'நம் பிசினஸுக்கு ஆதாரம் கஸ்டமர்கள். அவர்கள் அமேசானை எப்படி எடை போடுகிறார்கள்? நம் வெப்சைட், புத்தகங்கள் எப்படி வந்து சேருகின்றன, என்னும் இரு அம்சங்களின் அடிப்படையில். வெப்சைட்டால் திருப்தி தருவது கம்ப்யூட்டர் நிபுணர்கள். புத்தகம் போய்ச் சேரும் விதம் உங்கள் கையில் இருக்கிறது. ஆகவே, அமேசான் வளர்ச்சிக்கு நீங்கள் இருவருமே சமமான பங்களிப்பவர்கள்.'

மகுடிப் பேச்சு, மயக்கும் பேச்சு, உற்சாகப் பேச்சு, உத்வேகப் பேச்சு. யார் கவிழாமல் இருக்கமுடியும்? ஜெப் கனவுகளை நனவாக்க அவரைப் போலவே வெறியோடு உழைத்தார்கள். இப்படை தோற்கின் எப்படை ஜெயிக்கும்?

13

ஜெஃப் ஆளுமை

ஒரு தலைவர் எப்படி இருக்கவேண்டும்?

- பிரமாண்டமாகக் கனவுகள் காணவேண்டும்.
- எட்டவேண்டிய இலக்கு, போகும் பாதை ஆகியவற்றில் தெள்ளத் தெளிவாக இருக்கவேண்டும்.
- துணிச்சலாக முடிவெடுக்கவேண்டும்.
- தோல்விகள் வரும்போது நிமிர்ந்து நிற்கவேண்டும்; துவளும் தொண்டர்களைத் தூக்கி நிறுத்தவேண்டும்.

ஜெஃப் அப்படிப்பட்ட அற்புத ஆளுமை.

இத்தகைய தலைவர்கள் பொதுஜன அளவுகோல்களுக்குக் கட்டுப் படமாட்டார்கள். இதனால், இவர்களைப் பற்றிய மதிப்பீடு மிகைப் படுத்தப்பட்டதாக இருக்கும். ஒரு சாரார் இவர்களை சூப்பர் ஹீரோக்களாக ஆராதிப்பார்கள்; இன்னொரு குழுவோ, வில்லாதி வில்லன்களாகப் புழுதிவாரித் தூற்றும்.

உலகத்தில் எந்த கம்பெனியை வேண்டுமானாலும் எடுத்துக் கொள்ளுங்கள். அவர்களின் குறிக்கோள் லாபம் பார்ப்பதுதான். இதற்காக அவர்கள் தேர்ந்தெடுக்கும் பாதை மாறுபடலாம். வால்மார்ட் வழி, குறைந்த விலை. ஆப்பிள் வாடிக்கையாளர் களுக்குச் சுகானுபவம் தந்து ஆனந்த அதிர்ச்சியில் ஆழ்த்தும் தயாரிப்புகள் தரும். லாபத்தை அதிகமாக்க சாம் வால்ட்டனும்,

ஸ்டீவ் ஜாப்ஸும் தேர்ந்தெடுத்த மார்க்கெட்டிங் யுக்திகள் இவை. இதில் ஜெஃப் முழுவதுமாக வித்தியாசப்படுகிறார்.

ஜெஃபுக்கு கஸ்டமர் சர்வீஸ் வெறும் பயணிக்கும் பாதையல்ல, போய்ச் சேரும் இலக்கே அதுதான். நஷ்டம் வரும் என்று சக உயர் அதிகாரிகள் சிவப்பு விளக்குக் காட்டினாலும், பொருட்களின் விலையைக் கூட்டமாட்டார்; சர்வீஸை மேம்படுத்தும் நவீனத் தொழில் நுட்பங்கள், கருவிகள், மென்பொருட்கள் ஆகியவற்றில் கோடிக் கோடியாக முதலீடு செய்வார். கஸ்டமர் சர்வீஸ் முன்னே, லாபம் தானாய் வரும் பின்னே என்பது அவருடைய அசைக்க முடியாத நம்பிக்கை. இந்த நம்பிக்கை தொடர்ந்து பலித்துவருவது, ஜெஃபின் தொலைநோக்குப் பார்வைக்குக் கிடைத்திருக்கும் அத்தாட்சி.

வாடிக்கையாளர்களுக்குச் சுகானுபவம் தருவதற்காக ஜெஃப் அமேசான் பணியாளர்களை இரவு பகல் பாராமல் உழைக்க வைப்பார், கசக்கிப் பிழிவார். அவர் எதிர்பார்ப்புகள் மிகப் பெரியவை. இவற்றுக்கு ஈடு கொடுக்காத ஊழியர்களை வார்த்தை களால் விளாசுவார். இதனால், ஊழியர்கள் மத்தியில் ஜெஃப் பற்றி இரண்டு வகையான தீவிர அபிப்பிராயங்கள் உள்ளன.

‘எங்கள் திறமைகளின் விசாலத்தையும் வீரியத்தையும் அமேசானில் பணியாற்ற வந்தபிறகுதான் நாங்கள் தெரிந்துகொண்டோம். இங்கே நாங்கள் புதிதாய்ப் பிறந்தோம். அலுவலகத்திலும் சொந்த வாழ்க்கையிலும், நாங்கள் தொட்டிருக்கும் அத்தனை சாதனை களுக்கும் ஒரே காரணம் அமேசான்தான்’ என்று நன்றியோடு, பாசத்தோடு சத்தியம் செய்பவர்கள் ஆயிரம், ஆயிரம். அதே சமயம், இந்தக் கொள்கைகள் ஊழியர்களின் சுதந்தர உணர்வுகளை ஒடுக்கி, அவர்களை மூச்சுவிட முடியாமல் திணற அடிக்கும் இரும்புக் கவசங்கள் என்று மனம் வெதும்புபவர்களும் பல்லாயிரம்.

அமேசான் மேல் புழுதிவாரித் தூற்றுபவர்களில், ஏராளமானவர்கள், ‘சித்திரவதைகள்’ தாங்காமல், நீயும் ஆச்சு, உன் வேலையும் ஆச்சு என்று இரண்டு வருடங்கள் கூடத் தாக்குப் பிடிக்கமுடியாமல் ஓடிப் போனவர்கள். இவர்கள் சொல்லும் முக்கிய காரணங்கள் - குறைந்த சம்பளம், இடுப்பொடியும் வேலை, அடிப்படை வசதிகள்கூடத் தர மறுக்கும் ஜெஃப் கஞ்சத்தனம். ஊழியர்கள் கண்ணோட்டத்திலிருந்து பார்த்தால் இவை அத்தனையும் நிஜம்.

ஜெஃப் பிசாசாக உழைக்கிறார். அதே சமயம், தன் ஊழியர் களிடமும் இந்த உழைப்பை எதிர்பார்க்கிறார். வேலை இருந்தால், விடுமுறை நாட்களான சனி, ஞாயிறு அன்றும் ஊழியர்கள்

வரவேண்டும் என்பது எழுதப்படாத சட்டம். இதற்கு ஓவர்டைம் கிடையாது. அவர்களுக்கு பஸ் வசதியாவது செய்து தரலாமே என்று ஒரு மேனேஜர் ஆலோசனை சொன்னார். ஜெஃப் தந்த பதில், 'பஸ் இருந்தால், அது புறப்படும் நேரத்துக்கு எல்லோரும் கிளம்ப வேண்டிய கட்டாயம். சொந்த காரில் வந்தால், நேரம் அவர்களுக்கு அடிமை.'

மனிதாபிமானமற்ற இந்தச் செயல்பாட்டைப் பலர் எதிர்த்த போதும்,ஜெஃப் சொன்னபடி நடந்தவர்கள் பல்லாயிரம். உதாரணமாக, கிறிஸ்டோஃபர் ஸ்மித் என்னும் 23 வயது இளைஞர் சரக்குக் கிடங்கில் வேலை பார்த்தார். அதிகாலை 4.300 மணிக்கு வேலைக்கு வருவார். வீடு திரும்பும்போது இரவு மணி பன்னிரெண்டைத் தாண்டியிருக்கும். இப்படி ஒரு நாள் அல்ல, சுமார் 14 வருடங்கள். கனத்த நெஞ்சோடு அமேசானுக்குக் குட்பை சொன்னார்.

பல நூறு கோடிகளுக்கு அதிபதியாகிவிட்டபோதும், ஜெஃப்க்கு உலகறிந்த சிக்கன புத்தி (கஞ்சத்தனம்). அவருக்கு ஒரு மேஜை தேவைப்பட்டது. ஒரு பழைய கதவை வாங்கச் சொன்னார், மேஜையாக்கினார். இன்னும் நான்கு உயர்மட்ட அதிகாரிகளுக்கும் பூர்வஜென்மக் கதவுகள்தாம் மேஜைகளாயின. அமேசான் ஆபீசில் ஒரு மேஜை, நாற்காலி, பீரோ, ஷெல்ஃப் கூட புதிதாகக் கடையில் வாங்கினவையல்ல; காயலான் கடைகளிலோ ஏலக் கடைகளிலோ வாங்கி பாலிஷ் போடப்பட்டவை. யாரோ விமரிசித்தபோது, ஜெஃப் சொன்ன வைர வார்த்தைகள், 'நம் கம்பெனியில் ஃபர்னிச்சர் எப்படி இருக்கிறது என்று கஸ்டமருக்குக் கவலை கிடையாது. பணத்தை நம் வசதிகளுக்காகச் செலவழிக்கக்கூடாது. கஸ்டமர்களுக்குப் பலன் தருவதற்குச் செலவழிக்க வேண்டும். இல்லாவிட்டால், நம் சொத்து முழுக்கக் காணாமல் போய்விடும். பல கம்பெனிகளுக்கு இது நடந்திருக்கிறது.'

அமெரிக்காவின் பிரபல நியூயார்க் டைம்ஸ் நாளிதழ், மனம் காயப்பட்ட அமேசான் முன்னாள் ஊழியர்கள் பலரைப் பேட்டி கண்டு ஆகஸ்ட் 15, 2015 அன்று Inside Amazon: Wrestling Big Ideas in a Bruising Workplace (அமேசானின் உள்ளே - காயப்படுத்தும் பணியிடத்தில் மாபெரும் சிந்தனைகளுடன் நடக்கும் குஸ்தி) என்னும் தலைப்பில் ஒரு கட்டுரை வெளியிட்டது. இதில் அமோசான் ஊழியர்களின் குமுறல்கள் பதிவாகியிருக்கின்றன. அவற்றைத் தொகுத்துப் பார்க்கலாம்.

அமேசானில் வேலை பார்க்கும் ஒவ்வொரு நாளும் போராட்டம் தான். சுற்றியிருப்பவர்கள் திறமையில் நமக்குச் சமமானவர்கள், அல்லது நம்மைவிட மேலானவர்கள். அவர்களுக்குச் சமமாகப் பணியாற்ற வேண்டுமே என்னும் எந்நேரமும், மன அழுத்தம்; காலையில் ஆபீஸ் வந்தால் எப்போது வீடு திரும்புவோம் என்று தெரியாத வேலைச் சுமை; ஈவு இரக்கம் இல்லாமல் கசக்கிப் பிழிந்து, சின்னத் தவறு செய்தாலும், வார்த்தைகளால் சித்திரவதை செய்யும் உயர் அதிகாரிகள்; இமயமலையையே நகர்த்தினாலும் பாராட்டில் கஞ்சத்தனம் காட்டும் நிர்வாகம்; கூகிள், ஃபேஸ்புக் போன்ற நிறுவனங்கள் இலவசமாகச் சாப்பாடு, பஸ் என்று வசதிகளைக் கொட்டும்போது, சாப்பாட்டுக்குப் பணம் வசூலித்து, பஸ் வசதிகள் தர மறுக்கும் தலைமை - இப்படி நீண்டது பட்டியல்.

இவை அத்தனைக்கும் சிகரமாக, பலர் எனிடைம் ஃபீட்பேக் டூல் என்னும் 'வசதி' மீது தங்கள் எரிச்சலைக் காட்டினார்கள். இதன் மூலம், உங்களுக்கு ஏதாவது சக ஊழியரைப் பிடிக்கவில்லையா? அவர் செய்ததையும், செய்யாததையும், கடுகை மலையாக்கி, அவருடைய மேனேஜருக்கு மொட்டை ஈ மெயில் அனுப்பலாம். விசாரணை, விளக்கங்கள் என்று அவரை ஒருவழியாக்கி விடுவார்கள்.

இவர்கள் அனைவரும் குறிப்பிடும் ஒரு அம்சம் ஜெஃப்பின் முன்கோபம். நேரம் அவருக்குப் பொன்னானது. யாராவது நேரத்தை வீணாக்கினால் கொதித்துவிடுவார். இதற்காக அவர் கடைப்பிடிக்கும் நடைமுறைகள் ஆச்சரியப்பட வைப்பவை. இன்று, சின்னச் சின்ன நிறுவனங்கள்கூட தங்கள் சந்திப்புக் கூட்டங்களில் பவர்பாயிண்ட் என்னும் வழங்குமுறையைப் பயன்படுத்துகின்றன. கம்யூட்டர் மூலமாக, இதை பெரிய திரைகளில் புரொஜெக்ட் செய்து விளக்கிப் பேசுவார்கள். ஜெஃப் தொழில்நுட்பங்களின் வெறித்தனமான உபாசகர். ஆனால், பவர்பாயிண்ட் அவர் வெறுக்கும் எதிரி. ஏன் தெரியுமா? அவரைப் பொறுத்தவரை, பவர்பாயிண்ட் பலர் நேரத்தை வீணாக்கும் உதவாக்கரை வேலை. எனவே, அமேசானின் எந்த மீட்டிங்கிலும் பவர்பாயிண்ட் உபயோகிக்கக்கூடாது. இது ஆலோசனை அல்ல, கட்டளை.

சொல்லவேண்டிய விஷயத்தை ஆறே ஆறு பக்கங்களில் ரத்தினச் சுருக்கமாக டைப் செய்து, மீட்டிங் வரும்முன் எல்லோருக்கும் முன்னாடியே தந்துவிட வேண்டும். அவர்கள் அதைப் படித்து விட்டு வந்து விவாதிக்கவேண்டும். யாராவது வள வள என்று

பேசினால், எரிமலையாக வெடிப்பார். கோபம் வரும். அவர் நெற்றி நரம்புகள் புடைக்கும், முகம் ரத்தச் சிவப்பாகும். எதிரில் நிற்பவரை, அவர் எத்தனை பெரிய அதிகாரியாக இருந்தாலும், வார்த்தைகளால் விளாசிவிடுவார். அப்போது அவர் பயன்படுத்தும் சில வார்த்தைப் பிரயோகங்கள் :

நீங்கள் சொல்வது எனக்குப் புரிகிறது. ஆனால், அது முழுக்க முழுக்கத் தவறு.

இதுதான் உங்கள் ப்ளானா? எனக்கு உங்கள் ப்ளான் பிடிக்கவில்லை.

ஸாரி. நான் இன்று முட்டாளாக இருக்கும் மாத்திரை சாப்பிட மறந்துவிட்டேன்.

என்னையே கேள்வி கேட்கிறீர்களா? நான் தான் அமேசான் சி.இ.ஓ என்று யாரிடம் சர்ட்டிபிகேட் வாங்கிக்கொண்டு வர வேண்டும்?

இதே ஐடியாவை நீங்கள் இன்னொரு முறை சொன்னால், நான் தற்கொலை செய்துகொண்டு விடுவேன்.

நீ ஒரு முட்டாள்.

உன்னை எப்படித்தான் வேலைக்கு எடுத்தோமோ?

எல்லோர் முன்னாடியும், இந்த வார்த்தைத் தாக்குதலைச் சந்திப்பவர் நெஞ்சு ரணமாகும். அவமானத்தால் கூனிக் குறுகுவார். ஜெஃப் இதயமே இல்லாத எந்திரம், ஊழியர்களின் உழைப்பைச் சுரண்டும் முதலாளி என்னும் முடிவுக்கு வருவார்.

இத்தகைய குற்றச்சாட்டுக்களுக்கு ஜெஃப் ஆதரவாளர்கள் முன்வைக்கும் பதில்- ரூஃபஸ்.

யார் இந்த ரூஃபஸ்?

எரிக் பென்சன், சூஸன் பென்சன் ஆகிய தம்பதிகள் ரூஃபஸ் என்னும் நாயை வளர்த்தார்கள். தினமும் அதை வீட்டில் விட்டு விட்டு வரவேண்டும். எப்போது வேலை முடித்து வீடு திரும்புவோம் என்று தெரியாது. ஆகவே நாயை அலுவலகத்துக்கு அழைத்துவர அனுமதி கேட்டார்கள். ஜெஃப் ஒரு நாய்ப் பிரியர், கமலா என்னும் பெயர் கொண்ட நாயை அவர் வளர்த்துவந்தார். (ஜெஃப் மனம் கவர்ந்த ஸ்டார் ட்ரெக் தொலைக்காட்சித் தொடரின் 21வது எபிசோடின் பெயர் 'கமலா.' கதாநாயகியின் பெயர் அது. அவள் தன் காதலனின் மனத்தை அறிந்துகொள்ளும் சக்தி

படைத்தவள். இந்தப் பெயரைத் தன் நாய்க்கு ஜெஃப் வைத்திருந்தார்.) எனவே, பென்சன் தம்பதிகள் கோரிக்கைக்குச் சம்மதம் சொன்னார். கூடுதலாக, கமலாவையும் தன்னோடு அமேசானுக்கு அழைத்துவரத் தொடங்கினார்.

ரூஃபஸூம் கமலாவும், ஆபீசைச் சுற்றி வந்துகொண்டே யிருப்பார்கள், மீட்டிங்குகள் நடக்கும்போது, சூஸன், மாக்கன்ஸி காலடிகளில் உட்கார்ந்திருப்பார்கள். சீக்கிரமே ரூஃபஸ் எல்லோருக்கும் செல்லமாகிவிட்டது. அது ராசியான நாய் என்னும் (மூட) நம்பிக்கை எல்லோர் மனதிலும் வளர்ந்தது. வெப்சைட்டில் புது அம்சம் அறிமுகம், வாடிக்கையாளர்களுக்குச் சலுகைகள், விற்பனை முறைகளில் மாற்றம் ஆகிய முக்கிய முடிவுகள் எடுக்கும்போது, ரூஃபஸின் முன் உள்ளங்காலை எடுத்துக் கம்ப்யூட்டர் கீ போர்ட் மேல் வைத்து அழுத்தி 'ஆசீர்வாதம்' வாங்குவார்கள்.

ரூஃபஸ் அமேசானின் ஒரு முக்கிய அங்கமாகவே மாறிவிட்டது. 'சம்பளம் வாங்காத குட்டி ஊழியர்' என்று எல்லோரும் குறிப்பிட்டார்கள். மே 27, 2009. தன் பதினைந்தாம் வயதில் ரூஃபஸ் பலரையும் சோகத்தில் ஆழ்த்தி, மரணமடைந்தான். ஆனால், அமேசானைப் பொறுத்தவரை, அவன் நிரந்தமானவன். ஏன் தெரியுமா?

- சியாட்டல் தலைமை வளாகத்தில் இருக்கும் அழகு கொஞ்சும் ஒரு பிரம்மாண்டக் கட்டடத்தின் பெயர் ரூஃபஸ் 2.0. செல்ல நாய்க்கு அமேசானின் அஞ்சலி.

- அமேசான் வெப்சைட்டில் ரூஃபஸுக்கு ஒரு முழுப் பக்கம் இருக்கிறது.

- நாய்களுக்கு அமேசான் தனிச் சலுகைகள் தருகிறது. 1,500க்கும் அதிகமானவர்களுக்குத் தங்கள் நாய்களை அலுவலகத்துக்குக் கூட்டிவர அனுமதி தரப்பட்டிருக்கிறது. நூற்றுக்கணக் கானவர்கள் தினமும் நாய் சகிதம் வேலைக்கு வருகிறார்கள்.

- பெரிய கம்பெனிகளின் வரவேற்பறையில் சாதாரணமாக விருந்தினரை வரவேற்க, கண்ணாடிக் குடுவைகளில் சாக்லெட்கள் போட்டு வைத்திருப்பார்கள். அமேசானில் இத்தோடு, நாய் 'விருந்தினர்களுக்காக' ஒரு வாளியில் அவர்கள் சாப்பிடும் எலும்புத் துண்டு வடிவ உணவு வைத்திருக் கிறார்கள். நாய்களை இத்தனை பாசத்தோடு விருந்தோம்பும் ஒரே கம்பெனி அமேசானாகத்தான் இருக்கமுடியும்.

- அமேசான் வளாகத்தில் நாய்கள் தாகம் தணிப்பதற்காகவே தனி நீரூற்றுக்கள் இருக்கின்றன.

நாயிடமே இத்தனை பாசம் காட்டும் ஜெஃப், சக ஊழியர்களை மனிதநேயமின்றி நடத்துகிறார் என்பதை எப்படி நம்பமுடியும் என்று கேட்கிறார்கள் ஜெஃப் ஆதரவாளர்கள்.

இன்னொரு நிகழ்ச்சியையும் அவர்கள் சுட்டிக் காட்டுகிறார்கள். ஜெஃப் அடிக்கடி பேக்கிங் இலாகா போவார். அவரும் மற்றவர் களோடு சேர்ந்து பேக்கிங் செய்வார். ஒரு நாள் பேக்கிங் இலாகாவில் பலர் புதிதாக வேலைக்குச் சேர்ந்திருந்தார்கள். பழையவர்கள் சிலருக்குச் சலிப்பாக இருந்தது. பொழுது போக்கு வதற்காக அங்கே இருந்த ரப்பர் பேண்ட்களை இழுத்து ஒருவர் மேல் ஒருவர் அடித்து விளையாடிக் கொண்டிருந்தார்கள். ஒரே குஷி, கும்மாளம். அறைக்குள் நுழந்தார் ஜெஃப். அவர் யாரென்று தெரியாத ஒரு புதுத் தொழிலாளி ஜெஃப் மேல் ரப்பர் பேண்டை இழுத்துக் குறி வைத்தார். குறி தப்பவில்லை. அவர்மேல் பட்டுக் கீழே விழுந்தது. ஜெஃபை அறிந்தவர்கள் முகங்களில் கலவரம். சேர்மேனைத் 'தாக்கிவிட்டோம்' என்று அடித்த புதியவருக்குப் புரிந்தது. அமேசானில் தன் முதல் நாளே கடைசி நாளாகப் போகிறது என்று முடிவு கட்டிவிட்டார்.

ஜெஃப் குனிந்தார். ரப்பர் பேண்டை எடுத்தார். இழுத்தார். தன்னை அடித்தவர்மேல் குறி வைத்து அடித்தார். ஜெஃப் இடிச் சிரிப்போடு மற்றவர்கள் சிரிப்பும் சேர்ந்து பேக்கிங் இலாகா அதிர்ந்தது. ஜெஃப் சாதாரணமான சேர்மன் அல்ல, தங்களோடு சரி நிகர் சமமாகப் பழகுபவர் என்பது புதியவர்களுக்குப் புரிந்தது. மறுநாளே, ஜெஃப் ஒரு தொலைக்காட்சி நிகழ்ச்சியில் தோன்றினார். அவருடன் அமெரிக்க உதவி ஜனாதிபதி அல் கோர் இருந்தார். இருவரும் நட்பாகப் பழகினார்கள். நிகழ்ச்சி பார்த்த சில தொழிலாளி களுக்குத் தங்களையே நம்ப முடியவில்லை - இந்தப் பிரபலமா குழந்தைபோல் தங்களோடு ரப்பர் பேண்ட் விளையாடியவர்?

அமேசானுக்கு நற்சான்றிதழ் தருபவர்களில், முன் வரிசையில் நிற்கிறார் தமிழர் Kal ராமன். யார் இவர்?

14

Kal ராமன்

Kal ராமன் திருநெல்வேலி மாவட்டத்தில், அம்பாசமுத்திரத்துக்கு அருகே, தாமிரபரணியும், கடநா நதியும் சந்திக்கும் இடத்தில் மன்னார்கோவில் என்னும் சிறிய கிராமத்தில் பிறந்தவர். மொத்த மக்கள் தொகை ஐயாயிரத்தைத் தாண்டாது. இங்குள்ள ஸ்ரீ ராஜகோபாலசாமி கோவில் ஆயிரம் முதல் இரண்டாயிரம் ஆண்டுகள் பாரம்பரியம் கொண்டது. திருமால் பக்தரான குலசேகராழ்வார், இங்கே மூலவர் வடிவில் அரங்கநாதரைக் கண்டதாகவும், இந்தப் புனிதத்தலத்தை விட்டுப் போக மனமில்லாமல், இங்கேயே 30 வருடங்கள் தங்கி இறைவன் திருவடிகளை அடைந்ததாகவும் கூறப்படுகிறது.

பல பத்தாண்டுகளுக்கு முன்னால், மன்னார்கோவிலில் ஸ்ரீநிவாசன் என்பவர் தாசில்தாராக இருந்தார். மனைவி சீதாலட்சுமி, நான்கு குழந்தைகள். மத்திமர் வாழ்க்கை. ஸ்ரீநிவாசன் தன் 45ம் வயதில் அகால மரணமடைந்தார். கல்யாணராமனுக்கு அப்போது வயது 15. குடும்பத்தின் தலைவிதி தலைகீழாக மாறியது. 'அப்பாவின் பென்ஷன் மாதம் 420 ரூபாய். இதில், ஐந்து வயிறுகளை நிறைக்க வேண்டும், நான்கு குழந்தைகளைப் படிக்கவைக்க வேண்டும்.' திணறினார்கள். ஆனால், யாரும் வேலைக்குப் போக வேண்டாம். படிப்பை நிறுத்தவேண்டாம். நான் பார்த்துக்கொள்கிறேன் என்று அம்மா துணிச்சலாக முடிவெடுத்தார். பக்கத்து ஊரான விக்கிரம சிங்கபுரத்திலிருந்த செயின்ட் மேரீஸ் என்னும் உயர்தரமான பள்ளிக்குக் குழந்தைகளை அனுப்பினார். கட்டுப்படியாக வேண்டுமே? வாடகை வீட்டிலிருந்து குடிசைக்கு வந்தார்கள்.

அங்கே, குடிநீர் மின்சார இணைப்புகள் கிடையாது. பொதுக் குழாயில் தண்ணீர் பிடித்துக்கொண்டு வரவேண்டும்.

படிப்பு ஒருவிதத்தில் பசியைத் தீர்த்தது. 'மதிய உணவுத் திட்டம் என ஒன்று இல்லையென்றால் நாங்கள் உயிர் பிழைத்திருப்போமா என்பதுகூடச் சந்தேகம்தான்'. மதிய உணவு முடிந்து எல்லோருடைய தட்டையும் கழுவிக் கொடுத்தால் கூடுதலாக ஒரு சாப்பாடு கொடுப்பார்கள். ராமனும், அண்ணன் மண்கண்டனும் அதை வாங்கி வந்து சகோதரிகளுக்குக் கொடுப்பார்கள். எல்லோரும் தெருவிளக்கின் கீழ் படிப்பார்கள்.

'ஒரு காலகட்டத்தில், அரிசி வாங்குவதற்காக அம்மா குழந்தைகளின் சாப்பாட்டுத் தட்டுக்களையே விற்கவேண்டி வந்தது. குடிசைக்கு வெளியே எல்லாக் குழந்தைகளையும் தன்னைச் சுற்றி உட்கார வைத்துகொண்டு அம்மா (சாப்பாட்டுத் தட்டு இல்லாததால்), கையில் தந்த மோர் சாதத்தின் ருசி வருடக்கணக்காக ராமன் நெஞ்சில் நிற்கிறது.'

அம்மா எட்டாம் வகுப்பு மட்டுமே படித்தவர். ஆனால், எத்தனை சிரமப்பட்டாலும், குழந்தைகளை நன்றாகப் படிக்கவேண்டும் என்பதில் உறுதியாக இருந்தார். கல்யாணராமனின் அண்ணன் மணிகண்டன் பத்தாம் வகுப்பு முடித்தார். அவருக்கு அரசாங்க வேலை தேடுமாறு உறவினர்கள் ஆலோசனை சொன்னார்கள். அம்மா உறுதியாக மறுத்துவிட்டார். அவரைக் கல்லூரிக்கு அனுப்பினார். கல்யாணராமன் பத்தாவது முடித்தார். டைப்ரைட்டிங், ஷார்ட்ஹாண்ட் படிக்குமாறு மறுபடியும் சொந்தக்காரர்கள் உபதேசம். அவற்றைப் படித்தால் குமாஸ்தா வேலைக்குத்தான் போகமுடியும். அம்மா தன் காதுகளை மூடிக்கொண்டார். அவர் பதில், 'எங்களைப் போன்ற ஏழைகளுக்குக் கல்வி மட்டுமே விடிவுகாலம் தரும். என் குழந்தைகள் மிக உயர்ந்த படிப்புப் படிப்பார்கள்.' இதனால்தான், அம்மாவைப் பற்றிப் பேசும்போது, கல்யாணராமனின் கண்கள் பனிக்கின்றன. 'அப்போதும், இப்போதும், எப்போதும் எனக்கு ஹீரோ அம்மாதான்.'

அடிக்கடி, கல்யாணராமன் அம்மாவிடம் சொல்லுவான், 'ஒரு நாள் நான், நீ செலவழிக்க முடியாத அளவுக்குப் பணம் தருவேன்.' அம்மா, அளவில்லாப் பெருமையோடு மகனைக் கட்டி அணைத்துக் கொள்ளுவார். அந்த விநாடிகளில் அந்த வார்த்தைகள் நிஜமாகும் என்று இருவருமே கனவுகூடக் கண்டிருக்க மாட்டார்கள்.

ப்ளஸ் டூ தேர்வு. கல்யாணராமனுக்கு நல்ல மதிப்பெண்கள். பொறியியல், மருத்துவம் ஆகிய இரண்டு படிப்புகளுக்கும்

நுழைவுத் தேர்வு எழுதினான். இரண்டிலும் வெற்றி. எஞ்சினியரிங்குக்கு கிண்டி பொறியியல் கல்லூரியிலும், டாக்டர் படிப்புக்குத் திருநெல்வேலி மருத்துவக் கல்லூரியிலும் இடம் கிடைத்தது. அம்மாவும்,மகனும் கட்டணம் கட்டுவதற்காக மருத்துவக் கல்லூரிக்குப் பஸ்ஸில் போய்க்கொண்டிருந்தார்கள்.

கிராமப் பின்புலத்திலிருந்து, அதுவும் ஏழைக் குடும்பத்திலிருந்து வரும் பையன், அம்மாவைத் தெய்வமாக மதிக்கும், குடும்பத்தை நேசிக்கும் பையன் சாதாரணமாக என்ன செய்வான்? வீட்டுக்குப் பக்கத்திலேயே இருக்கும் கல்லூரியில் படிக்க ஆசைப்படுவான். நினைத்தபோது, மன்னார்கோவில் போய் அம்மா, அண்ணன், தம்பி, தங்கைகளைப் பார்க்கமுடியும். இவன் சாதாரணப் பையன் இல்லையே? முன்னேற்ற வெறி கொண்ட தாயின் மகனல்லவா? அம்மாவிடம் சொன்னான். 'நான் இங்கே டாக்டருக்குப் படித்தால், என் வாழ்க்கை திருநெல்வேலியில் தொடங்கி, திருநெல்வேலியி லேயே முடிந்துவிடும். நான் உலகத்தைப் பார்க்க ஆசைப் படுகிறேன்.' அம்மாவும் இதேமாதிரியான கனவுலகில் சஞ்சரிப்பவர் என்பதால் மகனைப் புரிந்துகொண்டார். அடுத்த நிறுத்தத்தில் பஸ்ஸிலிருந்து இறங்கினார்கள், குடிசைக்குத் திரும்பினார்கள்.

அடுத்த பயணம் சென்னைக்கு. கிண்டி பொறியியல் கல்லூரியில் EEE என்னும் எலெக்ட்ரிக்கல், எலெக்ட்ரானிக்ஸ் எஞ்சினியரிங் பிரிவில் பி. ஈ. சேர்ந்தார். மேல்நிலைப் பள்ளியில் உயர்ந்த மதிப்பெண்கள் வாங்கியிருந்ததால், அரசாங்க ஸ்காலர்ஷிப் கிடைத்தது. கல்லூரி மாணவர் விடுதியில் வாசம், மெஸ்ஸில் சாப்பாடு. மாத மெஸ் பில் 250 ரூபாய். ஏழாம் தேதிக்குள் பில் கட்டாவிட்டால், சாப்பாடு கட். வருடத்தின் ஆறு மாதங்கள் ஸ்காலர்ஷிப் பணம் வரத் தாமதமாகும். மெஸ் பில் கட்ட முடியாது. ஆகவே அங்கு சாப்பாடு கிடைக்காது. கல்லூரி விடுதியில் தங்காத சில மாணவர்கள் தங்கள் வீடுகளிலிருந்து தினமும் வருவார்கள். கையில் மதிய உணவு கொண்டுவருவார்கள். அவர்கள் தயவில் சில நாட்கள் வயிறு நிறையும். பல நாட்கள் பட்டினிதான். இறுதியாண்டின் கடைசித் தேர்வு. அதற்கு முந்தைய இரண்டு நாட்கள் கல்யாணராமன் முழுப் பட்டினி. பரிட்சை எழுதி முடித்ததும், மயங்கி விழுந்துவிட்டார்.

பி.ஈ. படிப்பு முடிந்தது. வழக்கம்போல், சிறந்த மதிப்பெண்கள். காம்பஸ் இன்டர்வியூவில் டாடா கன்சல்ட்டிங் எஞ்சினியர்ஸ் நிறுவனத்தில் வேலை. 'சென்னையில் வேலை வேண்டுமா, மும்பையிலா?' என்று கேட்டார்கள். 'மும்பை' என்று பதில்

சொன்னார். இத்தனைக்கும், அவருக்கு மும்பையில் ஒரு ஜீவனைக்கூடத் தெரியாது.

மும்பையில் தாதர் ரெயில் ஸ்டேஷனில் இறங்கினார். ஹோட்டலில் தங்க ஏது காசு? ரயில்வே ஸ்டேஷனில் குளித்தார். டிரெஸ் மாற்றிக்கொண்டு ஆபீஸ் போனார். காலில் சப்பல். மேனேஜர் பார்த்தார்.

'இதென்ன சப்பல் போட்டுக்கொண்டு ஆபீஸுக்கு வந்திருக்கிறாய்? ஷூ போடாவிட்டால் நாளைக்கு வரக்கூடாது.'

மன்னார்கோவில் குக்கிராம இளைஞனுக்கு ஆங்கிலத்தில் தேர்ந்த அறிவு இருக்கலாம். ஆனால், சரளமாகப் பேச வராதே? பேசினாலும், வார்த்தைகள் ஒருவித முரட்டுத்தனமாக வருமே?

'என்னால் நாளைக்கு ஷூ அணிந்துகொண்டு வர முடியாது.'

மேனேஜர் பையனுக்குத் தலைக்கனம் என்று நினைத்துவிட்டார்.

'என்ன, மரியாதை இல்லாமல் பதில் சொல்கிறாய்?'

கல்யாணராமனுக்குத் தவறு புரிந்தது. பவ்யமாகப் பதில் சொன்னார், 'சார், ஷூ போட்டுக்கொண்டு வரக்கூடாது என்பது என் விருப்பமல்ல. ஷூ வாங்க என்னிடம் பணமில்லை. முதல் மாதச் சம்பளம் வாங்கின பிறகுதான் என்னால் வாங்க முடியும். அதுவரை, சப்பல் அணிந்துகொண்டு வர எனக்கு அனுமதி தாருங்கள். தயவுசெய்து, இதற்காக, என்னை வேலையைவிட்டு நீக்கிவிடாதீர்கள். எனக்கும், என் குடும்பத்துக்கும் இந்த வேலை அவசியம் தேவை.'

மேனேஜர் புரிந்துகொண்டார். கேட்டார், 'நீ எங்கே தங்கியிருக்கிறாய்?'

'தாதர் ரெயில்வே ஸ்டேஷனில்.'

மனிதநேயம் கொண்ட மேனேஜர் அதிர்ந்து போனார். ஸ்பெஷல் சலுகையாக, கல்யாணராமனுக்கு ஒரு மாதச் சம்பளம் 2800 ரூபாயை அட்வான்சாகக் கொடுத்தார். நம்ம ஆள் செய்த முதல் செலவு, ஷூ வாங்கினார். இரண்டாம் செலவு, அம்மாவுக்கு 1,500 ரூபாய் மணியார்டர் அனுப்பினார். அம்மா மனசு முழுக்கச் சந்தோஷம்!

சில மாதங்களில் கல்யாணராமனைப் பெங்களூருவுக்கு இடமாற்றம் செய்தார்கள். அங்கே, முதல் முறையாக கம்ப்யூட்டர் புரோகிராமிங் செய்யும் வாய்ப்புக் கிடைத்தது. ஏனோ, காரணம்

தெரியாமலே, அவருக்கு, புரோகிராமிங் மிகவும் பிடித்துப் போனது. இதற்கு வாய்ப்பு தரும் டாடா கன்சல்ட்டன்சி சர்வீசஸ் நிறுவனத்துக்கு வேலை மாறினார். அவர்கள் ஒரு புராஜெக்டுக்காக இங்கிலாந்துக்கு அனுப்பினார்கள்.

மனம் எப்போதும் வானவில்லைத் தேடிக்கொண்டேயிருந்தது. அமெரிக்காதான் கனவு காண்பவர்களின் சொர்க்கபுரி என்று தெரிந்தது. வால்மார்ட் நிறுவனத்தில் டேட்டா என்ட்ரி ஆபரேட்டர் என்னும் தாழ்வுநிலை வேலைக்குச் சேர்ந்தார். ஜொலித்தார். திறமை மேலதிகாரிகளைக் கவர்ந்தது. இரண்டே வருடங்களில், டைரக்டர் ஆஃப் டெக்னாலஜியாக பதவி உயர்வு பெற்றார். அடுத்த ஆறு வருடங்கள் வால்மார்ட்டின் சர்வதேசப் பிரிவின் தகவல் துறைத் தலைவரானார். கல்யாணராமன் என்னும் முழுப் பெயர் வாயில் நுழையாத சகாக்கள் 'கல் ராமன்' எனப் பெயரைச் சுருக்கியது இங்கேதான்.

கடலில் சங்கமிக்க விரும்பும் நதி தேங்கிக் கிடக்கும் குளத்தில் கலக்காது. ஓடிக்கொண்டேயிருக்கும். முன்னேறத் துடிக்கும் மனிதர்களும், ஒரே வேலையில் நெடுநாட்கள் இருக்கமாட்டார்கள். தணியாத தாகத்தோடு, தேடலோடு வேலை மாறுவார்கள். ராமனும் இப்படித்தான்.

1998 காலகட்டத்தில், ஜெஃப், பல ஆன்லைன் நிறுவனங்களில் துணிகர முதலீடு செய்துகொண்டிருந்தார் - Drugstore.com, Pets.com, Gear.com, Wineshopper.com, Greenlight.com, Homegrocer.com, Kozmo.com. இவற்றுள் ஆன்லைனில் மருந்துகள் விற்கும் Drugstore.com இல் மூன்றில் ஒரு பங்கு முதலீடு. 1998 - இல் ராமன் முக்கிய தகவல் அதிகாரியாக சேர்ந்தார். மூன்றே வருடங்களில் சி.இ.ஓ. ஆனார்.

ராமன் மிகக் கண்டிப்பான மேலதிகாரி. ஒரு வேலையை ஏற்றுக் கொண்டால், முடியாது என்பதே இவர் அகராதியில் கிடையாது. கீழே வேலை பார்ப்பவர்களை விரட்டுவார், வார்த்தைகளால் விளாசுவார். ஆனால், வேலை கனக்கச்சிதமாக முடியும். கல் ராமன் விரைவிலேயே ஜெஃப் மனம் கவர்ந்தார். அவரை அமேசானில் சேர்த்துக்கொள்ள முடிவு செய்தார்.

ஜூலை 29, 2004. கல் ராமனுக்கு அப்பாயிண்ட்மெண்ட் ஆர்டர் அனுப்பினார்கள். சீனியர் வைஸ் பிரசிடெண்ட் வேலை. வருடச் சம்பளம் 1,25,000 டாலர்கள்; இரண்டு வருடங்களில் காசாக்கிக் கொள்ளும் பங்குகள் 8,00,000 டாலர்கள். அதாவது இரண்டு

வருடங்களில் மொத்தம் 10,50,000 டாலர்கள் சம்பளம். மிகப் பெரிய ஊதியம். ராமன் அமேசானில் சேர்ந்தார். சரியான ஜோடி என்று எல்லோரும் சொல்லுமளவு ராமனுக்கும் ஜெஃபுக்கும் மனப் பொருத்தம். நாளைக்குத் தேவையானதை நேற்றே கேட்கும் சி.இ.ஓ, அதை முந்தா நாளே ரெடியாக்கிவைக்கும் சீனியர் வைஸ் பிரசிடென்ட்.

கம்ப்யூட்டர் யுகத்தில் ஒரு கம்பெனியின் முக்கிய பலம் எது? அது சேகரிக்கும் தகவல்கள், அந்தத் தகவல்களைப் பயன்படுத்தத் தெரிந்த தொழில்நுட்ப வல்லுநர்கள் இரண்டும்தான். அமேசானில் தினமும் பல லட்சம் பேர் புத்தகங்கள் வாங்கிக்கொண்டிருந்தார்கள். இவர்களைப் பற்றிய விவரங்கள் விநாடிக்கு விநாடி, அமேசானின் கம்ப்யூட்டர்களில் பதிவாகிக் கொண்டிருந்தன. இந்தத் தகவல்களை ஒரு சுரங்கமாகக் கற்பனை செய்துகொள்ளுங்கள்.

தங்கம், வெள்ளி, செம்பு, இரும்பு ஆகிய உலோகங்கள் சுரங்கங்களில் தாதுப்பொருட்களாக இருக்கின்றன. தாதுப் பொருட்கள் என்றால் உலோகமும், மண், கழிவு ஆகியனவும் அடங்கும். மண், கழிவு ஆகியவற்றை நீக்கினால் உலோகம் கிடைக்கும். இதேபோல், கம்ப்யூட்டர்களில் சேமிக்கப் பட்டிருக்கும் எக்கச்சக்க விவரங்களிலிருந்து, வேண்டாதவற்றை நீக்கினால், நம் பிசினஸுக்கு உபயோகமான தங்கமான தகவல்கள் கிடைக்கும். இந்தத் தொழில்நுட்பத்தை, தகவல் சுரங்கத் தொழில் (டாட்டா மைனிங்)என்று சொல்கிறோம். இதைச் செய்து முடிக்க, அபாரத் தொழில்நுட்ப அறிவு, இரவு பகல் பாராத கடும் உழைப்பு, அளவில்லா அர்ப்பணிப்பு, குறித்த குறுகிய காலத்துக்குள் பணியை முடிக்கும் வெறி, தன் அணியினரிடமும் இந்த வெறியைத் தொற்றவைக்கும் அபாரத் தலைமைக் குணம் ஆகியவை வேண்டும்.

கல் ராமனிடம் இவை அத்தனையும் இருந்தன. குடிசையிலிருந்து கோபுர உச்சிக்கு வந்தவர் அவர். இந்தப் பாதையின் ஒவ்வொரு அடியும் பசியையும் தூக்கத்தையும் இழந்து அவர் எடுத்து வைத்தவை. ஒரு காரியத்தை முடிக்கவேண்டும் என்று நினைத்து விட்டால், உச்சிமீது வானிடிந்து வீழுகின்றபோதிலும், தனி மனிதனாக எதிர்கொண்டு எதிர்மோதும், வெல்லும் மனிதர். தகவல் சுரங்கப் பணியை மிகக் குறுகிய காலத்தில் அமேசானில் செய்து முடித்தார். இதனால், ஊழியர்களின் விரல்நுனியில் கிடைத்த விவரங்கள் இவை.

- ஒவ்வொரு கஸ்டமரின் பின்புல விவரங்கள் - விலாசம், படிப்பு, வருமானம் ஆகியவை.

- அவர் இதுவரை என்னென்ன புத்தகங்கள் வாங்கியிருக்கிறார்?
- அவர் ரசனைகள்
- புத்தகங்களின் பட்டியல், ஒவ்வொரு புத்தகத்திலும், சரக்குக் கிடங்கில் இருக்கும் ஸ்டாக்
- ஒவ்வொரு புத்தகத்துக்கும், போட்டியாளர்களின் விலைகள்

இவற்றை அடிப்படையாக வைத்துஜெஃப் தலைமையில் அமேசான், போட்டியாளர்கள் அத்தனை பேரையும் மிரளவைக்கும் வியூகங்களை வகுக்க முடிந்தது. இந்த மாடமாளிகையைத் தாங்கும் தூண்கள், தகவல்கள். இந்தத் தூண்களை நிறுவியவர் கல் ராமன். இதனால்தான் இரண்டு வருடங்கள் மட்டுமே அமேசானில் பணியாற்றினாலும், கம்பெனி வரலாற்றில் கல் ராமன் பெயர் கல்வெட்டுக்களால் பொறிக்கப்பட்டிருக்கிறது.

ராமன் அமேசான் தன் சொந்த கம்பெனி போலவே நடந்து கொண்டார். அவர் வெறுத்த விஷயங்கள் சில உண்டு - சோம்பேறித்தனம், செய்யும் வேலையில் காட்டும் அரை குறைத்தனம். பொறுத்துக்கொள்ளவே முடியாமல், அவர்களிடம் காட்டுக் கூச்சல் போடுவார். அவர்கீழ் வேலை பார்த்த டயனே லியே என்னும் பெண்மணி சொன்னார். 'ஏதாவது புத்தகம் ஸ்டாக்கில் இல்லாவிட்டாலோ, அமேசானின் விலையைவிட ஏதேனும் ஒரு போட்டியாளரின் விலை குறைவாக இருந்தாலோ, அவர்களை கல் ராமன் துரத்திப் பிடித்துக் கொன்றே போட்டு விடுவார்.'

தன் கீழ் வேலை பார்ப்பவர்களிடம் மட்டுமல்ல, தன் சக வைஸ் பிரசிடென்ட்களிடமும் ராமன் இப்படித்தான். டியாகோ பியசென்ட்டினி என்பவர் அமேசான் அகில உலகச் சில்லறை வியாபார சீனியர் வைஸ் பிரசிடென்ட்டாக இருந்தார். இருவருக்கும் வேலை தொடர்பாக அடிக்கடி வாக்குவாதங்கள் வரும். ஒரு நாள் இருவருக்கும் இந்த வார்த்தைச் சண்டை முற்றி, அடிதடியாகும் நிலை. சிலர் தடுத்ததால், இரு வைஸ் பிரசிடென்ட் சிங்கங்களும், அசிங்கங்களாகும் நிலை தவிர்க்கப்பட்டது.

ராமன் அமேசானில் இரண்டு வருடங்கள் மட்டுமே வேலை பார்த்தார். 2006 ல் அமேசானை விட்டார். Global Scholar, eBay, Groupon, Xome போன்ற பிரபல நிறுவனங்களில் தலைமைப் பதவி வகித்தார். பிப்ருவரி 2016 முதல் சாம்சங் கம்பெனியில் சீஃப் டிஜிட்டல் ஆபிசராக இருக்கிறார்.

ஆகஸ்ட் 15, 2015. அமெரிக்காவின் பிரபல நியூ யார்க் டைம்ஸ் நாளிதழ், அமேசானின் 'சித்திரவதைகள்' தாங்காமல், வேலையை விட்டுப்போன பலரைப் பேட்டி கண்டு கட்டுரை வெளியிட்டது குறித்து முன்பு பார்த்தோம். வேலையைவிட்டு 9 வருடங்கள் வேறு திசையில் பயணித்தபோதும், அமேசான்மீது சிலர் சேற்றை வாரியிறைக்க முயலும்போது, தொப்புள்கொடி உறவை மறக்காமல் வெகுண்டெழுந்து வந்தார் ராமன்.

அமேசானுக்கு எதிரான கருத்துகளை ராமனால் ஏற்றுக்கொள்ள முடியவில்லை. உடனே நியூ யார்க் டைம்ஸுக்குப் பதில் எழுதினார்.

> அமேசானின் முன்னாள் ஊழியன் என்ற முறையில் நீங்கள் வெளியிட்ட கட்டுரை எனக்கு வேடிக்கையும் ஏமாற்றமும் தருவதாகவும் இருக்கிறது. ஏன் வேடிக்கை? நீங்கள் விவரிக்கும் நிகழ்ச்சிகள் தொலைக்காட்சி சீரியலுக்கும் சினிமாவுக்கும் ஏற்றவை, கற்பனையானவை. ஏன் ஏமாற்றம்? அந்த நிகழ்ச்சிகளுக்கும் உண்மைக்கும் வெகு தூரம்.
>
> அமேசான் கஸ்டமர்கள் சேவை, முதலீட்டாளர்கள் நலம் ஆகியவற்றில் வெறித்தனமாகக் கவனம் செலுத்துகிறதா? சந்தேகமேயில்லாமல், பதில், 'ஆமாம்.'
>
> கஸ்டமர் சேவை, முதலீட்டாளர்கள் நலம் ஆகியவற்றுக்கு அடிப்படைக் காரணகர்த்தாக்களான ஊழியர்களிடம் ஈவு, இரக்கம், நேர்மை எதுவும் காட்டாத இதயமற்ற சர்வாதிகாரியாக நடந்துகொள்கிறதா? சந்தேகமேயில்லாமல், பதில், 'இல்லை.'
>
> நான், தொழில்நுட்பத் துறையின் மிக மிகத் திறமையான, மனித நேயம் கொண்ட மேன்மையானவர்களுடன் அமேசானில் பணி புரிந்திருக்கிறேன். அவர்கள் அத்தனை பேரையும், 'மாமனிதர்கள்' என்று வருங்காலம் சொல்லும். பெஸோஸின் தொலைநோக்குப் பார்வையும் எடுத்தவை அனைத்தையும் கச்சிதமாகச் செய்துமுடிக்க எடுக்கும் தளராத முயற்சிகளும்தாம் இந்த மாமனிதர்களைத் தோளோடு தோள் கொடுத்து உழைக்க வைக்கின்றன. தங்கள் தனித்துவத்தையும், ஆளுமையையும் கொஞ்சம்கூட இழக்காமல், கஸ்டமர் சேவையை மேம்படுத்தும் ஒரே குறிக்கோளோடு தங்கள் தனித்துவத்தை இழக்காமல் இவர்கள் ஒவ்வொரு நாளும் செயல் புரிந்து வருகிறார்கள்.

20 வருடங்களாக, வெவ்வேறு மொழிகள், கலாசாரங்கள் கொண்ட நாடுகளில் தொடர்ந்து வாடிக்கையாளர்களை அமேசான் மகிழ்வித்து வருகிறது. ஊழியர்களிடம் காட்டும் அக்கறைதான் இதன் மூலக்காரணம்.

ஊடகங்களின் பூங்கொத்துகளையும் பொதுஜனக் கைதட்டல் களையும் தேடி அமேசானில் நாங்கள் எதையும் செய்வ தில்லை. இவை மாயை. கண்களுக்கு எதிர்ப்படாத இருவருக்காகத்தான் உயிரைக் கொடுத்து உழைப்போம். ஒருவர் கஸ்டமர், இன்னொருவர் ஷேர் ஹோல்டர். இவை நிஜம். ஏனென்றால், நாளடைவில், நிஜம்தான் மாயையை ஜெயிக்கும் என்று பெஸோஸ் நம்புகிறார். எதை விதைக் கிறோமோ அதைத்தான் நாம் அறுவடை செய்வோம்.

நான் அமேசானில் ஏராளம் கற்றுக்கொண்டிருக்கிறேன், ஏராளம் நண்பர்களையும், வழிகாட்டிகளையும் சம்பாதித்திருக் கிறேன். வேலை பார்ப்பதற்கும், பொருட்களை வாங்குவ தற்கும், மிகச் சிறந்த இடமாக, அமேசானை எப்போதும் சிபாரிசு செய்வேன்.

தனித்துவமான பிசினஸ் ஐடியாவைக் கண்டுபிடித்து, வாடிக்கையாளர்களுக்குச் சுகானுபவமும், முதலீட்டாளர் களுக்கு ஆதாயமும் தொடர்ந்து தந்து, இந்த உழைப்பை அணு அணுவாக ரசிப்பதைச் சாதிக்க, பெஸோஸ் போன்ற ஒரு சிலரே உலகத்தில் உண்டு.

அரசு நிர்வாகம், கான்சர் ஆராய்ச்சி, வறுமை ஒழிப்பு, கல்வி போன்ற துறைகளிலும் ஏராளமான பெஸோஸ்களும் அமேசான்களும் தோன்றவேண்டும் என்று ஆண்டவனை வேண்டிக்கொள்கிறேன்.

- அமேசோனியன் என்பதில் பெருமைப்படும்

கல் ராமன்

கல் ராமன் ஒரு வித்தியாச மனிதர், அற்புத மனிதர்.

அமேசான் வரலாற்றில் கல் ராமனுக்கு நிரந்தர இடம் உண்டு. அவர் பெயரைச் சொன்னதும், அவரோடு பணியாற்றிய ஊழியர்கள் நினைவுக்கு வரும் சில விஷயங்கள் அவர் நிறுவி, இன்றும் நிலுவையில் இருக்கும் தகவல் சுரங்க நடைமுறைகள். பிறகு அவர் அறிவுக்கூர்மை, கடும் உழைப்பு, அமேசானைத் தன் சொந்த

பிசினஸாக நினைத்த அர்ப்பணிப்பு, பணியாட்களின் முழு உழைப்பையும் பயன்படுத்தும் ஆளுமை, சத்தியக் கோபம். இவை தவிர, அமேசான் வரலாற்றில் இதுவரை யாருமே செய்யாத ஒரு காரியத்தைச் செய்திருக்கிறார். தமிழ்நாட்டு ஸ்டைலில் ராமன் வெற்றிலை போட்டுத் துப்புவார். இதைப் பார்க்கவே வெளிநாட்டுக்காரர்களுக்கு விசித்திரமாக இருந்தது. ரஜினி சிகரெட்டைத் தூக்கிப் போடுவதுபோல் வெற்றிலை போட்டுத் துப்புவது அமேசானில் ராமன் ஸ்டைல் டிரேட்மார்க்.

இரண்டு வருடம் வேலை பார்த்த அமேசானிடமே இத்தனை ஒட்டும் உறவும் வைத்திருந்த ராமன் தன் பிறந்த மண் மன்னார்கோவிலுக்கு ஏதாவது செய்யாமல் இருப்பாரா? ஸ்ரீ ராஜகோபாலஸ்வாமி கோவிலுக்குக் கும்பாபிஷேகம் நடத்தினார். மனார்கோவிலையும், அதைச் சுற்றி இருக்கும் கிராமங்களின் 3000க்கும் அதிகமான குழந்தைகளின் மொத்தப் படிப்புச் செலவையும் ஏற்றுக்கொண்டிருக்கிறார்.

15

நாளொரு தோற்றம், பொழுதொரு மாற்றம்

கல் ராமன் போன்றவர்களின் திறமை, கடின உழைப்பு, அர்ப்பணிப்பு ஆகியவை துணையாக இருந்திருக்காவிட்டால் ஜெஃப் தன் பிரம்மாண்டக் கனவுகளை நனவாக்கியிருக்க முடியுமா? விடை தேடும் வினா இது.

குழந்தைகள் வளர்ச்சி எப்படி இருக்கும்? நீந்துவார்கள், தவழு வார்கள், தப்படி எடுத்துவைப்பார்கள், நடப்பார்கள், ஓடுவார்கள். அமேசான் ஒரு ஜுராஸிக் பேபி. தப்படி எடுத்துவைக்கும்போதே ஜெஃப் மாரத்தான் ஓடத் திட்டம் போடுவார். ஓடியும் காட்டுவார். அமேசானின் வீரிய வளர்ச்சிக்கு ஜெஃப் கடைப்பிடித்த யுக்திகள் மூன்று:

1. அமெரிக்கா தாண்டிய பிற நாடுகளில் கால் பதித்தல்
2. அமேசான் பிசினஸோடு ஒத்துப்போகும் கம்பெனிகளை வாங்குதல்
3. எல்லார்க்கும் எல்லாமும் தர வேண்டும் என்னும் குறிக்கோளோடு, விற்பனைப் பொருட்களின் வரிசையை விரிவாக்குதல்
4. நாளொரு தோற்றம், பொழுதொரு மாற்றம் என வாடிக்கையாளர்களுக்கு இன்ப அதிர்ச்சி தருதல்

அமெரிக்காவில் கால் பதித்தவுடனேயே அமேசான் தொடங்கிய நான்கே வருடங்களில் 1998ல் ஆரம்பமாகிவிட்டன இந்த சிக்ஸ் பேக் சமாசாரங்கள்.

பூகோள விரிவாக்கம்

1998. அகில உலக கம்பெனியாகும் திட்டத்தின் முதற்படியாக, ஜெஃப் காலடி எடுத்துவைக்கத் தீர்மானித்த இடம் ஐரோப்பா. குறிப்பாக, ஜெர்மனி. ஜெஃப் சாதாரணமான கம்பெனியுடனா கை கோர்ப்பார்? அவர் தேர்வு, Bertelsmann AG. *1835* - இல் தொடங்கப்பட்ட, வெற்றிப் பாரம்பரியம் கொண்ட நிறுவனம். புத்தக விற்பனை, பத்திரிகைகள், தொலைக்காட்சி சானல், ரேடியோ ஆகிய பல்வேறு ஊடகத் துறைகளில் கொடிகட்டிப் பறந்துகொண்டிருந்தது. ஜெஃப், Bertelsmann சி.இ.ஓ. மிடில்ஹாஃப், இருவரும் நான்கு முறை சந்தித்துப் பேசினார்கள். சேர்ந்து, சம முதலீடு செய்யும் கம்பெனி தொடங்கும் திட்டம்.

பூர்வாங்கப் பேச்சு வார்த்தைகள் முடிந்தன. ஏனோ இது ஒர்க் அவுட் ஆகாது என்று ஜெஃப் மனக்குறளி சொன்னது. அவர் தன்னிச்சை யாக கம்பெனி நடத்த விரும்புபவர். தனக்கு ஒரு வழி சரியென்று முடிவெடுத்துவிட்டால், முரட்டுப் பிடிவாதமாக இருப்பார். யார் இடையூறாக நிற்பதையும் வெறுப்பார். அமேசானைவிடப் பலமடங்கு பெரிய கம்பெனியுடன் கூட்டுச் சேர்ந்தால், பிரச்னை தான் என்பதை உணர்ந்தார். விலகிக் கொண்டார்.

டெலிபுக் என்னும் ஜெர்மன் கம்பெனியை வாங்கினார். ஜெர்மன் அமேசான் என்று பெயர் மாற்றம்.

ஜெஃப் அடுத்த குறி இங்கிலாந்து. புக்பேஜஸ் என்னும் இணையத்தளப் புத்தக விற்பனைக் கம்பெனி கை வசம். அமேசான் இங்கிலாந்து பிறந்தது. *2000*ம் ஆண்டு பிரான்சில் amazon.co.fr, ஜப்பானில் amazon.co.jp. ஒவ்வொரு நாட்டிலும், பல சரக்குக் கிடங்குகள். ஜெஃப் என்னதான் மேஜிக் செய்வாரோ? அத்தனை நாடுகளிலும், ஓரிரு வருடங்களில், நம்பர் *1* இணையத்தள வியாபாரி அமேசான்!

பிற ஐரோப்பிய நாடுகளிலும் அமேசான் சிறகு விரிக்கத் திட்ட மிட்டார்கள். அத்தனை விரிவாக்கத்துக்குக் கையில் பணமில்லை. இதனால், நவீன யுக்தி கண்டார்கள். அப்போதைய இணையத்தளத் தனிக்காட்டு ராஜாவாக இருந்த யாஹூவுடன் ஒப்பந்தம் போட்டார்கள். இதன்படி, அயர்லாந்து (ie.yahoo.com), பிரான்ஸ் (fr.yahoo.com), டென்மார்க் (dk.yahoo.com), ஸ்வீடன் (se.yahoo.com), போன்ற யாஹூவின் பல்வேறு நாடுகளுக்கான இணையத்தளங்களில், முன்னுரிமையான இடம் பெற்றது. இந்த நாடுகளில் புத்தகம் வாங்க விரும்புபவர்கள் யாஹூவில் தேடினால் முந்திரிக் கொட்டையாக அமேசான் தான் முதலில் வந்து குதிக்கும்.

விரைவில் ஆஸ்திரேலியா, அயர்லாந்து, பிரேசில், சீனா, கனடா, இத்தாலி, ஜப்பான், மெக்சிகோ, நெதர்லாந்து, ஸ்பெயின் ஆகிய நாடுகளில் அமேசான் ஆரம்பமானது. 2013 ல் அமேசான் இந்தியாவுக்கு வந்தார்கள். இதுவரை 14,000 கோடி ரூபாய் முதலீடு செய்திருக்கிறார்கள். சில வருடங்களில் இன்னும் 21,000 கோடி முதலீடு செய்யப்படலாம். இந்த முயற்சிகள் பயன் தரத் தொடங்கியிருக்கின்றன. இதுவரை அரியணையில் அமர்ந்திருந்த ஃப்ளிப்கார்ட் நிறுவனத்தைக் கீழிறக்கி அமேசான் நம்பர் 1 ஆகிவிட்டதாக நம்பப்படுகிறது.

கம்பெனிகளை வாங்குதல்

ஜெஃப் ஒரு புரியாத புதிர். அவர் மனதில் எப்போதும் ஏதோ ரகசியத் திட்டங்கள் ஓடிக்கொண்டிருக்கும். சில விஷயங்களை ஏன் செய்கிறார் என்றே தெரியாது. ஏகப்பட்ட புள்ளிகள் வைத்துக் கொண்டேயிருப்பார். இந்தப் புள்ளிகளுக்காகப் பணத்தை வீணாக்குகிறாரே என்று எல்லோரும் ஆச்சரியப்படுவார்கள், ஏன், கேலியே செய்வார்கள். திடீரென, சில புள்ளிகளை இணைப்பார். வரும் ஒரு அட்டகாசக் கோலம். போட்டியாளர்கள் அதிர்ச்சியில், கஸ்டமர்கள் ஆனந்தத்தின் உச்சியில்.

அமேசானின் வளர்ச்சிக்கும் கஸ்டமர் சேவையை மேம்படுத்தவும் தேவையான சில கட்டமைப்புகளை அமேசானுக்குள் உருவாக்கப் பல மாதங்களாகும். ஜெஃப் ஸ்டைலோ, ஸ்பீட், ஸ்பீட், ஸ்பீட். ஆகவே, அமேசானுக்குத் தேவைப்படும் திறமைகளில் முத்திரை பதித்திருக்கும் நிறுவனங்களை வாங்கத் தொடங்கினார்.

1998. ஜெஃப் முதலில் வாங்கிய கம்பெனி PlanetAll என்னும் சமூக வலைதளம். 1996 ல் தொடங்கப்பட்டது. இலவச அனுமதி. 15 லட்சம் அங்கத்தினர்கள் இருந்தார்கள். உறவினர்கள், நண்பர்கள் ஆகியோரோடு பிறந்த நாள், திருமண நாள், விருப்பங்கள், ஈ மெயில், அஞ்சல் விலாசங்கள், ரசனைகள் போன்ற சொந்த விவரங்களைப் பகிர்ந்துகொண்டார்கள். இன்றைய ஃபேஸ்புக் போன்ற சமூக இன்டர்நெட் சேவை. 93 மில்லியன் டாலர்கள் தந்து ஜெஃப் விலைக்கு வாங்கினார்.

ஜெஃபின் தொலைநோக்குப் பார்வை புரியாதவர்கள், 'வியாபாரத்துக்கும் சமூக வலைதளத்துக்கும் என்ன சம்பந்தம்? அமேசான் செய்வது பைத்தியக்காரத்தனம், இரண்டு வயதேயான ஒரு கம்பெனிக்கு 93 மில்லியன் யாராவது தருவார்களா?' என்று கை கொட்டிச் சிரித்தார்கள். ஜெஃப் சொன்னார், 'எனக்குத் தெரிந்தவரை, இன்டர்நெட்டை PlanetAll மிகப் புதுமையான

முறையில் பயன்படுத்துகிறது. ஒருவருக்கொருவர் தொடர்பு வைத்துக்கொள்ள உதவும் அடிப்படையான, முக்கியமான சேவை தருகிறது. 15 லட்சம் பேர் அதை இன்று பயன்படுத்துகிறார்கள். இந்த எண்ணிக்கை நாளுக்கு நாள் அதிகரித்துக்கொண்டே யிருக்கிறது.'

மற்றவர்களுடைய விமரிசனங்கள் பற்றி ஜெஃப் கவலையே படவில்லை. சமூக இணையத்தளங்களின் சக்தியை அன்றே அவர் அறிந்திருந்தார். அவரைப் பொறுத்தவரை, தொழில்நுட்ப உலகில் தகவல்தான் முக்கிய ஆயுதம். அதன் மதிப்பு தெரியாதவர்கள் கேலி செய்தால், அந்த நாலு பேரை நினைத்துத் தன் பொன்னான நேரத்தை மண்ணாக்க அவர் தயாராக இல்லை.

அதே 1998ல் 186 டாலர் மதிப்பு கொண்ட 16 லட்சம் அமேசான் ஷேர்களைப் பண்டமாற்றாகக் கொடுத்து ஜெஃப் வாங்கிய ஜங்லீ.காம் பற்றியும் ஏகப்பட்ட விமரிசனங்கள். போட்டியாளர் களின் விலைகளை இணையத்தளங்களில் தேடிக் கண்டுபிடித்து ஒப்பிடும் தளம் இது. இந்த ஒப்பீட்டைச் சில விநாடிகளில் செய்துமுடிக்கும் வல்லமை கொண்டது.

ஜங்லீ இந்தி வார்த்தை. 'காட்டுமிராண்டித்தனமான' அல்லது 'பண்பாடற்ற' என்று அர்த்தம். எப்படி இந்தி வார்த்தையில் பெயர் வந்தது? 1961 - இல் ஜங்லீ என்னும் இந்திப் படம் வெளியானது. அன்றைய சூப்பர் ஸ்டார் ஷம்மி கபூர் நடித்தது; பின்னாட்களில் முன்னணி ஹிரோயினாகி திலீப் குமாரைத் திருமணம் செய்து கொண்ட சய்ரா பானு அறிமுகமான படம். சூப்பர் ஹிட். 1996ல் இந்த கம்பெனி தொடங்கியவர்கள் நான்கு இந்தியர்கள். அவர்களில் இருவர் தமிழர்கள். ஒருவேளை, இவர்கள் சினிமா பெயரையே தங்கள் கம்பெனிக்கும் வைத்திருக்கலாம்.

அந்த நால்வர் யார்? ஆனந்த் ராஜாராமன், வெங்கி ஹரிநாராயணன், ராக்கேஷ் மாத்தூர், அஷிஷ் குப்தா. இவர்களுள் ஆனந்த் ராஜாராமன் சென்னைக்காரர். 1993ல் சென்னை ஐ.ஐ.டி - யில் எஞ்சினீரிங் முடித்து, அமெரிக்க ஸ்டான்ஃபோர்ட் பல்கலைக் கழகத்தில், கம்ப்யூட்டர் சயின்ஸில் எம். எஸ், பிஹெச்.டி ஆகிய பட்டங்கள் பெற்றவர். துணிகர முதலீட்டாளராக இருக்கிறார். அமெரிக்காவில் வசிக்கிறார். வெங்கி ஹரிநாராயணன் மும்பையில் பிறந்த தமிழர். சென்னை ஐ.ஐ.டியில் எஞ்சினியரிங் முடித்து, லாஸ் ஏஞ்சலஸ் நகரத்தில் இருக்கும் கலிஃபோர்னியா பல்கலைக்கழகத்தில் கம்ப்யூட்டர் சயின்ஸில் எம்.எஸ். பட்டமும், ஸ்டான்ஃபோர்ட் பல்கலைக் கழகத்தில், கம்ப்யூட்டர் சயின்ஸில்

டாக்டர் பட்டமும் வாங்கியவர். இவரும், ஆனந்தோடு சேர்ந்து, அமெரிக்காவில் துணிகர முதலீட்டு நிறுவனம் நடத்தி வருகிறார்.

ராக்கேஷ் மாத்தூர் மும்பை ஐ.ஐ.டியில், பி.டெக், எம்.ஈ. முடித்தார். அடுத்து, அமெரிக்காவின் ஆர்லிங்டன் நகரத்தில் இருக்கும் டெக்ஸாஸ் பல்கலைக்கழகத்தில் இன்டஸ்ட்ரியல் எஞ்சினியரிங், ஆப்பரேஷனஸ் ரிசர்ச் ஆகிய துறைகளில் எம். எஸ். பட்டம் பெற்றார். இப்போது, டாக்ஸியை அழைக்கப் பயன்படும் மொபைல் ஆப் உருவாக்கிய ஃபிளைவீல் சாஃப்ட்வேர் நிறுவனத்தின் சி.இ.ஓ வாக இருக்கிறார்.

அஷிஷ் குப்தா, கான்பூர் ஐ.ஐ.டியில் கம்ப்யூட்டர் சயின்ஸில் பி.டெக் பட்டமும், ஸ்டான்ஃபோர்ட் பல்கலைக் கழகத்தில் கம்ப்யூட்டர் சயின்ஸில் டாக்டர் பட்டமும் பெற்றவர். அமெரிக்காவில் ஹீலியான் அட்வைசர்ஸ் என்னும் துணிகர முதலீட்டு நிறுவனம் நடத்தி வருகிறார்.

சரி ஜங்லீயின் நிலை இப்போது என்ன? ஜங்லீ, அமேசானின் கரமாக இன்றும் தொடர்கிறது, இந்தியாவிலும் இருக்கிறது. அமேசானின் துரித வளர்ச்சிக்கு உதவி வருகிறது. ஜெஃப் போட்ட கணக்கு கரெக்ட்!

கம்பெனிகள் வாங்கும் முயற்சியை அமேசான் இன்னமும் தொடர்கிறது. 2017 மார்ச் வரை அமேசான் வாங்கியிருக்கும் கம்பெனிகள் 72!

விற்பனைப் பொருட்களின் வரிசையை விரிவாக்குதல்

1996ம் ஆண்டிலேயே ஜெஃப் புத்தகங்களைத் தாண்டி யோசித்தார். டிசம்பர் மாதம் அனைத்து ஊழியர்கள் கூட்டம் நடைபெற்றது. தன் கருத்துகளைக் காற்றில் பரவவிட்டு, அவற்றை எல்லோருடைய கருத்துமாக மாற்றும் ரசவாதத்தில் ஜெஃப் சொல்லின் செல்வர். வேறு என்னென்ன பொருள்களை அமேசான் விற்பனை செய்யலாம் என்னும் கேள்வியை எழுப்பினார். டி.விடி, சிடி என்று பல ஐடியாக்கள். ஒன்று, இரண்டு, மூன்று வருடங்களில் அமேசான் என்னென்ன செய்யவேண்டும் என்னும் உரத்தச் சிந்தனைகள்.

ஜெஃப் கருத்துகளைத் தொகுத்து வழங்கினார், ‘இணையத் தளத்தில் எந்தப் பொருள் வாங்கவேண்டுமென்று யார் நினைத்தாலும், அவர்கள் கண் முன்னால் அமேசான்தான் வரவேண்டும். நாம் அவருக்கு வேண்டிய பொருளை விற்கா விட்டாலும், அவர் நம்மிடம் வரவேண்டும்.’ ஆமாம், ஈ காமர்ஸ்

என்னும் சித்தாந்தம் ஒரு பிசினஸ் வடிவெடுத்தால், அது அமேசான் மட்டுமே என்று மக்களைச் சிந்தனை ஆக்கிரமிப்பு செய்ய விரும்பினார்.

1998. புத்தகம் தாண்டிய புத்துலகில் அமேசான் எடுத்து வைத்த முதலடி சினிமா வீடியோக்கள். இதற்காக ஜெஃப், 1892 முதல் 1996 வரையிலான 1,50,000 சினிமாக்களின் வீடியோ உரிமையை வைத்திருந்த இங்கிலாந்தின் இன்டர்நெட் மூவி டேட்டாபேஸ் என்னும் நிறுவனத்தை விலைக்கு வாங்கினார்.

சினிமா வரும் முன்னே, இசை வரும் பின்னே. இசை காசெட்கள், சிடிக்கள் ஆன்லைன் விற்பனையில் CD Now, N2K Music Boulevard, Tower Records போன்ற பல நிறுவனங்கள் ஆழமாக வேரூன்றியிருந்தார்கள். அமேசானில் பலருக்குத் தயக்கம், போட்டி அதிகமாக இருக்கிறதே, நாம் இதில் நுழையவேண்டுமா என்று. ஆனால் ஜெஃப் உறுதியாக இருந்தார். அவரைப் பொறுத்த வரை 22 லட்சம் கஸ்டமர்கள் படை தன் வசம் இருக்கும்போது, முடியாதது என்று எதுவுமில்லை. அதே சமயம், கண்ணை மூடிக்கொண்டு எதிலும் குதிக்கவும் மாட்டார். வழக்கம்போல், பக்கா திட்டம் இருக்கும். மக்களுக்கு எந்த மாதிரி இசை பிடிக்கும், அவர்களின் ரசனை பயணிக்கும் பாதை என்ன, மக்கள் மனம் கவர்ந்த மெல்லிசை மன்னர்கள் யார், இசைஞானிகள், இசைப் புயல்கள் யார் என்றெல்லாம் தெரிந்துகொள்ள வல்லுநர்கள் குழுவை அமைத்தார். ஒன்றே ஒன்றில் மட்டும் தெளிவு. எவ்வளவு நஷ்டம் வந்தாலும், அத்தனை போட்டியாளர்களையும் மிரளவைக்கும் அடிமாட்டு விலை மட்டுமே நிர்ணயம் செய்ய வேண்டும் என்பதுதான் அது.

அடுத்து அதே வருடம். இணையத்தளத்தில் இசைக்கடை திறப்பு விழா. புத்தக விற்பனை பாணியில் நடத்தப்பட்டது. 1,30,000 தலைப்புகள், அவற்றுள் எவை பிரபலமானவை என்னும் பட்டியல், ரசிகர்களின் ரசனைகள், விமரிசனங்கள், 30 சதவிகிதக் குறைந்த விலை. இவை அத்தனையும் வாடிக்கையாளர்களைக் கவர்ந்தன. இவை அனைத்துக்கும் மேலாக, வேறு எந்த வெப்சைட்டையும்விட, அமேசானைப் பயன்படுத்தும் எளிமை. ஊடகங்களும் இந்த எளிமைக்குப் புகழாரம் சூட்டின. நூற்று இருபதே நாட்கள். இணைய இசை விற்பனையில்அமேசான் முதலிடம் பிடித்தது. எப்படித் தோற்கிறோம் என்றே புரியாமல் மற்றவர்கள் குழம்பியபடி தோற்றுப்போனார்கள்.

1999. புத்தகங்கள் மட்டுமே என்பதைத் தாண்டி அமேசான் விரிவடைந்துவிட்டது. இணையத்தளத்தில் கிடைத்த பொருட்கள்

- புத்தகங்கள் வீடியோக்கள், காமிராக்கள், தொலைக்காட்சிப் பெட்டிகள், டேப் ரிக்கார்டர்கள், எலெக்ட்ரானிக் கருவிகள், பொம்மைகள், லேலப் பொருட்கள். ஆமாம், எல்லாப் பொருட்களும் கிடைக்கும் கடை (எவ்ரிதிங் ஸ்டோர்) என்னும் தன் கனவை ஜெஃப் படிப்படியாக நிஜமாக்கிக்கொண்டிருந்தார். புத்தகங்கள் போலவே இந்தப் பொருட்களுக்கும் குறைந்த விலை, வல்லுநர்கள் ஆலோசனை, இந்தப் பொருட்களை ஏற்கெனவே வாங்கியவர்களின் அனுபவங்கள் எனப் பல வகைகளில் அமேசான் உதவியது. வேறு எந்தக் கடையிலும் இணையத்தளத்திலும் நினைத்துப் பார்க்கவே முடியாத சேவை.

இப்படி ஒவ்வொரு ஐட்டத்தையும் சேர்க்கப் பல மாதங்கள் பிடித்தது. ராக்கெட்டில் பறக்க ஆசைப்படுபவருக்கு இந்தக் கட்டைவண்டி ஸ்பீட் போதவில்லை. இந்தப் பொருட்களை ஏற்கெனவே விற்கும் இணையத்தளங்களைக் கபளீகரம் செய்து வெற்றியைத் துரிதப்படுத்த ஆரம்பித்தார்கள்.

முதலில் சிக்கிய வாளைமீன், Gear.com என்னும் விளையாட்டுச் சாமான்கள் விற்கும் ஆன்லைன் கடை. திருமணப் பரிசுப் பொருட்களுக்கான மார்க்கெட் அப்போது அமெரிக்காவில் 17,000 மில்லியன். விடலாமா இந்த பிசினஸை? இதில் முன்னணியில் இருந்த டெல்லா அன்ட் ஜேம்ஸ் கம்பெனியின் 30 சதவிகிதப் பங்குகளை அமேசான் வாங்கியது.

நவம்பர் 2000. நியூயார்க் நகரத்தின் ஷெராட்டன் ஹோட்டலின் அரங்கம். ஜெஃப் ஊடகங்களைச் சந்திக்கிறார். அரங்கம் நிறைந்த கூட்டம். முக்கிய அறிவிப்பு வரப்போகிறது என்று காற்று சேதி சொல்கிறது. ஜெஃப் மேடை ஏறுகிறார். ஊடக காமிராக்களின் கண்களைக் கூசவைக்கும் பளிச். தொண்டையைக் கனைக்கிறார். அரங்கம் நிசப்தம். மௌனம்.

'பதினாறு மாதங்களுக்கு முன்னால், அமேசானில் நீங்கள் புத்தகங்கள் மட்டுமே வாங்க முடியும். நாளை முதல்....' சில நிமிடங்கள் மௌனம். எதிர்பார்ப்பு எகிறுகிறது. இதற்குத்தானே காத்திருந்தார்? தொடர்கிறார், 'நாளை முதல், நீங்கள் அமேசானில் A to Z எந்தப் பொருளையும் வாங்கலாம்.'

ZShops என்னும் பெயரில் இந்தப் பிரம்மாண்ட சேவை ஆரம்பமானது. ஏன் ZShops என்னும் பெயர்? Zero பிரச்னை, Zero ரிஸ்க், A to Z என எல்லாவற்றையும் குறிக்கும் வகையில் ஒரு சங்கேதப் பெயர். இதன் குறிக்கோளை ஜெஃப் விளக்கினார். 'தனிப்பட்ட சிறு வியாபாரிகள், குடிசைத்தொழில்

தயாரிப்பாளர்கள் முதல் பிரம்மாண்டக் குழுமங்கள் வரை அத்தனை பேரும் ZShops -இல் கடை விரிக்கலாம்.'

மூலைக்கடை முத்துவிலிருந்து முகேஷ் அம்பானி வரை அனைவரும் தங்கள் பொருள்களை அமேசானின் 1,20,000 வாடிக்கையாளர்களுக்கு விற்பனை செய்யும் வாய்ப்பை அமேசான் அகலத் திறந்தது. அவர்கள் செலவு? கடுகளவு. மாதம் 9.99 டாலர் மட்டுமே. (இந்த 9.99 மீது ஜெஃபுக்கு என்ன காதலோ? மின் புத்தகங்களுக்கும் இதே விலைதான் வைத்தார்.) அனுகூலங்கள் கடல் அளவு. ஒவ்வொரு வியாபாரியும் 3,000 பொருள்கள் வரை விற்கலாம். பொருள்களுக்கு ஏற்ப அமேசான் 2 முதல் 5 சதவிகிதம்வரை கமிஷன் எடுத்துக்கொள்ளும். இந்த வருமானம் போக அமேசானுக்கு ஏராளமான பலன்கள். தன்னுடைய வாடிக்கையாளர்களுக்கு எக்கச்சக்கமான பொருள்களை வழங்க முடிந்தது. அத்தோடு, ZShops மூலமாகப் பல்லாயிரம் புதிய வாடிக்கையாளர்கள் வந்தார்கள்.

ஆயிரக்கணக்கான சிறு வியாபாரிகள் குறைந்த விலையில் பொருள்கள் தந்தார்கள். ஆனால் வாடிக்கையாளர்களைத் தொடர்பு கொள்ளுதல், பொருள்களை அனுப்புதல், கிரெடிட் கார்ட் மூலம் பணம் வசூல் செய்தல் ஆகியவற்றுக்கான கட்டமைப்புகள் அவர்களிடம் இருக்கவில்லை. அவர்களின் இந்தப் பலவீனத்தை அமேசான் வாய்ப்பாக்கிக்கொண்டது. அவர்களுக்குக் கட்டமைப்பு வசதிகள் தந்தது. கஸ்டமர்களையும் சிறு வியாபாரிகளையும் இணைக்கும் பாலமானது. இடைத் தரகராக கமிஷன் பெற்றது. கஸ்டமர்களுக்குக் குறைந்த விலை, சிறு தயாரிப்பாளர்களுக்கும், வியாபாரிகளுக்கும் விற்பனை, லாபம், அமேசானுக்குக் கமிஷன். எல்லோரும் ஜெயித்த ஆட்டம்!

2003ல் நகைகள் அமேசான் இணையத்தளத்தில் அரங்கேறின. 2006ல் காய்கறிகள், பழங்கள் (சில இடங்களில் பாலும்).

வாடிக்கையாளர்களுக்குத் தொடர் இன்ப அதிர்ச்சி தருதல்

ஜெஃப் துறுதுறு குழந்தை மாதிரி. அவரால் சும்மா இருக்கவே முடியாது. எப்பொதும், எதையாவது செய்துகொண்டே இருக்க வேண்டும். அதுவும், வாடிக்கையாளர் சேவையை மேம்படுத்தும் காரியமா? அல்வா சாப்பிடுவது மாதிரி. ஒவ்வோரு நுணுக்கத்தையும் ரசித்து ரசித்துச் செய்வார். ஈடு கொடுக்கமுடியாமல், அதித் திறமைசாலி சகாக்களே திணறுவார்கள். அப்படி வந்த சில முக்கிய வியூகங்கள்:

2002ல் ஒரு சலுகை. 99 டாலர்களுக்கும் அதிகமாக ஆர்டர்கள் தரும் வாடிக்கையாளர்களுக்குச் சரக்கு அனுப்பும் கட்டணத்தை இனிமேல் அவர்கள் தரவேண்டாம், அமேசானே ஏற்கும் என்று அறிவித்தார். கம்பெனி லாபம் குறையுமே? அதுவா அவருக்கு முக்கியம்? கஸ்டமர் சந்தோஷமல்லவா? விலை மதிப்பில்லாத சொத்தல்லவா அது?

அதே வருடம். இனி வேறென்ன செய்யலாம் என்று யோசித்தார். அப்போது, வாடிக்கையாளர்களின் ஒரு ஆதங்கம் அவருக்குத் தெரியவந்தது. இணையத்தளத்தில் ஆர்டர் போட்ட நாளிலிருந்து, அது அனுப்பப்படுவதற்குக் குறைந்த பட்சம் ஏழு நாட்களானது. பலருக்குப் பொருள் சீக்கிரமே தேவைப்பட்டது. இதற்குத் தீர்வு கண்டார் வைஸ் பிரசிடென்டாக இருந்த ஜெஃப் வில்க்கே. மூன்று நாட்களில் டெலிவரி, இரண்டு நாட்களில் டெலிவரி, ஒரே நாளில் டெலிவரி என்னும் மூன்று வித விருப்பத் தேர்வுகளை வாடிக்கை யாளர்களுக்கு வழங்கினார். ஒவ்வோரு விருப்பத் தேர்வுக்கும் ஏற்றவாறு கூடுதல் கட்டணம். அமோக வரவேற்பு கிடைத்தது.

அடுத்த மூன்று வருடங்களில் இந்தத் திட்டம் பரிணாம வளர்ச்சி கண்டு, 2005 ல் அமேசான் ப்ரைம் என்று பெயர் சூட்டப்பட்டு அறிமுகமானது. வருடச் சந்தா 79 டாலர்கள் கொடுத்தால் அங்கத்தினராகலாம். (இந்தத் தொகை இன்று 99 டாலர்களாகி யிருக்கிறது. இந்தியாவில் 999 ரூபாய். முதல் வருடம் மட்டும் 500 ரூபாய் தள்ளுபடி. 499 ரூபாய் தந்தால் போதும். இதனால் கிடைக்கும் அனுகூலங்கள்:

- மளிகைச் சாமான்கள் (ப்ரைம் அங்கத்தினர்களுக்கு மட்டுமே இவை சப்ளை செய்யப்படுகின்றன).
- 32,000க்கும் அதிகமான மின் புத்தகங்கள் இலவசமாக
- பெரும்பாலான பொருட்களுக்கு 1 அல்லது 2 நாட்களில் ஸ்பெஷல் டெலிவரி
- சாதாரணமாக ஒரே நாளில் அவசரமாகப் பொருட்கள் தேவைப்பட்டால், ஒவ்வொரு ஆர்டருக்கும் 100 ரூபாய் கூரியர் கட்டணம் தரவேண்டும். ப்ரைம் அங்கத்தினர்களுக்கு இந்தச் சுமை கிடையாது.
- புது சினிமாக்கள், டிவி ஷோக்கள் பார்க்கலாம்

அமேசானின் வளர்ச்சிக்கு ப்ரைம் ஒரு ஆரோக்கிய டானிக். நாம் பெருமைப்படும் சமாசாரம் ஒன்று ப்ரைமில் மறைந்திருக்கிறது.

அது என்ன தெரியுமா? ஜெஃப் வில்க்கே உருவாக்கிய துரித டெலிவரி ஐடியா கருவுக்கு உருவும் பொலிவும் தர ஜெஃப் முடிவெடுத்தார். இந்த முக்கிய பணிக்கு ஜெஃப் தேர்ந்தெடுத்தவர், அப்போது வைஸ் பிரசிடெண்டாக இருந்த விஜய் ரவீந்திரன் என்னும் தமிழர்.

விஜய் குடும்பம் படிப்பாளிக் குடும்பம். அப்பா ரவீந்திரன் திருச்சிக்காரர். பிலானியில் இருக்கும் பிரபல பிர்லா இன்ஸ்ட்டியூட் ஆஃப் டெக்னாலஜியில் எலெக்ட்ரிக்கல் எஞ்சினியரிங் படித்தார். அமெரிக்காவுக்கு மேற்படிப்புக்குப் போனார். டாக்டர் பட்டம் பெற்றார். பென் ஸ்டேட் பல்கலைக்கழகத்தில் தொழில் மற்றும் தயாரிப்புப் பொறியியல் துறையின் தலைவராகவும், பேராசிரி யராகவும் இருந்து 2017ல் ஓய்வு பெற்றிருக்கிறார். மாணவர் களாலும் துறை மேதைகளாலும் போற்றப்படுகிறார். விஜய் அம்மா புவனா தஞ்சாவூரைச் சேர்ந்தவர். மனோதத்துவத் துறையில் டாக்டர் பட்டம் வாங்கியிருப்பவர். விஜய் பள்ளிப் படிப்பையும், என்ஜினியரிங் படிப்பையும் அமெரிக்காவில் முடித்தவர். 1998 முதல் 2005 வரை அமேசானில் பணியாற்றினார். இப்போது, மனைவி விபாவுடன் சேர்ந்து, அமெரிக்காவில் ஃப்ளோரியோடெக் என்னும் நிறுவனம் நடத்திவருகிறார். குழந்தைகளுக்கு ஆட்டிசம் என்னும் நரம்பியல் குறைபாடு வருவதுண்டு. இதன் சிகிச்சை முறைகளை மேம்படுத்தும் சேவையில் ஃப்ளோரியோடெக் ஈடுபட்டிருக்கிறார்கள்.

2006. இதுவரை விற்பனையில் மட்டுமே ஈடுபட்டிருந்த அமேசான், தொழில்நுட்ப அவதாரம் எடுத்தது. அமேசான் வெப் சர்வீசஸ் என்னும் இணையத்தளச் சேவை தொடங்கினார்கள். இதில் கம்ப்யூட்டர் பணிகள், தகவல் சேமிப்பு, நெட்வொர்க்கிங் போன்ற 70 சேவைகளை அங்கத்தினர்கள் பயன்படுத்திக்கொள்ளலாம். அமேசான் இணையத்தளத்தில் விற்பனை செய்யும் வியாபாரி களுக்கு மட்டுமல்லாது, எல்லாக் குறு, சிறு, நடுத்தரத் தொழில் நடத்துபவர்களும் இன்டர்நெட்டின் வீச்சைப் பயன்படுத்தித் தங்கள் வியாபாரத்தை வளர்க்க அமேசான் தந்திருக்கும் வரப் பிரசாதம். இந்தச் சேவையின் தற்போதைய 1,000 கோடி டாலர்கள் ஆண்டு வருமானம் இந்த நம்பிக்கையைப் பிரதிபலிக்கிறது.

2007ல் இன்னொரு திருப்பம். முதன்முறையாக அமேசான் தயாரிப்பில் குதித்தது. அப்படி என்ன அற்புதத் தயாரிப்பு? கின்டில் என்னும் கருவி. இதில் எலக்ட்ரானிக் வடிவில் வரும் புத்தகங் களைப் படிக்கலாம். மறுபடியும் ஜெஃப் தலையைச் சுற்றி அவநம்பிக்கைப் பேச்சுகள். ஆனால் வழக்கம்போல் ஜெஃப்

உறுதியாக இருந்தார் - விரைவில் வாசகர்கள் மின் புத்தகங்களுக்கு மாறுவார்கள். அவர்களுக்கு முன்னால், தன் படிப்புக் கருவியோடு தயாராக நிற்கவேண்டும் என்று விரும்பினார். எல்லா மொழிகளிலும் அவருக்குப் பிடிக்காத வார்த்தைகள், இரண்டாம் இடம். எப்போதும் நம்பர் 1 ஆக இருக்கவேண்டும். முதல் இடத்தைப் பிடிக்க முடியவில்லையா? அவர் ரேசிலேயே இருக்கமாட்டார்.

1982ல் ஜெஃப் பிரின்ஸ்ட்டன் பல்கலைக்கழகத்தில் படிக்கச் சேர்ந்த போது என்ன செய்தார் என்பது நினைவிருக்கிறதா? இயற்பியல் வகுப்பில் சேர்ந்தார். முதல் இரண்டு நாள்களிலேயே அதை விட்டுவிட்டு எலெக்ட்ரிக்கல் எஞ்சினியரிங், கம்ப்யூட்டர் சயின்ஸ் ஆகிய இரண்டிலும் இளங்கலைப் பட்ட வகுப்புகளுக்கு மாற்றிக் கொண்டுவிட்டார். அவர் சொன்ன காரணம்? 'என் வகுப்பில் இருந்த மூன்று மாணவர்கள் என்னைவிட இயற்பியலில் மிக அதிக அறிவு கொண்டவர்கள்.' ஆமாம், 25 வருடங்களில் ஜெஃப் கொஞ்சம்கூட மாறவேயில்லை.

கிண்டிலில் படிக்க மின் புத்தகங்கள் வேண்டுமே? ஜெஃப் இரட்டை வியூகங்கள் வகுத்தார். முதலில், எழுத்தாளர்களுக்கு வந்தது ஒரு நற்செய்தி. உங்கள் படைப்புகளை வெளியிடுவதற்குப் பதிப்பாளர் கிடைக்கவில்லையா? கவலை வேண்டாம். அமேசான் உங்கள் கற்பனைக்குப் புத்தக வடிவம் கொடுக்கும், தன் இணையத்தளத்தில் விற்பனை செய்யும். இரண்டாம் வியூகம், பதிப்பாளர்களை மின் புத்தகங்கள் வெளியிடச் செய்வது. புத்தக வெளியீட்டாளர்கள் தயங்கினார்கள். சாம, தான, பேத, தண்ட முறைகளால் ஜெஃப் அவர்கள் மனங்களை மாற்றினார். மூன்றே வருடங்கள். 2010ல், முதல் முறையாக அமேசானின் மின் புத்தகங்கள் அச்சுப் புத்தகங்களைவிட அதிகம் விற்பனையாக ஆரம்பித்தன. இன்று அமேசானில் 50 லட்சத்துக்கும் அதிகமான மின் புத்தகங்கள் இருக்கின்றன.

இன்றைய கணிப்புப்படி, உலக அரங்கில் அனைத்து மொழிகளிலும் வெளியாகும் புத்தகங்களின் எண்ணிக்கையில் 30 சதவிகிதம் மின் புத்தகங்கள்தாம். இன்டர்நெட் பயன்படுத்துவோர் எண்ணிக்கை நாளுக்கு நாள் அதிகரித்து வருகிறது. வேக வேகமான வைஃபை இணைப்புகள். இவற்றால், மின் புத்தகங்கள் விற்பனை இன்னும் கணிசமாக உயரும் என்பது தொழில்நுட்ப வல்லுநர்கள் கருத்து. புத்தகங்களின் வருங்காலம் மின் வடிவம் தான் என்று வல்லுநர்கள் சொல்கிறார்கள். ஜெஃப் தம்பி, பத்து வருடங்கள் முன்னாலேயே நீ இதை எப்படிக் கண்டுபிடிச்சே?

2015. வந்தது அமேசான் கோட்டையிலிருந்து இன்னொரு கருவி, அமேசான் எக்கோ. வாடிக்கையாளர்கள் ஆர்டர் செய்வதைச் சுலபமாக்கும் கருவி. கம்ப்யூட்டரைத் திறக்கவேண்டாம், அமேசான் இணையத்தளத்துக்குப் போகவேண்டாம். உங்களுக்கு வேண்டிய பொருட்களின் பட்டியலைச் சொன்னால் போதும். பொருட்கள் வீடு தேடி வரும். ஆர்டர் பண்ணுவது வெகு சுலபம்.

ஜெஃப் எதில் நுழைவார் என்று யாருக்குமே தெரியாது. 2015ல் அமேசான் ரெஸ்டாரண்ட்ஸ் சேவை தொடங்கியது. இதன்படி, வாடிக்கையாளர்கள் தங்களுக்கு விருப்பப்பட்ட உணவு விடுதிச் சாப்பாட்டை அமேசானில் ஆர்டர் செய்யலாம். 30 நிமிடங்களில் உங்கள் வீட்டு அழைப்பு மணி அடிக்கும். சுடச் சுடச் சாப்பாடு தயார்.

சாப்பாட்டுக்கு மட்டுமல்ல, எல்லா ஆர்டர்களுக்கும் துரித டெலிவரி முக்கியம் என்று ஜெஃப் நினைக்கிறார். இதற்காக, 2013ல் தூரத்திலிருந்து இயக்கும் பொம்மை போன்ற குட்டி விமானங்கள் மூலம் (ட்ரோன்) கஸ்டமர்களுக்குப் பொருட்களை டெலிவர் செய்யும் அமேசான் பிரைம் ஏர் புரட்சித் திட்டத்தை ஜெஃப் அறிவித்தார். 2016ல் இங்கிலாந்தின் கேம்பிரிட்ஜ் நகரத்தில் நடந்த சோதனை ஓட்டம் வெற்றி. இதை விரிவாக்க, அரசாங்க அனுமதிகளுக்குக் காத்திருக்கிறார். இன்னும் சில வருடங்களில் உங்கள் தலைக்கு மேல் ஏராளம் பொம்மை விமானங்கள் ரீங்காரமிட்டுப் பறந்து போனால் திகைக்காதீர்கள். உங்களுக்குச் சாப்பாடோ புத்தகமோ வந்துகொண்டிருக்கலாம்.

ஆச்சரியமே, உன் பெயர்தான் அமேசானோ?

16

சிங்கமும் நரியும்

ஜெஃப் குறிக்கோள் அமேசானை எல்லோர்க்கும் எல்லாமும் கிடைக்கும் உலக மகா கடையாக்குவது. இது அவருக்கு ஒரு புனிதப் பயணம். அவர் புத்தரோ காந்தியோ அல்ல. பக்கா பிசினஸ்மேன். அவரைப் பொறுத்தவரை போட்டி என்பது போர். ஜெயிப்பதற்கு நேர்வழியில் மட்டுமல்ல, குறுக்கு வழியிலும் பயணிக்கலாம், சூழ்ச்சிகள் செய்யலாம், கெரில்லா அட்டாக் நடத்தலாம். தன் லட்சியத்துக்கு யார் குறுக்காக நின்றாலும் அவர்கள் அவருக்கு எதிரிகள். எப்படியாவது, ஆமாம், எப்படியாவது அவர்களை முறியடிக்கவேண்டும்.

பார்ன்ஸ் அண்ட் நோபிள்

ஜெஃபின் முக்கிய எதிரி புத்தகக் கடை நடத்திய பார்ன்ஸ் அண்ட் நோபிள். 1996 ம் ஆண்டிலேயே அமேசானை விலைக்கு வாங்க நினைத்தார்கள். ஜெஃப் மறுத்தார். அந்த வருடம் மே 15, அமேசான் ஐ.பி.ஓ. திறப்பு. இதன் வெற்றியைத் தகர்க்கும் ஒரே எண்ணத்தோடு, மே 13 அன்று பார்ன்ஸ் தன் புத்தகம் விற்கும் இணையத்தளத் திறப்புவிழாவை நடத்தியது. முன்னணி கம்ப்யூட்டர் தயாரிப்பாளர்களான ஹ்யூலட் பக்கார்ட், சாஃப்ட்வேர் ராஜா மைக்ரோசாஃப்ட் ஆகிய இருவர் துணை, 200 மில்லியன் முதலீடு. இதையும் மீறி அமேசானின் ஐ.பி.ஓ. பெருவெற்றி கண்டது.

1999. தங்கள் 60 சதவிகிதப் புத்தகங்களை இன்கிராம் என்னும் மொத்த விற்பனையாளரிடமிருந்து வாங்கிக்கொண்டிருந்தார்கள்.

சுமுகமான உறவு. பார்ன்ஸ் அண்ட் நோபிள் இதில் ஆப்பு வைத்தார்கள். இன்கிராம் கம்பெனியை விலைக்கு வாங்கினார்கள். மாட்டிக்கொண்டார் ஜெஃப் என்று பலர் கணித்தனர். ஜெஃப் ஊடகங்களிடம் துணிச்சலாகச் சொன்னார். 'கஸ்டமர்கள், எழுத்தாளர்கள், பதிப்பகங்கள் ஆகிய அனைவருக்கும் நல்லது செய்ய நினைக்கும் நிறுவனம் நிலைக்கும். கோலியாத் இருப்பது, கவண் கல் தாக்கும் தூரத்தில்தான்.' கோலியாத் பார்ன்ஸ் அண்ட் நோபிள் என்பது அனைவருக்கும் வெட்ட வெளிச்சம். ஆனால், ஜெஃப் பேச்சு வெறும் வாய்ச் சவடாலா அல்லது அவர் கையில் ஏதோ கவண் கல்லை மறைத்து வைத்திருக்கிறாரா? மர்மம், மர்மம்.

ஜெஃப் பதிலை, பார்ன்ஸ் பொருட்படுத்தவில்லை. இந்தப் பொடியனால் நம்மை என்ன செய்துவிட முடியும் என்று நினைத்தபடி ஓர் அறிக்கையை வெளியிட்டார்கள்.

> 'தன்னை ஒரு புத்தக வியாபாரியாக ஜெஃப் பெஸோஸ் வர்ணித்துக்கொள்வதைப் பார்க்க வேடிக்கையாக இருக்கிறது... மிஸ்டர் பெஸோஸ், கோலியாத்தை நேரில் சந்திக்கும்போது, அவர் யார் என்று நீங்கள் புரிந்து கொள்வீர்கள்.....உங்களுக்கு ஒரு ஆலோசனை. வெறும் கவண் கற்களும், அர்த்தமில்லா விமரிசனங்களும் உங்கள் ஆயுதங்களாக இருக்கக்கூடாது.'

அமேசானைச் சீண்டிவிட்டதில் ஜெஃப் அபரிமித மகிழ்ச்சி. அவருடைய பதில் அறிக்கை ஒரே ஒரு வார்த்தை 'K.' *(ஓ!)*

பார்னஸுக்கு ஓர் அதிர்ச்சிகாத்திருந்தது. பிரம்மாண்ட கம்பெனிகள் கூட்டுச் சேர அரசாங்கத்தின் அனுமதி தேவை. ஏகாதிபத்திய வலிமை கொண்ட இந்தக் கூட்டு பிற போட்டியாளர்களை நசுக்கி கஸ்டமர்களைக் காவு கொடுக்காமல் இருக்க அரசுகள் எடுக்கும் முன்னெச்சரிக்கை நடவடிக்கை. பார்ன்ஸ்-இன்க்ராம் இணைப்புக்கு அரசு ஒப்புதல் தரவில்லை. பார்ன்ஸ் கனவு நிறைவேறவில்லை. திரைக்குப் பின் அமேசான் ஏதாவது செய்தார்களா? யாரறிவார்?

மேலும், அமேசானுக்குத் தாக்குப் பிடிக்கமுடியாமல் பார்ன்ஸ் சறுக்கிக்கொண்டே வருகிறார்கள். தற்போதைய நிலவரப்படி 2016ல் அவர்களின் மொத்த விற்பனை 4 பில்லியன் டாலர்கள். அமேசான்? 136 பில்லியன் டாலர்கள். ஆமாம், அமேசானில் மூன்றே மூன்று சதவிகிதம்தான் பார்ன்ஸுக்கு. பிரபல தொலைக்காட்சி சானல் சிஎன்என் இந்தச் செய்தியை எப்படி முழக்கமிட்டது தெரியுமா? பார்ன்ஸ் அண்ட் நோபிள் அமேசானால் அழிக்கபட்டுவிட்டது!

உன்னை நசுக்கிவிடுவேன் என்று 1997ல் அமேசானுக்குச் சவால் விட்ட பார்ன்ஸை நினைத்து ஜெஃப் சிரித்திருப்பார்.

பிற புத்தக விற்பனையாளர்கள்

பார்ன்ஸ் போட்ட பாதையில் ராண்டம் ஹவுஸ், சைமன் அண்ட் ஷுஸ்டர் ஆகிய புத்தகப் பதிப்பாளர்கள், சியுசி இன்டர்நேஷனல் என்னும் நிறுவனம், நெட்மார்க்கெட், பை டாட் காம் என்னும் ஈ காமர்ஸ் வெப்சைட்கள் ஆகியோர் புத்தக விற்பனைக்கான இணையத்தளங்கள் தொடங்கினார்கள். ஜெஃப் அவர்கள் அனைவரையும் அங்குலம் அங்குலமாகக் கணித்திருந்தார்.

இவர்கள் எல்லோருமே தாங்கள் புத்தக வியாபாரிகள் என்னும் கடிவாளத்தை மாட்டிக்கொண்டிருந்தார்கள். இணையத்தள வியாபாரம் தனித்துவமானது என்பதை உணரவில்லை. கம்ப்யூட்டர்கள், சர்வர்கள், கம்ப்யூட்டர் வல்லுநர்கள் குழு ஆகியவற்றில் பணத்தைக் கொட்டினால் லாபத்தில் திளைக்கலாம் என்று இவர்கள் பகல் கனவு கண்டுகொண்டிருந்தார்கள். தெளிவான வியூகம் இன்றி அடிமாட்டு விலைக்குப் பொருள்களைத் தந்தார்கள். விளம்பரங்களில் டாலர்களை வாரி இறைத்தார்கள். வாடிக்கையாளர்களின் தேவைகள் என்ன, எதிர்பார்ப்புகள் என்ன, தொழில்நுட்பம் எப்படிப் புயல் வேகத்தில் மாறிக்கொண்டிருக்கிறது, அது புத்தகத் துறையை எப்படிப் பாதிக்கும் என்பதெல்லாம் தெரியாமல் கிணற்றுத் தவளைகளாக இருந்தார்கள். மார்க்கெட்டில் ஜெயிக்கத் தேவையான அதிநவீனத் தொழில் நுட்பமும், கஸ்டமர் சேவை வெறியும் கை கோர்த்து நிற்கும் அமேசானை அவர்களால் என்றென்றும் எதிர்கொள்ளவே முடியாது என்பதை ஜெஃப் உணர்ந்திருந்தார்.

ஜெஃப் நினைத்தது நடந்தது. அமேசான்மீது மக்கள் வைத்த நம்பிக்கைப் பெருவெள்ளத்தில், போட்டியாளர்கள் மூச்சுத் திணறினார்கள். நெட்மார்க்கெட் தொடங்கிய சியுசி இன்டர் நேஷனல், வருமானக் கணக்குகளில் தில்லுமுல்லு செய்து, அரசு அதிகாரிகளிடம் கையும் களவுமாகப் பிடிபட்டு, 1997 ல் முடங்கிப் போனது. Buy.com 2001 ல் காணாமல் போய்விட்டது. பார்டர்ஸ் நிறுவனம் 2011ல் திவால் ஆகிவிட்டது.

அமேசான் சப்ளையர்கள்

'நேர்மைக்கும், பிசினஸ் நேர்மைக்குமிடையே மிகச் சிறிய இடைவெளி இருக்கிறது' என்று என் நண்பர், பிரபல

மேனேஜ்மென்ட் ஆலோசகர் சுரேஷ் மாத்தூர் சொல்வார். அமேசானும், சில நேர்மையைத் தாண்டிய செயல்பாடுகளில் ஈடுபட்டதுண்டு.

அமெரிக்காவில் பொம்மைகள் என்றால் எல்லோர் நினைவுக்கும் வரும் முதல் பெயர் Toys'R'Us. அவர்கள் கடைகள் இல்லாத ஊரே அமெரிக்காவில் இல்லை என்று சொல்லுமளவு கடைகள். அவர்கள் இணையத்தள விற்பனையும் தொடங்கினார்கள். பல்வேறு பிரச்னைகள் எழுந்தன. எக்கச்சக்க நஷ்டம். தாய் நிறுவனத்தையே படுகுழியில் தள்ளிவிடும் அபாயம். 2000 ம் ஆண்டில் அமேசான் அதிகாரிகள் Toys "R' Us இயக்குநர்களைச் சந்தித்தார்கள். பல சுற்றுப் பேச்சுகள். போடப்பட்டது பத்து வருட ஒப்பந்தம். Toys "R' Us தன் இணையத்தள விற்பனையை முழுக்க அமேசானிடம் ஒப்படைக்கும். பதிலாக அமேசான் பிறர் பொம்மைகளை விற்பனை செய்யாது. Toys "R' Us அமேசானுக்கு வருடக் கட்டணமும் விற்பனையில் கமிஷனும் தரும். இதை நம்பிய Toys "R' Us தன் இணையத்தள விற்பனையை நிறுத்தியது. ஓரிரு ஆண்டுகள் கொடுத்த வாக்கைக் காப்பாற்றிய அமேசான் 2003 வாக்கில் பிற நிறுவனங்களின் பொம்மைகளையும் விற்கத் தொடங்கினார்கள். Toys "R' Us வழக்குத் தொடர்ந்தது. ஐந்து வருட வாதப் பிரதிவாதங்கள். Toys "R' Us வழக்கை வென்றது. அமேசான் அவர்களுக்கு 51 மில்லியன் டாலர்கள் தரும்படி நீதிமன்றம் தீர்ப்பளித்தது. கொடுத்தார்கள்.

திருப்பாச்சி அரிவாள் நமக்குத் தெரியும். இதேபோல், ஜெர்மனியில் ஸோலிங்கன் என்னும் நகரம் கத்திகள் போன்ற கூர்மையான ஆயுதங்களின் தயாரிப்புக்கு உலகப் பிரசித்தி பெற்றது. இங்கே வுஸ்தாஃப் (Wusthof) என்னும் நிறுவனம் 200 வருடப் பாரம்பரியம் கொண்டது. இவர்களின் தரம் மிக உயர்வு. மக்கள் மனங்களில் உயர்ந்த பிம்பம் உருவாக்குவது இவர்கள் கொள்கை. ஆகவே, விலைகளையும் அதிகமாக வைத்திருந்தார்கள். தள்ளுபடி கிடையவே கிடையாது. 2000 ம் ஆண்டு. அமேசானில் விற்க முன் வந்தார்கள். ஒரு நிபந்தனை, வுஸ்தாஃப் நிர்ணயித்த விலைக்குக் குறைவாக விற்கவே கூடாது.

எட்டு ஆண்டுகள் நல்ல பிள்ளையாக இருந்த அமேசான் திடீரென வுஸ்தாஃப் கத்திகளுக்கு 13 சதவிகித விலைக் குறைப்பு செய்தது. அதை நம்பிக்கை துரோகம் என்று கொதித்த வுஸ்தாஃப் தங்கள் கத்தியை உருவினார்கள். அமேசானுக்கு சப்ளை செய்வதை நிறுத்தினார்கள். ஜெஃப்பா கொக்கா? வுஸ்தாஃப் டீலர்களிடமிருந்து

கத்திகள் வாங்கினார். நஷ்டத்துக்கு விற்றார். அமேசானுக்கு விற்கக்கூடாது என்று தன் டீலர்களுக்கு வுஸ்தாஃப் எச்சரிக்கை விடுத்தது. என்ன மாயமோ? இந்தியா உட்பட எல்லா அமேசான் இணையத்தளங்களிலும் இப்போதும் வுஸ்தாஃப் தயாரிப்புகள் கிடைக்கின்றன. விலையைப் பார்த்து மயக்கம் போட்டு விடுவீர்கள். 5,000 ரூபாய் முதல் 22,000 ரூபாய் வரை விலை!

பிற ஈ காமர்ஸ் கம்பெனிகள்

ஜெஃப் தன் போட்டியாளர்களை வளரவிடவே மாட்டார். முளையிலேயே கிள்ளிவிடுவார். எங்கிருந்து போட்டி வருகிறது என்று கண்களில் எண்ணெய் ஊற்றிக் கவனிப்பார். அவர் பார்வையில் சிக்கியது டயப்பர்ஸ் டாட்காம் என்னும் நிறுவனம். 2005 ல் மார்க் லோர் என்பவரால் தொடங்கப்பட்டது. குழந்தைகளுக்கான அணியாடை தயாரித்து வந்தார்கள். உயர்தரமான தயாரிப்பு, அற்புதமான கஸ்டமர் சேவை. நான்கே ஆண்டுகளில் விற்பனை 300 மில்லியன் டாலர்களைத் தொட்டது. ஜெஃப் தன் திருவிளையாடலைத் தொடங்கினார். அமேசான் வைஸ் பிரசிடெண்ட், டயப்பர்ஸ் உயர் அதிகாரிகளைச் சந்தித்தார். 'நாங்கள் டயப்பர்ஸ் பிசினஸில் இறங்கப்போகிறோம், உங்கள் கம்பெனியை எங்களுக்கு விற்றுவிடுங்கள்' என்று எச்சரித்தார். மார்க் லோர் மறுத்தார்.

தனக்கு யாராவது நோ சொல்லுவதா? ஜெஃப் கொதித்தார். யுத்தம் ஆரம்பமானது. அமேசான் டயப்பர்ஸ் விற்பனை தொடங்கியது. விலை? டயப்பர்ஸ் டாட்காம் என்ன விலை விற்கிறதோ, அதை விட 30 சதவிகிதம் குறைவு. டயப்பர்ஸ் டாட்காம் குறைத்தால் அமேசானும் குறைத்துக்கொண்டே போகும். அமேசானுக்கு மூன்றே மாதங்களில் 100 மில்லியன் டாலர் நஷ்டம். ஆனால், அவருடைய 24,509 டாலர் ஆண்டு விற்பனையில் இது ஒரு கொசுக்கடி. அப்புறம், கௌரவப் பிரச்சனை என்று வரும்போது, நஷ்டம் என்ன நஷ்டம்?

டயப்பர்ஸ் டாட்காம் விற்பனை சரிந்தது. அவர்களால் தாக்குப் பிடிக்க முடியவில்லை. கம்பெனியை விற்க முடிவு செய்தார்கள். அதே சமயம், தன்னைக் கவிழ்க்கச் சதித் திட்டம் போடும் அமேசான் கைகளில் கம்பெனி போய்விடக்கூடாது என்பதில் மார்க் லோர் உறுதியாக இருந்தார். வால்மார்ட்டைச் சந்தித்தார். பேசினார். 900 மில்லியன் டாலர்கள் விலை கேட்டார். வால்மார்ட் சம்மதிக்கவில்லை. பேரங்கள் தொடர்ந்தன. வால்மார்ட் 450 மில்லியன் டாலர்களுக்கு மேல் தரத் தயாராக இல்லை.

கொதிக்கும் எண்ணெயா, எரியும் நெருப்பா? வால்மார்ட்டா, அமேசானா? மார்க் லோருக்கு வித்தியாசம் தெரியவில்லை. இது தனி மனிதனின் தன்மானப் பிரச்சனையல்ல, தன்னை நம்பியிருக்கும் ஆயிரக்கணக்கான ஊழியர்கள் பிரச்னை என்பதை உணர்ந்தார். அமேசானைச் சந்தித்தார். ஜெஃபோடு பேச்சு வார்த்தைகள் ஆரம்பமாயின. பேசிக்கொண்டே டயப்பர்ஸ் டாட்காமுக்கு வெடிகுண்டு வைத்து அமேசான் திரியைக் கொளுத்திக்கொண்டிருந்தது. மீட்டிங் நடந்துகொண்டிருக்கும் போதே, அமேசான் மாம் என்று தாய்மார்களுக்கான திட்டத்தை அறிவித்தது. டயப்பர்களுக்கு இன்னும் குறைந்த விலை, பற்பல சலுகைகள். அதே சமயம், மீட்டிங்கில் அமேசான் டயப்பர்ஸ் டாட் காமுக்கு 540 மில்லியன் டாலர்கள் தருவதாகச் சொன்னார்கள். ஒரு நிபந்தனை, 48 மணி நேரத்தில் ஆமாம், அல்லது இல்லை சொல்லவேண்டும்.

மீட்டிங் முடித்து வெளியே வந்த மார்க் லோர், சகாக்களுக்கு அமேசான் மாம் சூழ்ச்சி பற்றித் தெரிந்தது. எதிர்த்து நின்றால் அமேசான் தங்களை நசுக்கிவிடுவார்கள் என்பது புரிந்தது. மார்க் லோர் வால்மார்ட்டிடம் போனார். அவர்கள் விலையை 600 மில்லியன் டாலர்களுக்கு உயர்த்தினார்கள். ஆனால், அதற்குள் 48 மணிநேரக் கெடு முடிந்துவிட்டது. டயப்பர்ஸ் டாட்காம் ஜெஃப் பாக்கெட்டில்.

உலகமகா ஸ்டோர் நடத்த நினைத்த ஜெஃப், டயப்பர்ஸ் டாட் காம் போன்ற நிறுவனங்களைத் துரத்தித் துரத்தி அமுக்கினார். அதே சமயம், அவர் ஆசைப்பட்ட சில கம்பெனிகள் அவரைத் தேடி வந்தன. 70 மொழிகளில் 15 கோடிப் பிரதிகளுக்கும் அதிகமாக விற்பனையாகி, கின்னஸ் ரிக்கார்ட்களில் இடம் பிடித்திருக்கும் புத்தகம் பிரேசில் நாட்டு எழுத்தாளர் பவுலோ கோய்லோ படைத்த ஆல்கெமிஸ்ட் (தமிழில் ரசவாதி.) அவர் வைரவரிகள், ‘உங்களுக்கு ஏதாவது வேண்டுமென்று மனமார விரும்பினால், இந்தப் பிரபஞ்சம் அதை அடைய உங்களுக்கு உதவும்.’ ஸாப்போஸ் டாட்காம் என்னும் கம்பெனியைப் பொறுத்த வரையில் பவுலோ கோய்லோ வார்த்தைகள் அமேசானுக்குப் பலித்தன.

ஸாப்போஸ் டாட் காம் இணையத்தில் ஷுக்கள் விற்றுக் கொண்டிருந்தது. 1999 ல் தொடங்கப்பட்டது. 2001ல் விற்பனை 9 மில்லியன் டாலர்கள்; 2003ம் ஆண்டு 70 மில்லியன்; 2005 - 170 மில்லியன். 2006ல் இந்த வளர்ச்சிக்குத் தடை போட அமேசான் முடிவெடுத்தது. 30 மில்லியன் செலவில், ஷு விற்பனைக்காக,

எண்ட்லெஸ் டாட் காம் என்னும் இணையத்தளம் திறந்தது. குறைவான விலை. ஸாப்போஸ் பாதிக்கப்படவேயில்லை. அவர்கள் விற்பனை எகிறிக்கொண்டேயிருந்தது. 2007ல் 840 மில்லியன், 2008ல் 1000 மில்லியன். அமேசான் ஒவ்வொரு ஷூ ஆர்டருக்கும் 5 டாலர் தந்தது. பலனில்லை.

இப்போது, பிரபஞ்சம் ஜெஃப் உதவிக்கு வந்தது. 2008ம் ஆண்டு அமெரிக்காவில் வந்த நிதிப் பிரச்னையால், ஸாப்போஸுக்குப் பணத் தட்டுப்பாடு ஏற்பட்டது. கம்பெனியை அமேசானுக்கு விற்றார்கள்.

சக தொழிலதிபர்கள்

1998. ஜெஃபுக்கு வால்மார்ட் மேல் அபரிமிதமான மதிப்பு உண்டு - அவர்களின் செலவுக் கட்டுப்பாடு, சப்ளையர்களைக் கசக்கிப் பிழிந்து பேரம் பேசும் திறமை, போட்டியாளர்கள் எல்லோரையும் விடக் குறைந்த விலையில் வாடிக்கையாளர்களுக்குப் பொருட்கள் தரும் வலிமை. வால்மார்ட்டிலிருந்து திறமைசாலிகளை இழுக்கத் தொடங்கினார். வால்மார்ட்டின் முக்கிய தகவல் அதிகாரி ரிச்சர்ட் டால்ஸெல், விநியோகத் துறை உதவித் தலைவர் ஜிம்மி ரைட் ஆகியோர் இவர்களுள் முக்கியமானவர்கள். இதன்மூலம், தன் வியாபார ரகசியங்களை அமேசான் திருடுவதாக வால்மார்ட் வழக்கு தொடுத்தார்கள். இரு தரப்பு வக்கீல்களின் வாதங்கள், நிர்வாகிகளின் சாட்சியங்கள் எனப் பல மாதங்கள் தொடர்ந்த இந்த யுத்தம், திடீரென நீதிமன்றத்துக்கு வெளியே சமரசப் பேச்சு வார்த்தைகளில் முடிவுற்றது.

ஜெஃப் எப்போதும் சண்டைக் கோழியல்ல. அவர் விட்டுக் கொடுத்த இரண்டு நிகழ்வுகளைப் பார்ப்போம். 1999ல் அமேசான் பர்சேஸ் சர்கிள்ஸ் என்றொரு வசதியைத் தொடங்கினார்கள். 3,000 நகரங்கள், பல்கலைக் கழகங்கள், நிறுவனங்கள் என்று அனைத்து இடங்களிலும் அதிகம் விற்பனையாகும் 10 பொருள்களைப் பட்டியலிட்டார்கள். இந்தச் செயல் தனிமனிதச் சுதந்திரத்தில் அமேசான் செய்யும் தலையீடு என்று ஊடகங்கள், மனித உரிமை ஆர்வலர்கள் ஆகியோரிடமிருந்து கடும் எதிர்ப்பு பிறந்தது. பெரிதும் மதிக்கப்படும் நம்பர் 1 கம்ப்யூட்டர் தயாரிப்பு நிறுவனம் ஐ.பி.எம். அதன் தலைவர் லூயி கெர்ஸ்ட்னர் ஜுனியர் இதுபற்றித் தன் 5,000 ஊழியர்களிடம் கருத்துக் கணிப்பு நடத்தினார். பர்சேஸ் சர்கிள்ஸை நிறுத்தாவிட்டால், அமேசானில் வாங்குவதையே புறக்கணிக்கப் போவதாக, 95 சதவிகிதம் பேர் சொன்னார்கள். லூயி

கெர்ஸ்ட்னர் ஜுனியர் இதைக் கடுமையாகவே ஜெஃப்புக்குத் தெரிவித்தார். 'உங்கள் பிசினஸை நீங்கள் எப்படி நடத்தவேண்டும் என்று நான் சொல்ல வரவில்லை. ஆனால், இது மிக முக்கிய சமாசாரம் என்பதை நினைவில் வைத்துக்கொள்ளுங்கள்.' ஊருக்குப் பெரியவரைப் பகைத்துக்கொள்ள முடியுமா? அமேசான் தன் திட்டத்தை மூட்டை கட்டிப் பரணில் போட்டது.

1999ல் இன்னொரு எதிர்பாராத பிரச்னை. மினியாபோலிஸ் நகரத்தில், ஒரு பெண்கள் கூட்டுறவுச் சங்கம், 1970 முதல் ஒரு புத்தகக் கடை நடத்தி வந்தார்கள். இதன் பெயர், அமேசான் புக் ஸ்டோர். ஆனால், இவர்கள் தங்கள் கடையின் பெயரைப் பதிவு செய்யவில்லை. அமேசான் தங்கள் பெயரைக் காப்பி அடித்து விட்டதாக வழக்குப் போட்டார்கள். அமேசான் அலட்டிக் கொள்ளாமல் பதில் தந்தது. 'நாங்கள், எங்கள் பிராண்டை வளர்த்துக்கொண்டிருக்கும் கடந்த நான்கு வருடங்களாக, இந்தக் கடை கையைக் கட்டிக்கொண்டு உட்கார்ந்திருந்தது. அவர்களுக்கு எங்கள் பெயர் ஒரு பிரச்னை என்றால், ஏன் முன்னாடியே சொல்லவில்லை?'

நீதிமன்றத்தில் சூடான வாதங்கள். ஆனால், சில மாதங்களில் இரு தரப்பும் வெள்ளைக்கொடி காட்டிக்கொண்டார்கள். சமரசம் செய்துகொண்டார்கள். அமேசான் புக் ஸ்டோர் தன் உரிமையை விட்டுக் கொடுத்தது. அதே சமயம், அவர்கள் தங்கள் பெயரிலேயே வணிகத்தைத் தொடர ஜெஃப் அனுமதி தந்தார்.

அமேசான் சந்தித்திருக்கும் இன்னொரு பிரச்னை விற்பனை வரி. 1994ல் ஜெஃப் கம்பெனி தொடங்க சியாட்டில் நகரத்தைத் தேர்ந்தெடுக்க ஒரு முக்கிய காரணம், அங்கே இணையத்தள விற்பனைக்கு வரி கிடையாது. பெரும்பாலான அமெரிக்க மாநிலங்களில் கடை வைத்திருந்தால் மட்டுமே வாடிக்கை யாளர்கள் மேல் விற்பனை வரி சுமத்தவேண்டும் என்னும் சட்டம் இருந்தது. இணையத்தளம் என ஒன்று கண்டுபிடிக்கப்படும், அங்கே வியாபாரம் நடக்கும் என்று யாருமே நினைத்துப் பார்த்திராத காலகட்டத்தில் இயற்றப்பட்ட சட்டங்களல்லவா? ஆகவே, இந்த ஓட்டை இருந்தது. அமேசான் இதைப் பயன்படுத்திக்கொண்டது. கடைக்காரர்கள் குறைந்தபட்சம் எட்டு சதவிகிதம் வரி சுமத்தினார்கள். அமேசானில் வாங்கினால் வரி கிடையாது. ஆகவே, விலை குறைவு.

இந்த வரி விலக்கால் தங்கள் கஜானாவுக்கு இழப்பு வருவதை ஏனோ மாநிலங்கள் 2008 வரை கண்டுகொள்ளவில்லை. ஒரு நாள்

நியூ யார்க் விழித்துக்கொண்டது. அமேசான் மீது வரி ஏய்ப்புக்கான வழக்கு தொடர்ந்தது. அமேசான் வாதம் என்ன தெரியுமா? நியூயார்க் சரக்குக் கிடங்கிலிருந்து அதே மாநிலத்தில் இருக்கும் வாடிக்கையாளருக்கு விற்பனை செய்தால், வரி சுமத்துவோம், அரசுக்குத் தருவோம்; பிற மாநிலக் கஸ்டமருக்கு விற்றால், சட்டப்படி வரி தர வேண்டியதில்லை.

நியூ யார்க்கை அடுத்து பிற மாநிலங்களும் வரி விதிக்கத் தொடங்கினார்கள். வழக்குகள் தொடர்கின்றன. வாதங்களைக் கனம் கோர்ட்டார் முன் எடுத்துவைக்கும் அதே சமயம், அமேசான் பல சரக்குக் கிடங்குகளைத் துணை நிறுவனங்களாக்கியது. வரி வலையிலிருந்து தப்பிப்பதற்கான சட்டத்துக்கு உட்பட்ட செயல்பாடு இது. வரி கொடுக்கும் கட்டாயம் வந்தால் அமேசானின் விற்பனையும் லாபமும் பாதிக்கப்படுமா? இல்லை. அரசு இடுக்கில் பாய்ந்தால், ஜெஃப் தடுக்கில் நுழைவார் என்கிறார்கள் அவரை அறிந்தவர்கள்.

அமேசானுக்குப் பிரச்னைகள் வெளியிலிருந்து மட்டும் வருவதில்லை. அவர்களே செய்யும் தில்லாலங்கடி வேலைகளும் உண்டு. அவற்றுள் ஒன்று, அமேசான் மாட்டிக்கொண்ட அனுபவம். அமேசான் வாடிக்கையாளர்களுக்கு ஒரு சேவையை வழங்குகிறது. அவர்களுடைய ஆசிரியர் குழு, புதிய புத்தகங்களைப் படித்துப் பார்த்து விமரிசனம் செய்யும், நல்ல புத்தகங்களை வாசகர் களுக்குப் பரிந்துரைக்கும், அதிக விற்பனையாகும் புத்த்கங்களைப் பட்டியலிடும். இந்தக் கருத்துகளை கஸ்டமர்கள் முழுக்க முழுக்க நம்பினார்கள். அமேசான் பரிந்துரையால் அமோக விற்பனை கண்ட படைப்புகள் ஏராளம்.

இந்தச் சேவையில் அமேசான் தகிடுதத்தங்கள் செய்வதைக் கண்டுபிடித்தார் புத்தக வெளியீட்டுத் துறை நிபுணர் என்று கருதப்படும் நியூ யார்க் டைம்ஸ் நாளிதழ் நிருபர், டோரீன் கர்வஜால். துணிச்சலோடு எழுதும் பெண்மணியாக அறியப் பட்டவர். சாதகமான விமரிசனங்களும் பரிந்துரைகளும் வெளியிடு வதற்காகப் பதிப்பாளர்களிடம், ஒரு புத்தகத்துக்குப் பத்தாயிரம் டாலர்கள் அமேசான் வாங்குவதாக ஆதாரங்கள் காட்டினார்.

அமேசான் குற்றச்சாட்டுக்களை மறுக்கவேயில்லை. மறுக்கவும் முடிந்திருக்காது. ஆகவே, முழுப் பூசனிக்காயைச் சோற்றில் மறைத்தது. ஜெஃப் ஊடகங்களைச் சந்தித்தார். பறந்து வந்தன கேள்விக் கணைகள். கண் சிமிட்டாமல் பதில்கள் சொன்னார்.

‘வேறு எந்தப் புத்தகக் கடையையும் விட, எங்கள் ஆசிரியர் குழு மிகப் பெரியது. தரமில்லாத எந்தப் புத்தகத்தையும், பணம் தருகிறார்கள் என்பதற்காக நாங்கள் பரிந்துரைக்க மாட்டோம்’ - இது அவர் சொன்னது. ஜெஃப் சொல்லாமல் விட்டது, ‘தரமுள்ள இரண்டு புத்தகங்கள். அவற்றுள் ஒரு பதிப்பாளர் பணம் தந்து, இன்னொருவர் தராவிட்டால், காசு தந்தவருக்கு அமேசான் அதிக வெளிச்சம் தரும்.’

ஏனென்றால், இன்னொரு கேள்விக்கு அவர் தந்த பதில், ‘நாங்கள் செய்வது ஒன்றும் புதிதல்ல. புத்தக விற்பனைத் துறையில் பணம் வாங்கி, விற்பனையை உயர்த்த ஆதரவு தருவது காலம் காலமாக நடப்பதுதான்.’

ஒரு திருடனைக் கையும் களவுமாகப் பிடித்தபோது, நீங்கள் அத்தனை பேரும் உத்தமர்தானா சொல்லுங்கள்? உங்களில் உத்தமர் யாரோ, அவர்கள் என்மேல் கல்லை எறியுங்கள், என்று சவால் விடும் சால்ஜாப்பு.

பொதுஜன நினைவாற்றல் மிகக் குறுகியது. ஆகவே சில வாரங்களில் அமேசானின் இந்தத் ‘தவறை’ எல்லோரும் மறந்தே விட்டார்கள்.

17

அமேசான் ஒரு நீர்க்குமிழி?

புதுப்பாதை போடுபவர்களுக்கு எப்போதுமே பிரச்னை. ஜெஃப் அமேசான் தொடங்கிய காலகட்டத்தில் இன்டர்நெட் பற்றி அநேகம் பேருக்குத் தெரியாது. ஆகவே, இணையத்தில் புத்தகம் விற்பதை ஒரு பிசினஸாகவே அவர்களால் பார்க்கமுடியவில்லை, குறிப்பாக நிதித்துறை வல்லுநர்களால்.

ஜெஃப் நிதி ஆலோசகர்களோடு தொடங்கிய சந்திப்புகளும் உறவுகளும் ஆரம்பம் முதலே சுமுகமாக இல்லை. சாதாரணமாக நிதி ஆலோசகர்கள் கொஞ்சம் கட்டுப்பெட்டித்தனமானவர்கள். அவர்கள் மிக மிக ஜாக்கிரதையாகத்தான் இருக்கவேண்டும். ஏனென்றால், பொதுமக்கள் அவர்களை நம்பி முதலீடு செய்கிறார்கள். இந்தப் பணத்தில் அவர்கள் சூதாட முடியாது, கூடாது.

அமேசான் தொடங்கியவுடன், 1994ல் ஜெஃப் எரிக் டில்லன் என்னும் ஷேர் புரோக்கரைச் சந்தித்தார். ஜெஃப் திட்டம் டில்லனைக் கவரவேயில்லை. இரண்டு காரணங்கள். அப்போது புத்தக வியாபாரம் ஆஹா ஓகோவென்று லாபம் தரும் பிசினஸாக இருக்கவில்லை. அப்புறம், இண்டர்நெட் பற்றி அப்போது யாருக்கும் தெரியாது. அதனால், டில்லன் பின்வாங்கினார். ‘இன்டர்நெட்டில் புத்தகம் விற்பது அத்தனை பெரிய ஐடியாவாகத் தோன்றவில்லை. சுவாரஸ்யமான ஐடியா. ஆனால், சுவாரஸ்யத்துக்காக யாராவது பணம் முதலீடு செய்வார்களா?’

1998 ல், பிளாணட்ஆல், ஜங்லீ நிறுவனங்களை அமேசான் வாங்கிய போது, பிரபல நிதி ஆலோசனை நிறுவனங்கள் அமேசானை எத்தனை கடுமையாகச் சாடினார்கள் தெரியுமா? மெரில் லிஞ்ச் என்னும் முன்னணி ஆலோசனை நிறுவனம் ஆராய்ச்சி அறிக்கை வெளியிட்டார்கள். அமேசானின் அடி வயிற்றைக் கலைக்கும் தலைப்பு அது. உலகின் தலையாய இன்டர்நெட் காமர்ஸ் கம்பெனி (ஷேர்கள்) விலை மிக அதிகமா? அதில் வந்த கருத்து, 'அமேசான் டாட்காம் தொழில்நுட்ப நிறுவனமல்ல, சாஃப்ட்வேர் நிறுவனமல்ல. அதிக லாபம் காட்டும் கம்பெனிகளைவிட அமேசானின் சந்தை மதிப்பு அதிகமாக இருப்பது சரியல்ல.'

ஐ.பி.ஓ மாபெரும் வெற்றி கண்டபிறகும், நிதி ஆலோசகர்களைப் பொறுத்தவரை அமேசான் நிலைத்து நிற்கும் நிறுவனமல்ல, எந்த நேரமும் வெடிக்கும் வண்ண நீர்க்குமிழி. இந்தக் கருத்தைப் பரவலாக்கியதில் முக்கிய பங்கு வகித்தவர் ரவி சுரையா என்னும் இந்தியர். இவரை நினைத்தாலே ஜெஃப் ரத்தம் கொதிக்கும். அத்தனை அதகளம் பண்ணியிருக்கிறார்.

ரவி சுரையா சென்னையில் பிறந்தவர். அண்ணாமலைப் பல்கலைக் கழகத்தில் எஞ்சினியரிங் படித்தார். பின் அமெரிக்காவின் டுலேன் பல்கலைக்கழகத்தில் எஞ்சினியரிங்கில் முதுகலைப் படிப்பும், எம். பி.ஏவும் முடித்தார். 29 வயதில் லேமன் பிரதர்ஸ் என்னும் பிரபல நிதி ஆலோசனை நிறுவனத்தில் சேர்ந்தார். அபாரத் திறமை. நெற்றிக் கண்ணைத் திறப்பினும் குற்றம் குற்றமே என்று தனக்குச் சரியென்று பட்டதை வெளிப்படையாகப் போட்டு உடைப்பவர்.

22 ஜுன் 2000. ரவி தன் 27 பக்க ஆராய்ச்சி அறிக்கையை வெளியிட்டார். அறிக்கையா அது? ஒவ்வொரு பக்கமும் அமேசானுக்கு வைக்கப் பட்ட அணுகுண்டு. அமேசான் ஏகப்பட்ட கடன் வாங்கி யிருக்கிறது, நஷ்டத்தில் மூழ்கிக்கொண்டிருக்கிறது என்று புள்ளி விவரங்களால் நிரூபித்தார். ரவி சுரையாவுக்கு அமேசான்மீது தனிப்பட்ட காழ்ப்பு எதுவும் கிடையாது. ஒரு அறிவுஜீவியாகத் தன் கடமையைச் செய்வதாக நினைத்தார், அவ்வளவுதான்.

சாதாரணமாக ஜெஃப் இத்தகைய அறிக்கைகளை உதறித் தள்ளுவார். ஆனால், ரவியை அப்படி ஒதுக்கமுடியவில்லை. அறிக்கை வெளியான ஒரே நாளில் அமேசான் ஷேர்கள் விலை 19 சதவிகிதம் சரிந்தது. அடுத்த மூன்று வாரங்களில் இன்னும் 14 சதவிகிதம் சரிவு. ரவியின் அறிக்கை 'வெறும் பிதற்றல்' என்று ஜெஃப் பதிலடி கொடுத்தார். ரவி தன் கூட்டல், கழித்தல்களில் தப்புக் கணக்குப் போட்டிருக்கிறார், அதுவும் சின்னத் தப்பு அல்ல, பல

மில்லியன்கள் தப்பு என்று ஊழியர்களிடம் சொன்னார். மில்லியன்களில் தப்புப் பண்ணியவர் என்னும் குறியீடாக அவருக்கு அமேசானில் 'மில்லி ரவி' என்று கேலிப் பெயர் வைத்தார்கள். ஜெஃப் இப்படித்தான் ரவியைக் குறிப்பிடுவார்.

ரவியின் ஆராய்ச்சியை ஊடகங்களில் உதறித் தள்ளினாலும், அதில் உண்மையும் இருப்பதை ஜெஃப் உணர்ந்தார். உடனேயே திருத்த நடவடிக்கைகள் எடுத்தார். புத்தக சப்ளையர்களான இன்க்ராம் கம்பெனி இயக்குநர்களை அவர்கள் தலைமையகத்துக்குச் சென்று சந்தித்தார். அமேசானுக்கு வந்திருப்பது தாற்காலிகச் சறுக்கல், மீண்டும் விரைவில் எழுவோம் என்று உத்தரவாதம் தந்தார். பணம் வருவதற்கு தாமதமானாலும் சப்ளை இடையூறில்லாமல் தொடரும் என்று அவர்கள் ஜெஃபுக்கு வாக்குறுதி தந்தார்கள். இதே போல் அமேசானின் உயரதிகாரிகள் இருவர் அமெரிக்காவிலும் ஐரோப்பாவிலும் இருந்த பிற முக்கிய சப்ளையர்களைச் சந்தித்தார்கள். அவர்களுடனும் இதேபோல் டீல்.

வருமானத்தை அதிகமாக்கும் செயல்பாடுகள் தொடங்கின. சில்லறை வியாபாரத்தில் கோலோச்சும் வால்மார்ட், காஸ்ட்கோ ஆகியோரோடு கை கோர்த்து வருமானத்தைப் பெருக்கவும், செலவுகளைக் குறைக்கவும் வழிகள் இருக்கின்றனவா என்று கண்டுபிடிக்க பேச்சுவார்த்தைகள் நடத்தினார். ஆனால் இந்த ஒத்துழைப்பு, சந்திப்புகளைத் தாண்டி முன்னால் நகரவேயில்லை.

ஏஓஎல் (AOL) நிறுவனம் ஷாப்பிங் சேனல் நடத்திவந்தது. இதை நிர்வகிக்கும் பொறுப்பை அமேசான் ஏற்க முன் வந்தது. அவர்களும் சம்மதித்தார்கள். இதற்குப் பதிலாக, அமேசானில் 100 மில்லியன் டாலர்கள் முதலீடு செய்தார்கள். வருமானத்தின் ஒரு ஜன்னல் திறந்தது.

அடுத்து இரண்டாம் ஜன்னலைக் கண்டுபிடித்தார்கள். ஃப்ரான்சிஸ் பேக்கன் பதினாறாம் நூற்றாண்டில் வாழ்ந்த இங்கிலாந்தின் சகலகலா வல்லவர். தத்துவமேதை, விஞ்ஞானி, நீதிபதி, பேச்சாளர், எழுத்தாளர், அட்டர்னி ஜெனரல், சான்ஸலர் என்னும் அரசு உயர் அதிகாரி. புத்தகங்களை அவர் மூன்று வகையாகப் பிரித்தார். 'சில புத்தகங்களைச் சுவைக்க வேண்டும்; சிலவற்றை விழுங்க வேண்டும்; வெகு சில புத்தகங்களை அசை போட்டு ஜீரணிக்க வேண்டும்.' பேக்கன் சொல்லாமல் விட்டது, பெரும்பாலான புத்தகங்களை ஒரு முறை படித்து முடித்தபின் கடாச வேண்டும்.

படித்து முடித்த புத்தகங்களைச் சாதாரணமாக நாம் என்ன செய்வோம்? நண்பர்களுக்குக் கொடுப்போம். அல்லது பழைய பேப்பர் கடையில் வீசுவோம். வருமானத்தை அதிகரிக்க என்ன செய்யலாம் என்று துழாவிக்கொண்டிருந்த ஒரு அதிகாரிக்கு மின் வெட்டல், இந்தப் பழைய புத்தகங்களை அமேசானில் விற்பனை செய்தால்? இந்த ஐடியா உடனே அரங்கேறியது.

லாபம் வர என்ன செய்யவேண்டும்? வரவைப் பெருக்கி, செலவைக் குறைக்கவேண்டும். வரவை அதிகமாக்கப் பல முயற்சிகள் முழுமூச்சில். அதே சமயம், செலவுகள் பூதக் கண்ணாடியால் ஆராயப்பட்டன, அதிரடியாகக் குறைக்கப் பட்டன. தேவையற்ற சரக்குக் கிடங்குகளுக்குப் போடப்பட்டது பூட்டு. சுமார் 1,200 ஊழியர்கள் சீட்டுக் கிழிக்கப்பட்டது.

மூன்று வருடங்கள் ஓடின. ரவி தன் தாக்குதலைத் தொடர்ந்து கொண்டேயிருந்தார். 2003ம் ஆண்டின் ஜனவரி - மார்ச் மூன்று மாத காலம். ஏப்ரல் 24. ஜெஃப் அளவில்லாப் பெருமையோடு ஊடகங்களைச் சந்தித்தார். விற்பனை 1120 மில்லியன், லாபம் 5 மில்லியன். முதன் முதலாக லாபம். அமேசானால் கொடுக்கவே முடியாது என்று ரவி சொன்ன அத்தனை கடன்களையும் ஜெஃப் தீர்த்துவிட்டார். அவர் ஊடகங்களுக்குச் சொன்ன சேதி, அடுத்த நாள் பத்திரிகைகளில் தலைப்புச் செய்தியாக வந்தது.

Meaningful Innovation Leads,
Launches, Inspires Relentless
Amazon Visitor Improvements.

அதாவது, அமேசானின் அர்த்தமுள்ள புதுமைகள் அமேசான் இணையத்தளத்துக்கு வருபவர்களை எழுச்சியூட்டி, வழிநடத்தி, புதிய முயற்சிகள் தொடங்கவைத்துத் தளராத மேம்பாடுகள் தரும் என்று அர்த்தம். தமிழ் மொழிபெயர்ப்பில் பிரச்னை இல்லை. ஆங்கிலத்திலும் இதே குழப்படிதான். இப்படி ஒரு வாக்கியத்தை ஜெஃப் ஏன் சொன்னார்?

ஜெஃப் சொன்ன ஆங்கில வாக்கியத்தின் ஒவ்வொரு வார்த்தையின் முதல் எழுத்துக்களை எடுங்கள். என்ன வருகிறது?

MILLI RAVI... ஆமாம், மில்லி ரவி! தன்னைச் சீண்டிய ரவியை ஜெஃப் இப்படித்தான் பழி தீர்த்துக்கொண்டார்.

அமேசானின் கடும் விமரிசகர்கள் என்று பார்த்தால் மேனெஜ்மென்ட் ஆலோசகர்கள் முன்னிலை வகிப்பார்கள். ஒவ்வொரு நாளும் அமேசானுக்குக் கெடு குறித்துக்கொண்டிருந்தார்கள். உதாரண மாக, ஐஸ்குரூப் என்னும் ஆலோசனை நிறுவனம் அமேசானின் லாப, நஷ்டக் கணக்குகளைப் பூதக் கண்ணாடி போட்டுப் பார்த்தது. ஒவ்வொரு ஆர்டருக்கும் சராசரியாக அமேசான் 55.91 டாலர்கள் செலவிடுகிறது. வருமானம் 48.76 டாலர்கள்தாம், ஆகவே, ஒவ்வொரு ஆர்டருக்கும் 7.15 டாலர்கள் நஷ்டம் என்று துல்லியக் கணக்குப் போட்டது. கம்பெனியின் விற்பனை வளர்ச்சி, நிறுவனத்தின் ஆரோக்கியமல்ல, வீக்கம், நஷ்டத்தில் தள்ளும் புதைகுழி என்று கணித்தார்கள். இந்த அறிக்கைகளால், அமேசான் பங்கு விலை 41 சதவிகிதம் சரிந்தது.

ஜெஃப் பயந்தாரா? பங்குவிலையை உயர்த்தவும், முதலீட்டாளர் களுக்கு நம்பிக்கை ஊட்டவும் ஏதாவது செய்தாரா? இல்லை, இல்லவே இல்லை. மாறாக, எரியும் நெருப்பில் எண்ணெய் ஊற்றினார். 'அமேசானின் இலக்கு தற்காலிக லாபமல்ல, அதிவேக வளர்ச்சி' என்று லட்சிய முழக்கமிட்டார். காலம் ஜெஃப் கணிப்பைச் சரியென்று நிரூபித்தது. கை கொட்டிச் சிரித்தவர்கள் கை தட்டிப் பாராட்டினார்கள்.

18

மின் புத்தகப் புரட்சி

1998ல் அமேசான் புத்தகங்களோடு இசை சிடிக்கள் விற்கத் தொடங்கினார்கள். அப்போது அமேசான் ஒரு விஷயத்தைக் கண்டுபிடிக்கத் தவறியது. ஏராளமானவர்கள் இணையத்தளங்களி லிருந்து தங்களுக்குப் பிடித்த பாட்டுகளை டவுண்லோட் செய்து தங்கள் கம்ப்யூட்டர்களில் சேமித்துக்கொண்டிருந்தார்கள். சில சமயங்களில் நேர்மையாகப் பணம் கொடுத்து, பெரும்பாலான சமயங்களில் திருட்டுத்தனமாக. இந்த ஒலிப்பதிவின் தரம் மகா மட்டம். இசை கம்பெனிகளுக்கு திருட்டு டவுண்லோடை நிறுத்தும் வழி தெரியவில்லை. இந்தத் திருட்டால், அவர் களுடைய விற்பனை சரிந்துகொண்டே வந்தது.

2002. புயலென நுழைந்தார் ஆப்பிள் நிறுவனத்தின் ஸ்டீவ் ஜாப்ஸ். அவர் ஐடியா ரெக்கார்ட் கம்பெனிகள் டவுன்லோட் செய்யும் ஏகபோக உரிமையை ஆப்பிள் கம்பெனிக்குத் தரவேண்டும் என்பதுதான். இந்தப் பாடல்களை வாங்கும் வசதியை ஐ டியூன்ஸ் என்னும் ஆன்லைன் ஸ்டோர் மூலமாக வாடிக்கையாளர்களுக்கு விற்பனைக்கு வழங்கும். வரும் பணத்தை ரெக்கார்டிங் கம்பெனிகளும், ஆப்பிளும் பங்குபோட்டுக்கொள்ள வேண்டும்.

ஈ. எம். ஐ, யுனிவர்சல், வார்னர், சோனி, பி.எம்.ஜி ஆகிய ஐந்து கம்பெனிகளும் இசைத்தட்டுகள் விற்பனையில் முன்னணியில் இருந்தார்கள். ஸ்டீவ் ஜாபஸ் இவர்களோடு பேச்சு வார்த்தைகள் தொடங்கினார், முதலில் ஒவ்வொருவரோடும். அடுத்து ஐவரோடும் சேர்த்து. புதுமையான இந்த ஆன்லைன் ஸ்டோர்

என்ன என்பதே ஆரம்பத்தில் இந்த கம்பெனிகளுக்குப் புரியவில்லை. பூனைகள் அப்பத்தைப் பங்கு போடும்போது, சமரசம் பேசவந்த குரங்காக ஸ்டீவ் ஜாப்ஸைப் பார்த்தார்கள்.

ஸ்டீவ் ஜாப்ஸ் சொன்னார். 'திருட்டுத்தனமான டவுன்லோட் அதிகரித்து வருகிறது. இது தொடர்ந்தால், இசை கம்பெனிகளை இழுத்துப் பூட்டவேண்டிய காலம் வந்துவிடும். கம்ப்யூட்டரில் இசை சங்கமிக்கும் காலம் நெருங்கிக்கொண்டிருக்கிறது. நாளைய உலகம் கம்ப்யூட்டர் உலகம், சங்கம உலகம். எனவே, இசையின் வருங்காலம் தொழில்நுட்ப கம்பெனிகளிடம்தான் இருக்கிறது.' ஐந்து ரெக்கார்டிங் கம்பெனிகளும் டவுன்லோட் ஏகபோக உரிமையை ஐ டியூன்ஸுக்குத் தந்தார்கள். ஒரு பாட்டுக்கு டவுன்லோட் கட்டணம் 99 செண்ட்கள் மட்டுமே (அன்றைய கணக்குப்படி சுமார் 39 ரூபாய்.) இதில் 70 செண்ட் ரிக்கார்டிங் கம்பெனிகளுக்கு, 29 சென்ட் ஆப்பிளுக்கு. பொதுமக்களிடம் எக்கச்சக்க வரவேற்பு. கடை விரித்த பதினெட்டே மணி நேரங்களில் 2,75,000 பாட்டுக்கள் டவுண்லோட் ஆயின; முதல் ஐந்து நாட்களில் 10 லட்சம் பாட்டுகள். ஆறு மாதங்களில் 2 கோடி 50 லட்சம் பாடல்கள்.

ஜெஃப் தோல்வியை ஏற்றுக்கொள்ளும் நபரல்ல. அதே சமயம் ஒரு பயம். ஸ்டீவ் ஜாப்ஸ் அவரைப் போலவே, எதிரிகளை நொறுக்கும் கிராதகர். பாடல்களைப் போலவே, புத்தகங்களையும் டவுன்லோட் செய்யும் வசதியைத் தொடங்கிவிட்டால் அமேசான் அம்பேல். உடனே, உடனே, தற்காப்பு ஆரம்பிக்கவேண்டும். ஆரம்பித்தார்.

மியூசிக் போலவே, புத்தகங்களும் விரைவில் டிஜிட்டல் அவதாரம் எடுக்கும் என்பதில் ஜெஃபுக்குச் சந்தேகமே இல்லை. அந்தப் புரட்சியைத் தானே முன்னின்று நடத்த முடிவெடுத்தார். வாசகர்கள் மின் புத்தகங்களை வாங்குவதில் இரண்டு தடைக்கற்கள் இருந்தன. நல்ல வாசிப்புக் கருவி இருக்கவில்லை. இரண்டாவதாக, மின் புத்தகங்கள் அதிக எண்ணிக்கையில் இல்லை. மின் புத்தக வாசகர்கள் குறைவாக இருந்ததால் பதிப்பாளர்கள் அபூர்வமாகத் தான் மின் புத்தகங்கள் வெளியிட்டார்கள்; குறைவான புத்தகங்களே இருந்ததால், வாங்குபவர்களும் குறைவு.

ஜெஃப் இரண்டு வியூகங்களில் காய்களை நகர்த்தினார். வாசிப்புக் கருவி தயாரிப்பதற்காக லாப்126 என்னும் கம்பெனி தொடங்கினார். ஏன் இந்தப் பெயர்? Lab என்றால் லாபரட்டரி (பரிசோதனைச்சாலை.) அமேசான் லோகோ A to Z என்று காட்டும்.

ஆங்கில அகரவரிசையில் 1 - ஆம் எழுத்து A; 26 - ஆம் எழுத்து Z.) ஆகவே, 126 அமேசானைக் குறிக்கிறது.)

இதன் செயல்பாடுகள் ரகசியமாக வைக்கப்பட்டன. அடுத்து, மின் புத்தகங்களின் எண்ணிக்கையைப் பெருக்கும் முயற்சி. அவர் இலக்கு, தன் வாசிப்புக் கருவியை விற்பனைக்கு விடும்போது, ஒரு லட்சம் மின் புத்தகங்கள் ரெடியாக இருக்கவேண்டும்.

ஜெஃப் சுலபமாகச் சொல்லிவிட்டார். ஆனால் அதிகாரிகள் திணறினார்கள். பதிப்பாளர்களை மின் புத்தகங்கள் வெளியிடச் சம்மதிக்க வைப்பது எப்படி? ஏற்கெனவே அமேசானுக்கு அவர்களுடன் சுமுகமான உறவு இல்லை. விலையைக் குறை, விலையைக் குறை என்று தினமும் கையை முறுக்கும் வியாபாரியோடு யாருக்கு நல்ல உறவு இருக்கும்? அதே சமயம், அமெரிக்காவின் நம்பர் 1 புத்தக வியாபாரியான அமேசானைப் பகைத்துக்கொள்ளவும் பதிப்பாளர்களுக்குப் பயம். கத்திமேல் நடக்கும் அபாய வேலை.

பதிப்பாளர்களோடு பேச்சு வார்த்தைகளை நடத்திய அதிகாரிகளுக்கு ஜெஃப் தந்த அறிவுரை, 'மான்களைச் சிறுத்தை அணுகுவதுபோல் அவர்களிடம் நடந்துகொள்ளுங்கள்' என்பதுதான். ஆனால் பல அதிகாரிகளால் இப்படிப் பதிப்பாளர் களைக் கடித்துக் குதற முடியவில்லை. வேலை போய்விடுமே என்கிற பயத்தால் தொடர்ந்தார்கள். இன்னும் சிலர், போதுமடா சாமி என்று வேலையை விட்டு ஓடினார்கள்.

ஜெஃப் திட்டமிட்டுத் தாக்கினார். மின் வடிவமே புத்தகத்தின் வருங்காலமாகப்போகிறது என்று பெரிய பதிப்பாளர்களிடம் நயமாகப் பேசினார். அமேசானையே நம்பியிருந்த பதிப்பாளர் களிடம் அவர் காட்டியது இன்னொரு முகம். தங்கள் வெளியீடு களை டிஜிட்டல் வடிவம் ஆக்குமாறு அவர்களை வற்புறுத்தினார். மறுத்தால் அல்லது தாமதித்தால், அவர்கள் புத்தகங்களை அமேசான் இணையத்தளத்திலிருந்து தூக்கினார்.

ஏராளமான எதிர்ப்புக்கள். ஆனால், ஜெஃப் நினைத்தது நடந்தது. 2007 ஆகஸ்டில் 90,000 புத்தகங்கள் மின் வடிவில் தயாராகிவிட்டன. தன் இலக்கான ஒரு லட்சத்தில் 90 சதவிகிதத்தை அவர் எட்டி விட்டார். நவம்பர் 2007. ஜெஃப் தன் கிண்டில் வாசிப்புக் கருவியை விற்பனைக்கு அறிமுகம் செய்தார். அப்போது பதிப்பாளர் களுக்குப் பேரதிர்ச்சி. அத்தனை மின் புத்தகங்களுக்கும் ஒரே விலை, 9.99 டாலர்கள். 20 முதல் 200 டாலர்கள் வரை விற்றுக் கொண்டிருந்த அத்தனை புத்தகங்களுக்கும் ஜெஃப் தன்னிச்சையாக

இந்த அடிமாட்டு விலை வைத்துவிட்டார். அமேசான் தங்களை ஏமாற்றிவிட்டது என்று கதறியவர்கள் பலர். 'என்ன விலை வைக்கப்போகிறோம் என்று நீங்கள் கேட்கவில்லையே?' என்று பதிலளித்தது அமேசான். இது துரோகம் என்று பலர் சொன்ன போது, ஜெஃப் மனதுக்குள் நினைத்திருப்பார், 'பிசினஸில் இது சகஜமப்பா.'

ஜெஃப் இழைத்த அநீதிக்குப் பதிப்பாளர்கள் நிவாரணம் தேடினார்கள். பெங்குவின், ஹாச்செட், மாக்மில்லன், ஹார்ப்பர் காலின்ஸ், ராண்டம் ஹவுஸ், சைமன் அன்ட் ஷுஸ்டர் ஆகிய ஆறு பெரும் வெளியீட்டாளர்கள் கலந்து பேசினார்கள். அமேசானுக்குப் போட்டியாகத் தாங்கள் சேர்ந்து மின் புத்தகங்கள் வெளியிடலாமா என்று யோசித்தார்கள். ஆனால், தேவையான இணையத்தள வீச்சு தங்களுக்கு இல்லை என்பதை உணர்ந்து பின்வாங்கினார்கள்.

அந்தச் சமயம் பார்த்து வந்தார் ஆப்பிளின் ஸ்டீவ் ஜாப்ஸ். தன் ஐட்யூன்ஸ் வழியாக மின் நூல்கள் விற்கச் சம்மதித்தார். ஆறு பேரின் வெளியீடுகளின் விற்பனையை நிறுத்துவதாக அமேசான் சொன்னது. முடிவு? ராண்டம் ஹவுஸ் மட்டுமே ஆப்பிளோடு போனார்கள். மற்ற ஐவரும் அமேசான் பக்கம்.

மூன்றே வருடங்கள். 2010ல் முதல் முறையாக அமேசானின் மின் புத்தகங்கள் விற்பனை அச்சுப் புத்தகங்களின் விற்பனையை மிஞ்சியது. புத்தகங்களின் வருங்காலம் மின் வடிவம் தான் என்னும் ஜெஃப் ஜோசியம் பலிக்கத் தொடங்கியது. இன்று அமேசானில் 50 லட்சத்துக்கும் அதிகமான மின் புத்தகங்கள் இருக்கின்றன. இன்றைய கணிப்புப்படி, உலக அரங்கில் அனைத்து மொழி களிலும் வெளியாகும் புத்தகங்களின் எண்ணிக்கையில் 30 சதவிகிதம் மின் புத்தகங்கள்தாம். இன்டர்நெட் பயன்படுத்துவோர் எண்ணிக்கை நாளுக்கு நாள் அதிகரித்து வருகிறது. வேக வேகமான வை ஃபை இணைப்புகளால் மின் புத்தகங்கள் விற்பனை இன்னும் கணிசமாக உயரும் என்பது தொழில்நுட்ப வல்லுநர்கள் கருத்து.

பல பதிப்பாளர்கள் அமேசான் 9.99 டாலர்கள் விலையைத் தன்னிசையாக முடிவு செய்ததை எதிர்த்து வழக்குத் தொடர்ந்தார் கள். ஆனால், 2012ல் நீதிமன்றம் அமேசானுக்குச் சாதகமாகத் தீர்ப்பு வழங்கியது. ஜெஃப் நம் ஊர் அரசியல்வாதியாக இருந்திருந்தால் இப்படிப் பேட்டி கொடுத்திருப்பார். 'தர்மம் ஜெயித்தது, கொள்ளை லாபம் அடிக்கும் பதிப்பாளர்கள் கூடாரம் கலைந்தது.'

மின் புத்தகங்கள் குறைவான விலையில் புத்தகங்களை நமக்குக் கொண்டு வருகின்றன. சில உதாரணங்கள்:

புத்தகம்	ஆசிரியர்	புத்தக விலை (ரூபாய்)	மின் புத்தக விலை (ரூபாய்) விலை	அமேசான் ப்ரைம் அங்கத்தினர் களுக்கான மின் புத்தக விலை (ரூபாய்)
தலைமைச் செயலகம்	சுஜாதா	100.00	47.40	ஓ சி
வாஷிங்டனில் திருமணம்	சாவி	90.00	ஓ சி	ஓ சி
விஷ்ணுபுரம்	ஜெய மோகன்	800.00	350.00	ஓ சி
ஒரு புளியமரத்தின் கதை	சுந்தர ராமசாமி	450.00	135.00	135.00
ஒரு மனிதன், ஒரு வீடு, ஒரு உலகம்	ஜெய காந்தன்	239.00	49.30	ஓ சி
டாலர் தேசம்	பா. ராகவன்	550.00	300.00	ஓ சி

அமேசான் தன் சொந்த லாபத்துக்காக புத்தக விற்பனையில் தங்கள் முதல் இடத்தைத் தக்க வைத்துகொள்வதற்காக, மின் புத்தகங்களை அறிமுகம் செய்துகொண்டிருக்கலாம். ஆனால், வாசிப்பை வளர்ப்பதில், குறைந்த விலை மின் புத்தகங்களுக்கு முக்கிய இடம் உண்டு என்பதை யாரும் மறுக்கவோ, மறைக்கவோ முடியாது.

19

வானம் வசப்படும்

2017 பிறக்கிறது. ஜெஃப் திரும்பிப் பார்க்கிறார். அவருக்கு வயது 53. திருமணமாகி 23 வருடங்கள். அமேசான் ஆரம்பித்து 22 வருடங்கள். எப்படிப் பிரம்மாண்டமாக வளர்ந்துவிட்டான் அவர் குழந்தை அமேசான்?

1995

அலுவலகம் - 400 சதுர அடி

ஊழியர்கள் - நான்கே நான்கு பேர் (ஜெஃப், மனைவி மாக்கன்ஸி, காப்ஹான், டேவிஸ்.)

ஆண்டு வருமானம் - 1 மில்லியன் டாலர்கள்

2016 டிசம்பர் 31

தலைமைச் செயலகம் - 4000 மில்லியன் செலவில் கட்டப்பட்டுவரும் வளாகம். 2018 - இல் முழுமையாகத் தயாராகும்.

ஊழியர்கள் - 3,41,400 பேர்

ஆண்டு வருமானம் - 1,35,987 மில்லியன் டாலர்கள்

இதோ, வருடா வருட பிராக்ரஸ் ரிப்போர்ட்.

வருடம்	வருமானம் (மில்லியன் டாலர்கள்)
1995	*1*
1996	*16*
1997	*148*
1998	*610*
1999	*1640*
2000	*2762*
2001	*3122*
2002	*3933*
2003	*5264*
2004	*6921*
2005	*8490*
2006	*10711*
2007	*14835*
2008	*19166*
2009	*24509*
2010	*34204*
2011	*48077*
2012	*61093*
2013	*74452*
2014	*88988*
2015	*107006*
2016	*135987*

இந்தப் பிரம்மாண்ட வளர்ச்சிக்கு எது முக்கியக் காரணம்? ஜெஃப்பின் நெருங்கிய நண்பர் ஹனாவர் சொன்னார். 'நான் சந்தித்தவர்களிலேயே இலக்கில் மனதை அதிகமாக ஒருமுகப் படுத்தியிருப்பவர் ஜெஃப்தான். அவர் வாழ்வதும் சாப்பிடுவதும் மூச்சு விடுவதும் அமேசானுக்காகத்தான். விழித்திருக்கும் ஒவ்வொரு விநாடியும் அமேசான் அவரை ஆக்கிரமித்திருக்கிறது.'

ஆனால் இது உண்மையல்ல. ஜெஃபை ரகசியமாக ஆக்கிரமித்திருக்கும் இன்னொரு விஷயம், ப்ளூ ஆரிஜின். அதென்ன ப்ளூ ஆரிஜின்? ஒரு சிறிய ஃபிளாஷ்பேக். ஏப்ரல் 21, 1969. அதிகாலை மணி 2.56. ஜெஃப் வயது ஐந்து. அப்பலோ 11 அமெரிக்க விண்கலத்தில் நீல் ஆம்ஸ்ட்ராங், பஸ் ஆல்ட்ரின் இருவரும் சந்திரனில் கால் பதித்ததைத் தாத்தாவோடு டெலிவிஷனில் பார்க்கிறான்.

சிறு வயதிலேயே ஜூல்ஸ் வெர்ன், ராபர்ட் ஹென்லின், ஐஸக் அஸிமோவ்

ஆகியோரின் அறிவியல் புதினங்களைப் புரிந்து படிக்கிறான். விண்வெளிப் பயணம் பற்றிய ஸ்டார் ட்ரெக் தொலைக்காட்சித் தொடரைத் தொடர்ந்து பார்க்கிறான். 'நான் விண்வெளி வீரன் ஆகப்போகிறேன்' என்று வருங்கால ஆசையை அறிவிக்கிறான்.

பள்ளியின் பிரிவுபசார உரையில் சொல்கிறான். 'உலகத்துக்குப் பாதுகாப்பு போதாது. வெளிகிரகத்தவர் யாரேனும் படையெடுத்து வந்து நம்மை ஒட்டுமொத்தமாக அழித்துவிடலாம். ஆகவே, மக்கள் அத்தனை பேரையும் இன்னொரு கிரகத்தில் குடியேற்றவேண்டும், நம் பூமியை இயற்கை வளங்கள் எதுவும் கெடாத பிரதேசமாகப் பராமரிக்கவேண்டும்.'

மியாமி ஹெரால்ட் என்னும் உள்ளூர் நாளிதழ் பள்ளியிறுதி வகுப்பை முடித்த பலரைப் பேட்டி காண்கிறார்கள். 'வாழ்க்கையில் உங்கள் லட்சியம் என்ன?' என்று கேள்வி கேட்கிறார்கள். ஜெப் சொல்கிறான். '20 முதல் 30 லட்சம் மனிதர்களை விண்ணில் குடியேற்றுவேன். அதற்காக அங்கே ஹோட்டல்கள், பொழுது போக்குப் பூங்காக்கள், வீடுகள் கட்டுவேன்.'

விண்வெளியில் சாதனைகள் படைக்க இத்தனை துடிப்போடு இருந்தவர் ஏன் பாதை மாறினார்? விண்வெளி வீரர் புத்தக வியாபாரியாகச் சமரசம் செய்துகொண்டது ஏன்? ஜெஃபைச் சிறு வயது முதலே நன்கு அறிந்த தோழி உர்சுலாவைப் பொறுத்தவரை, அவர் இலக்கு மாறவேயில்லை. 'ஜெஃப் தன் அமேசானில் பல்லாயிரம் கோடி பண்ணுவதெல்லாம், தன் விண்வெளிக் கனவை நனவாக்கத்தான்.'

2000ம் ஆண்டு. ஜெஃப் உலகப் பெரும் பணக்காரர்களில் ஒருவர். 2000 மில்லியன் டாலர்கள் சொத்து. தன் சிறுவயது கனவைத் துரத்த முடிவெடுத்தார். ப்ளூ ஆரிஜின் கம்பெனியைப் பதிவு செய்தார். இது அமேசனின் அங்கமல்ல, பொது நிறுவனமல்ல, அவருடைய தனிப்பட்ட சொந்த நிறுவனம். ஏனோ, இந்த முயற்சியை

ரகசியமாக வைத்துக்கொள்ள விரும்பினார். அரசல் புரசலாக இதை மோப்பம் பிடித்த ஒரு பத்திரிகையாளர் 'அமெரிக்காவில் யாராவது விண்வெளிப் பயணத்துக்கான கம்பெனி தொடங்கு வார்களா?' என்று கேட்டார். ஜெஃப் பதில், 'உங்கள் கேள்விக்கான பதில், ஆமாம், யாராவது தொடங்கலாம்.'

2003. ஜெஃப் பயணம் செய்த ஹெலிகாப்டர் டெக்சாஸ் அருகே நொறுங்கி விழுந்தது. அதிர்ஷ்டவசமாக உயிர் தப்பினார். ஜெஃப் ஏன் டெக்சாஸ் போனார் என ஊடகங்களில் கேள்விகள். 'அவர் தாத்தாவோடு பெரிய பண்ணையில் வளர்ந்தவர். தன் வாரிசு களுக்கும் அத்தகைய அனுபவம் கிடைக்க, பெரிய பண்ணை ஒன்றை வாங்கப்போனார்' என்று அமேசான் ரீல் விட்டது. பொது மக்கள் நம்பினார்கள். இந்தக் காலகட்டத்தில், தான் படித்துக் கொண்டிருக்கும் புத்தகங்கள் பட்டியலை ஜெஃப் வெளியிட்டார். அவற்றுள் இரண்டு, பானைச் சோற்றின் பதமாக இருக்கின்றன. The History of Space Vehicles, Rare Earth:Why complex-life is uncommon in the universe?

ப்ராட் ஸ்டோன் என்னும் நியூஸ் வீக் வார இதழின் நிருபர் (பிறகு எவ்ரிதிங் ஸ்டோர் என்னும் தலைப்பில் அமேசான் பற்றி எழுதியவர்) தற்செயலாக, ப்ளூ ஆரிஜின் கம்பெனி பற்றி இணையத்தில் பார்த்தார். அவர்கள் விலாசம் - 1200, பன்னிரெண்டாம் அவென்யூ தெற்கு, சியாட்டில். இது அமேசான் அலுவலகமல்லவா? ஸ்டோன் மூளையில் மணி அடித்தது. அதே ப்ளூ ஆரிஜின் கம்பெனி விண்வெளித் துறையில் அனுபவமுள்ள எஞ்சினியர்களைத் தேடுவதாக விளம்பரம் வந்தது. இது வேறு விலாசம். ஸ்டோன் அந்த விலாசத்துக்கு இரவில் போனார். யாருமேயில்லை. நம் துப்பறியும் நிபுணர் வெளியே இருந்த குப்பைத் தொட்டிக்குப் போனார். அங்கிருந்த அத்தனை குப்பை களையும் தன் கார் டிக்கியில் கொட்டினார். வீட்டுக்கு வந்தார். குப்பையைக் கிளறினார். அவர் தேடிய கோமேதகம் கிடைத்தது. விண்கலங்கள் தயாரிக்கப்போவதான திட்டங்களை விவரிக்கும் ஆவணம். யாரோ கசக்கிக் குப்பையில் போட்டிருக்கிறார்கள்.

மறு வாரம். 'விண்வெளியில் பெஸோஸ்' என்னும் கட்டுரை ஸ்டோன் பெயரில் வெளியானது. இதற்குக் கழுவும் நீரில் நழுவும் மீனாக ஜெஃப் பதில் கொடுத்தார். ஊடகங்கள் ஆர்வம் காட்டு வதை நிறுத்தின. ஜெஃப் முயற்சி ரகசியமாகத் தொடர்ந்தது. 2005 வாக்கில் அவர் டெக்சாஸ் மாநிலத்தில் 2,90,000 ஏக்கர் நிலப்பரப்பை விண்வெளி ஆராய்ச்சிக்காக வாங்கிவிட்டார். வேலை மும்முரமாக நடக்கிறது. பல ஆரம்பப் பரிசோதனைகளுக்கும்

தோல்விகளுக்கும் பிறகு வெற்றி வெளிச்சம் வரத் தொடங்கியிருக்கிறது.

- 2011- முதல் விண்கலம் கட்டுப்பாட்டை இழந்து வானில் வெடித்துச் சிதறியது.
- ஏப்ரல் 2015 - விண்கலம், இலக்காக நிர்ணயித்த 3,07,000 அடி உயரத்தையும், மணிக்கு 2,284 மைல் வேகத்தையும் எட்டி, வெற்றிக் கொடி கட்டியது.
- நவம்பர் 2015 - விண்கலம் 3,30,000 அடி உயரம் சென்று விண்ணைத் தொடுகிறது.
- ஜனவரி 2016 - விண்ணைத் தொட்டு, மறுபடியும் பயன்படுத்தும் வகையில், பத்திரமாகப் பூமிக்குத் திரும்புகிறது.
- ஏப்ரல், ஜுன் 2016 - சோதனைகள் தொடர் வெற்றி.

வருங்காலத் திட்டங்கள்?

- 2017ல் மனிதர்கள் விண்ணுக்குப் போய்த் திரும்பும் சோதனை ஓட்டங்கள்.
- 2020 - பஸ், ரயில், விமான சர்வீஸ் போல் விண்ணுக்குப் போய் வரும் விண்கல சர்வீஸ்.

இது வெட்டிக் கனவு என்று யாருமே வாயைத் திறக்கவில்லை. ஏன் தெரியுமா? ஜெஃப் நினைத்ததை முடிப்பவர். அவர் அமேசான் தொடங்கியபோது, அதை ‘எந்த நேரமும் வெடிக்கும் நீர்க்குமிழி’ என்று கேலி செய்து வாங்கிக் கட்டிக்கொண்ட சூடுபட்ட பூனைகள் அவர்கள்.

20

கடந்த காலம் - அது இறந்த காலம்!

1999. வயர்ட் என்னும் பத்திரிகைக்குக் கொடுத்த பேட்டியில் முதன் முறையாக, 'என் அப்பா பெயர் டெட் ஜார்கென்சன்' என்னும் ரகசியத்தை ஜெஃப் உடைத்தார். தன் மூன்றாம் வயதுக்குப் பின் அவரைப் பார்க்கவில்லை, அவர் முகமே தனக்கு நினைவில்லை, அவரைத் தான் நினைத்துப் பார்க்க விரும்பவு மில்லை என்று மனம் திறந்தார்.

2002. நியூயார்க் டைம்ஸ் நாளிதழில் பத்திரிகையாளராக வேலை பார்த்த மார்க் லெய்போவிச் The New Imperialists என்னும் புத்தகம் எழுதினார். ஜெஃப் பெஸோஸ் அப்பா டெட் ஜார்கென்சன் எங்கே இருக்கிறாரோ என்று அதில் அவர் கேள்வி எழுப்பினார். அத்தோடு, எல்லோரும் டெட்டை மறந்துவிட்டார்கள்.

2011. ப்ராட் ஸ்டோன், Bloomberg Businessweek பத்திரிகையின் முக்கிய எழுத்தாளர். அமேசான் நிறுவனம் பற்றி The Everyday Store : Jeff Bezos and the age of Amazon என்னும் தலைப்பில் புத்தகம் எழுதத் தொடங்கியிருந்தார். அவர் மனதில் ஒரு கேள்வி எழுந்தது. 'டெட் ஜார்கென்சன் இப்போது எங்கே இருக்கிறார்?'

ஸ்டோன் ஆராய்ச்சியைத் தொடங்கினார். முதல் கட்டமாக, அமெரிக்காவில் எத்தனை டெட் ஜார்கென்சன்கள் இருக்கிறார்கள் என்று தேடினார். 80 பேர் இருந்தார்கள். 47 வயது மகன் இருக்க வேண்டுமானால், அப்பா வயது 65 க்கும் அதிகமாக இருக்கவேண்டும் என்று கணக்குப் போட்டார். இதன்படி, 40 பேர்

மிஞ்சினார்கள். ஜெஃப் அம்மா பிறந்த ஊர் ஆல்புக்கர்க். ஜெஃப் பிறந்தது 1964 ல் ஆல்புக்கர்க்கில். அப்படியானால், 1960, 1970 களில் டெட் அங்கேதானே வாழ்ந்திருக்கவேண்டும்?

1960, 1970ம் ஆண்டுகளின் உள்ளூர் பத்திரிகைகளைத் தேடிக் கண்டுபிடித்தார், அலசினார். சைக்கிள் சாம்பியனாக இருந்த ஒரு டெட் ஜார்கென்சன் பற்றி எக்கச்சக்கச் செய்திகள், போட்டோக்கள். ஆனால், ஆல்புக்கர்க்கில் அவர் இப்போது இல்லை. இத்தகைய சைக்கிள் விளையாட்டு வீரர், பெரும்பாலும். சைக்கிள் சம்பந்த மான தொழிலில்தான் 2011ம் ஆண்டிலும்ஈடுபட்டிருக்கவேண்டும் என்று ஸ்டோன் மூளை மணியடித்தது. அடுத்தகட்டத் தேடல். அரிசோனா மாநிலத்தின் கிளெண்டேல் நகரத்தில் சைக்கிள் கடை நடத்திவந்த டெட் ஜார்கென்சன் என்பவர் விவரங்கள் கிடைத்தன. இவர் அவராக இருக்குமோ? கிளெண்டேல் நகரத்துக்குப் போய், அவரை நேரில் சந்தித்து விசாரித்தால்தான் தெரியும்.

கிளெண்டேல் நகரத்துக்குப் பயணம். 69 வயதான டெட் ஜார்கென்சன் 30, 40 வருடங்களாக Road Runner Bike Center என்னும் சைக்கிள் வாடகைக்கு விடும் ரிப்பேர் செய்யும் கடை நடத்திவருவது தெரிந்தது. அவரைப் பற்றி எல்லோருக்கும் நல்ல அபிப்பிராயம். 'எப்போதும் கடையில் உட்கார்ந்திருப்பவர், சைக்கிள்கள் மீது பிரியம் கொண்டவர், கரிசனையோடு ரிப்பேர் செய்வார், எல்லோரையும்விட மிகக் குறைந்த ரேட்டில் சைக்கிள் தருவார்.'

ஸ்டோன், பல கடைகளுக்கு நடுவே ஒளிந்துகொண்டிருந்த டெட்டின் கடையைத் தேடிக் கண்டுபிடித்தார். கல்லாவில், கம்பீரமாக ஒருவர் உட்கார்ந்திருந்தார். அறுபது வயதைத் தாண்டிய தோற்றம், நரைத்த தலைமுடி. ஸ்டோனின் இதயம் துடித்தது. 'இவர்தான், இவர்தான் நான் தேடி அலையும் ஜெஃப் பெஸோஸ் அப்பா.'

ஸ்டோன் அவரோடு பேசத் தொடங்கினார். அவர் டெட் ஜார்கென்சன்தான். ஆனால் ஸ்டோனுக்கு அதிர்ச்சி. டெட்டுக்கு ஜெஃப் யார் என்றே தெரியவில்லை. அப்போதுதான் ஸ்டோனுக்கு மின்னல் வெட்டியது. ஜெஃபின் இயற்பெயர் ஜெஃப்ரி ப்ரெஸ்ட்டன். இந்தப் பெயரையும், முன்னாள் மனைவி ஜாக்லீன் பெயரையும் சொன்னவுடன் அவர் உடனே புரிந்துகொண்டார். அவர் கேட்ட முதல் கேள்வி, 'அவர்கள் உயிரோடு இருக்கிறார்களா?'

அவர் மகன் மாபெரும் பிசினஸ்மேனாக, உலகக் கோடீஸ்வரர் களில் ஐந்தாம் இடம் பிடிப்பவராக விஸ்வரூபம் எடுத்திருப்பதை

ஸ்டோன் எடுத்துச் சொன்னார். ஏதோ நம்பமுடியாத மந்திரஜாலக் கதை போல் டெட் கேட்டார். இதையெல்லாம் எதிர்பார்த்திருந்த ஸ்டோன் கம்ப்யூட்டரைத் திறந்தார். இணையத்தளத்திலிருந்து ஜெஃப்பின் சில போட்டோக்களைக் காட்டினார். 45 வருடங்களுக்குப் பின் தன் மகனைப் பார்க்கும் பரமானந்த அனுபவம். ஆனால் சந்தோஷத்தைவிட மனதில் இனம் புரியாத பயம், வருத்தம், குற்றம்.

இரவு. ஸ்டோன், டெட் அவருடைய தற்போதைய மனவி லிண்டா இருவரையும் டின்னருக்கு அழைத்துப்போனார். மனமாரப் பேசினார்கள். 'நான் நல்ல அப்பாவாகவோ, நல்ல கணவனாகவோ இருக்கவில்லை' என்று டெட் ஒத்துக்கொண்டார்.

தன் கதையைச் சொன்னார். 1963 ல் அவருக்கும் ஜாக்லீனுக்கும் திருமணம் நடந்தது. 1964ல் மகன் பிறந்தான். ஜெஃப்ரி ப்ரெஸ்ட்டன் ஜார்கென்சன் என்று பெயர் வைத்தார்கள். டெட்டுக்கு அப்போது நிரந்தர வருமானம் இல்லை, பயங்கரக் குடிப் பழக்கம். அதனால், ஜாக்விலீன் விவாகரத்து கேட்டார். 1965ல் இருவரும் பிரிந்தார்கள். ஜீவனாம்சம் தரக்கூட அவரிடம் காசில்லை. ஆனால் அடிக்கடி தன் மகனைப் போய்ப் பார்த்து விட்டு வருவார்.

இதன் நடுவே ஜாக்லீனுக்கும் மிகேல் பெஸோஸுக்கும் நடுவே காதல் மலர்ந்தது. திருமணம் நிச்சயமானது. அல்புக்கர்க் நகரத்தை விட்டுப் போய், ஹூஸ்டன் நகரத்தில் புதுவாழ்வு தொடங்க முடிவெடுத்தார்கள். அப்போது ஜாக்லீனின் அப்பா டெட்டிடம் ஒரு வாக்குறுதி கேட்டார். 'இனிமேல் நீ ஜீவனாம்சம் தர வேண்டாம். ஆனால், மகனைப் பார்க்கப் போகக்கூடாது. மிகேல் குழந்தையைத் தத்து எடுத்துக்கொள்ளுவார். மகன் குடும்பப் பெயரும் ஜார்கென்சன் என்பதிலிருந்து பெஸோஸ் என்று மாறிவிடும்.' டெட் ஒத்துக்கொண்டார். கொடுத்த வாக்குப்படி, மனைவியுடனோ, மகனுடனோ அவர் தொடர்பே வைத்துக் கொள்ளவில்லை. அவருக்கு அவர்களைப் பற்றியே தெரியாமல் போனது.

1974 வரை டெட் தனிமரமாக இருந்தார். தவறுகள் புரியத் தொடங்கின. குடியை விட்டார். திருமணம் செய்துகொண்டார். ஆறு வருடங்கள். இந்த உறவிலும் பிரிவு வந்தது. 1980 ல் மொத்தச் சேமிப்பையும் மூலதனமாக வைத்து இப்போது நடத்தும் சைக்கிள் கடையைத் தொடங்கினார். நான்கு குழந்தைகளோடு இருந்த விவாகரத்துப் பெற்ற லிண்டாவைச் சந்தித்தார். 1987ல் திருமணம்

செய்துகொண்டார்கள். 24 வருடங்களாகப் போதுமான வருமானம், அன்பான மனைவி, நிம்மதியான வாழ்க்கை. டெட்டுக்கு அப்புறம் குழந்தைகள் இல்லை. ஒரே மகனை எப்படியாவது சந்திக்க மாட்டோமா என்று நெஞ்சு துடிக்கும். ஆனால், அவன் எங்கே இருக்கிறான், என்ன செய்கிறான் என்றே தெரியாத நிலை. 'ஜாக்லீனை நான் குற்றம் சொல்லவே மாட்டேன். முழுக்க முழுக்க என் தப்புதான்.'

டெட்டுக்குப் பல உடல் உபாதைகள், இதயம், நுரையீரல் சம்பந்தமான பிரச்னைகள். பல வருடங்களுக்கு முன்னால், சிகரெட் வாங்க போனபோது ரௌடிகள் ஆள் மாறாட்டத்தில் இவரைத் தாக்க, பத்து இடங்களில் தாடை எலும்புகள் நொறுங்கின. அறுவை சிகிச்சைகள் செய்தபோதும், முழுக்கக் குணமாகவில்லை. ஆனால், வருமானம் தேவை என்பதால் கடை நடத்திவந்தார். பொறுப்பே இல்லாமல், குடும்பத்துக்குப் பாரமாய் இளமைக் காலத்தை வீணடித்துவிட்டோம், இலையுதிர் காலத்திலும் அதே தப்பைச் செய்யவேண்டாம் என்னும் ஞானோதயம்.

இப்போது ஒரே ஒரு ஆசைதான். 'மகனைப் பார்க்கவேண்டும். அவனோடு கை குலுக்கவேண்டும். என் அப்பா நீங்கள்தான் என்று அவன் சொல்லவேண்டும்.' தன் ஆதங்கத்தைத் தெரிவித்து, டெட் மகனுக்கு ஈ மெயில் அனுப்பினார். ஒருவேளை ஈ மெயில் அவன் கண்களில் படாமல் போய்விடுமோ என்று பயந்து இதைக் கடிதமாகவும் அனுப்பினார். மூன்று மாதங்கள் பதில் இல்லை. அப்போது டெட் சொன்னார். 'எங்கள் சந்திப்பு நடக்கும் என்று நினைத்தேன். ஆனால் அவன் பதிலே போடவில்லை. அவனைக் குற்றம் சொல்லவே முடியாது. நான்தான் அவனுக்கு நல்ல அப்பாவாகவே இருக்கவில்லையே?'

சில மாதங்கள் கழிந்தன. ஜெஃப் பதில் போட்டார். 'என் இளமைப் பருவம் சந்தோஷமானதாக இருந்தது. எனக்கு உங்களிடம் வெறுப்பு எதுவும் இல்லை. நம் வாழ்க்கையில் நடந்துவிட்ட சம்பவங்களுக்காக வருத்தப்படாதீர்கள்.'

ஆனால், 'அப்பாவை'ச் சந்திப்பது பற்றி ஒரு வார்த்தைகூட இல்லை. தன் மகனைத் தான் பார்க்கப்போவதேயில்லை என்று டெட்டுக்குப் புரிந்தது. ஜெஃப் தரப்பில் இரண்டு காரணங்கள் இருந்தன.

தன்னை உதாசீனம் செய்தவர்களை அவர் எப்போதும் மன்னிப்பதில்லை.

அவர் எதிர்காலத்தில் வாழ்பவர். கடந்த காலம் அவருக்கு இறந்த காலம். அந்த நாட்கள் அவருக்கு மூடப்பட்ட புத்தகம். அவர் எப்போதும் திரும்பிப் பார்ப்பதேயில்லை.

ஜெஃப் பெஸோஸ் – மைல் கற்கள்

'என்னைப் பொறுத்தவரை, அமேசானின் வரலாறு என்பது, தனி மனிதராகத் தன் கனவை நனவாக்கிய ஒரு மகா திறமைசாலியின் கதை' என்கிறார், (கூகிள் கம்பெனியின் தாய் நிறுவனமான) Alphabet கம்பெனியின் சேர்மன் எரிக் ஸ்மிட். ஆமாம், இரண்டு வரலாறுகளும் ஒன்றோடு ஒன்று பின்னிப் பிணைந்தவை. அந்தச் சங்கமச் சரித்திரம் இதோ:

1964 ஜனவரி 12

அமெரிக்காவின் ஆல்புக்கர்க் நகரில், டெட் ஜார்கென்சன், ஜாக்லீன் ப்ரெஸ்ட்டன் கைஸ் ஆகியோருக்கு மகனாகப் பிறந்தார். வைத்த பெயர் ஜெஃப்ரி ப்ரெஸ்ட்டன் ஜார்கென்சன்.

1965

பெற்றோர் திருமண முறிவு.

1968

ஜாக்லீன், மிகேல் பெஸோஸ் என்பவரை மறுமணம் செய்து கொள்கிறார். மிகேல் முழு மனதாக ஜெஃப்ரியை மகனாக ஏற்றுக்கொள்கிறார். பாசத்தோடு வளர்க்கிறார். பெயரை ஜெஃப்ரி பெஸோஸ் (செல்லமாக ஜெஃப்) என்று மாற்றுகிறார்கள். வளர்ப்புத் தந்தை மிகேல்தான் தன் சொந்த அப்பா என்று ஜெஃப் நினைத்துக்கொண்டிருக்கிறான்.

1969

அம்மா தாத்தாவுடன் பல விடுமுறை நாட்களைச் செலவிடுகிறான். அப்பல்லோ 11 விண்கலம் சந்திரனில் இறங்குவதைத் தொலைக்காட்சியில் பார்க்கிறான். பெரியவன் ஆனதும், விண்வெளி வீரனாகும் ஆசை துளிர் விடுகிறது.

தாத்தா ஆசையைத் தூண்டி விடுகிறார். அடுத்த பல வருடங்களுக்கு, அறிவியல் புனைவு நூல்களைப் படிக்க வைக்கிறார். விண்ணியலிலும், வாசிப்பிலும் வாழ்வு முழுக்க நீடிக்கும் காதலுக்குத் தாத்தா காரணம்.

1974

மிகேல் உண்மையை ஜெஃபிடம் உடைக்கிறார். அதிசயமாக, ஜெஃப் கவலையே படவில்லை. அவனுக்கும் மிகேலுக்கு மிடையே பழைய பாசம் மாற்றமேயில்லாமல் தொடர்கிறது.

1982

பள்ளிப் படிப்பு முடிக்கிறார். விண்வெளியில் மக்களைக் குடியேற்றுவது தன் வாழ்க்கை லட்சியம் என்று தெரிவிக்கிறார்.

பிரின்ஸ்ட்டன் பல்கலைக் கழகத்தில் சேருகிறார். விண்வெளி ஆராய்ச்சி செய்ய இயற்பியல் படிக்கவேண்டும். இதைத்தான் விரும்புகிறார். பல காரணங்களால், மன மாற்றம். எலெக்ட்ரிக்கல் எஞ்சினியரிங், கம்ப்யூட்டர் சயின்ஸ் படிக்கிறார்.

1986

பிரின்ஸ்ட்டனில் கல்லூரிப் படிப்பை முடிக்கிறார். பல பெரிய கம்பெனிகளில் வேலை கிடைக்கிறது. அவற்றை ஒதுக்கிவிட்டுத் தொடங்கி சில மாதங்களே ஆகியிருந்த ஃபிட்டெல் என்னும் சாஃப்ட்வேர் கம்பெனியில் சேருகிறார்.

1990

ஃபிட்டெல் ஒரு ஜப்பானியக் கம்பெனியால் வாங்கப்படுகிறது. ஆகவே, அதை விட்டு, நியூயார்க் நகரில் இருக்கும் டி.ஈ. ஷா என்னும் நிதி ஆலோசனை நிறுவனத்தில் சேருகிறார்.

1993

மக்கன்ஸி டட்டில் என்னும் சக ஊழியரோடு பழக்கம், காதல். திருமணம்.

1994

ஜெஃப் பெஸோஸ், கடாப்ரா டாட் காம் ன்னும் பெயரில் ஆன்லைன் புத்தகக் கடை தொடங்குகிறார். பிசினஸ் காரணங் களுக்காகத் தம்பதிகள் சியாட்டில் நகரத்தில் குடியேறுகிறார்கள்.

1995

ஏப்ரல் *3* - சோதனை விற்பனை தொடக்கம்.

ஜூலை *5* - அமேசான் டாட் காம் என்று பெயர் மாற்றம்.

ஜூலை *16* - புத்தக விற்பனை தொடக்கம்.

1997 மே *15*

பங்குகள் சந்தையில் முதல் விற்பனை. (ஐ.பி.ஓ.)

இங்கிலாந்தில் விரிவாக்கம். amazon.uk ஆரம்பம்.

1998

International Movie Database என்னும் கம்பெனியை வாங்குகிறார்கள். புத்தகங்களோடு, இசை, சினிமா சிடிக்கள், டிவிடிக்கள் விற்பனை.

இங்கிலாந்திலும் ஜெர்மனியிலும் அமேசான் விரிவடைகிறது.

1999

பொம்மைகள், எலெக்ட்ரானிக் கருவிகள் விற்பனை தொடக்கம்.

2000

பிற வியாபாரிகளும் தங்கள் பொருட்களை விற்பனை செய்யும், zshops என்னும் மேடையை அமேசான் அமைத்துத் தருகிறது. அவர்கள் மூலமாகப் பழைய புத்தகங்கள் விற்பனை ஆரம்பம்.

விண்வெளி ஆராய்ச்சிக்காக, ப்ளூ ஆரிஜின் என்னும் நிறுவனம் தொடங்குகிறார். இது அமேசானோடு தொடர்பு கொண்டதல்ல. ஜெஃபின் சொந்த கம்பெனி.

2001

பார்டர்ஸ் புத்தகக் கடையை அமேசான் வாங்குகிறார்கள்.

2002

அமேசான் வெப் சர்வீசஸ் ஆரம்பம்.

2003

நகைகள் விற்பனை தொடக்கம்.

ஜெஃப் பயணம் செய்த ஹெலிகாப்டர் கீழே விழுந்து நொறுங்குகிறது. அதிர்ஷ்டவசமாக உயிர் தப்புகிறார்.

2004

காலணிகள் அமேசானில் அறிமுகம்.

சீனாவில் விற்பனை தொடக்கம்.

2005

கஸ்டமர்களுக்குத் துரித டெலிவரி தரும் Amazon Prime சந்தா முறையில் தொடக்கம்.

ப்ளூ ஆரிஜின் நிறுவனம் ராக்கெட்கள் தயாரிக்கத் தொடங்குகிறது.

2006

சிறு வியாபாரிகள் அமேசான் கட்டமைப்பு வசதிகளைப் பயன்படுத்தித் தங்கள் பொருள்களை விற்கத் தொடங்குகிறார்கள்.

காய்கறிகள், பழங்கள், பால் சப்ளை செய்யும் Amazon Fresh-க்கு சியாட்டில் நகரில் பச்சைக் கொடி காட்டப்படுகிறது.

விற்பனையில் மட்டுமே ஈடுபட்டிருந்த அமேசான், தொழில் நுட்ப அவதாரம் எடுக்கிறது. அமேசான் இணையத்தளத்தில் விற்பனை செய்யும் வியாபாரிகள் மட்டுமல்லாது அனைத்து குறு, சிறு, நடுத்தரத் தொழில் நடத்துபவர்களும் இணையத்தின் வீச்சைப் பயன்படுத்தித் தங்கள் வியாபாரத்தை வளர்க்க, அமேசான் வெப் சர்வீசஸ் தொடங்குகிறார்கள்.

2007

ஈ புத்தகங்களைப் படிக்க, கிண்டில் கருவி சந்தைக்கு வருகிறது. அமேசானின் சொந்தக் கண்டுபிடிப்பு.

2008

Amazon Games அறிமுகம்.

அரசுடன் விற்பனை வரி ஏய்ப்பு தொடர்பான மோதல் ஆரம்பம்.

2009

zappos.com என்னும் காலணிகள் விற்கும் கம்பெனியை வாங்குகிறார்கள்.

2010

அமேசான் ஸ்டுடியோஸ், தொலைக்காட்சித் தொடர்கள் தயாரிக்கத் தொடங்குகிறார்கள்.

சியாட்டிலில் புதுத் தலைமைச் செயலகம் திறப்பு.

Diapers.com என்னும் குழந்தைகளுக்கான உள்ளாடைக் கம்பெனி அமேசான் கைவசம்.

2011

கிண்டில் ஃபயர் டாப்லெட் கம்ப்யூட்டர் அறிமுகம்.

சினிமா, தொலைக்காட்சி நிகழ்ச்சிகள் இரண்டையும் வீடியோ ஸ்ட்ரீமிங்முறையில் அமேசான் வழங்கத் தொடங்குகிறது.

2012

கிவா என்னும் ரோபாடிக் கம்பெனியை விலைக்கு வாங்குகிறார் கள். சரக்குக் கிடங்குகளில் ரோபோக்கள் பயன்படுத்தும் முயற்சி.

மின் புத்தகங்களுக்கு 9.99 டாலர் நிர்ணயித்த அமேசானின் செயல் சரியே என நீதிமன்றம் தீர்ப்பு.

2013

அமேசான் இந்தியா ஆரம்பம்.

கலைப்பொருட்கள் விற்கும் அமேசான் ஆர்ட் கதவு திறக்கிறது.

தூரத்திலிருந்து இயக்கும் பொம்மை போன்ற குட்டி விமானங்கள் மூலம் கஸ்டமர்களுக்குப் பொருள்களை டெலிவர் செய்யும் Amazon Prime Air புரட்சித் திட்டத்தை அமேசான் அறிவிக்கிறது.

வாஷிங்டன் போஸ்ட் நாளிதழை விலைக்கு வாங்குகிறார்.

2015

வீட்டில் உதவியாளர் போல் செயல்படும் குரலால் இயங்கும், எக்கோ விற்பனைக்கு வருகிறது.

Amazon Restaurants சேவை தொடக்கம். வாடிக்கையாளர்கள் தங்களுக்கு விருப்பப்பட்ட உணவு விடுதிகளிலிருந்து ஆர்டர் செய்யும் சாப்பாட்டை டெலிவர் செய்யும் சேவை.

புத்தகக் கடைகளுக்கு மரண அடி கொடுத்த அமேசானே சியாட்டிலில் கடை திறக்கிறார்கள். ஜெஃப் மனதில் என்ன திட்டமோ? அவரே அறிவார்.

விண்ணில் விண்கலம் செலுத்தும் ப்ளூ ஆரிஜின் கம்பெனியின் சோதனைகள் வெற்றி.

2016

பொம்மை விமானங்கள் மூலம் 30 நிமிடங்களுக்குள் டெலிவரி செய்யும் சோதனை ஓட்டம் இங்கிலாந்தில் நடக்கிறது. வெற்றி.

விண்ணைத் தொட்டு மறுபடியும் பயன்படுத்தும் வகையில், ப்ளூ ஆரிஜின் விண்கலங்கள் பத்திரமாகப் பூமிக்குத் திரும்புகின்றன.

வருங்காலத் திட்டங்கள்?

ப்ளூ ஆரிஜின்

2017ல் ப்ளூ ஆரிஜினின் மனிதர்கள் விண்ணுக்குப் போய்த் திரும்பும் சோதனை ஓட்டங்கள்.

2020ல் பஸ், ரயில், விமான சர்வீஸ் போல் விண்ணுக்குப் போய்வரும் விண்கல சர்வீஸ்.

அமேசான்

என்னென்ன நடக்குமோ? விண்ணில் அமேசான் கடை திறக்குமோ? ஆண்டவனுக்கும், ஜெஃப்புக்கும்தான் வெளிச்சம்!

பின்னிணைப்பு

நூல்கள்

1. The Everything Store - Jeff Bezos and the Age of Amazon - Brad Stone - Little Brown Company, USA - 2013.
2. Amazon.com: Get Big fast - Robert Spectator - Harper Business, USA - 2000.
3. The Amazon Way: 14 Leadership Principles Behind the World's Most Disruptive Company - John Rossman - CreateSpace Independent Publishing Platform, USA - 2014.
4. Made in America - Sam Walton with John Huey - Bantam Books, USA - 1993.
5. தமிழ் சி.இ.ஓ - விகடன் பிரசுரம் - 2009

இதழ்கள்

1. Fortune (January 1, 2016) - Amazon invades India - Vivian Walt
2. Fortune (November 1, 2016) - Space Race : Lockheed - Boeing vs Musk and Bezos By Clay Dillow
3. Economic Times 22nd March 2017 - Amazon's India strategy: Focus on every geography to become 'everything for everyone'

இணையத்தளங்கள்

1. www.dailymail.co.uk/news/article-2540903/Amazon-founder-Jeff-Bezoss-ailing-biological-father-pleads-him
2. www.bloomberg.com/news/articles/2013-10-10/how-i-found-jeff-bezoss-biological-father
3. www.pedropan.org/category/history

4. www.instructables.com/id/How-to-make-a-kaleidoscope-1/
5. paladone.com/Infinity-Cube
6. www.biography.com/people/jules-verne-9517579
7. www.nasa.gov/audience/forstudents/k4/home/F_Apollo_11.html
8. archive.org/details/IsaacAsimov-TheFoundationTrilogy
9. www.goodreads.com/book/show46654.The_Foundation_Trilogy
10. io9.gizmodo.com/what-absolutely-everyone-needs-to-know-about-isaac-asim-1660230344
11. www.biography.com/people/jules-verne-9517579
12. www.heinleinsociety.org/CentennialReader/robert.html
13. www.biography.com/people/isaac-asimov-9190737
14. Penmai.com
15. www.startrek.com/database_article/star-trek-the-original-series-synopsis
16. www.sparknotes.com/lit/gulliver/
17. www.biography.com/people/jeff-bezos-9542209
18. www.quora.com/How-do-I-calculate-CGPA-and-GPA-in-a-final-exam-result-What-do-CGPA-and-GPA-mean
19. www.wikihow.com/Convert-a-Percentage-into-a-4.0-Grade-Point-average
20. www.internetsociety.org/internet/what-internet/history-internet/brief-history-internet
21. www.deshaw.com/WhoWeAre.shtml
22. tamil-paadal-varigal.blogspot.com/2008/04/blog-post_30.html
23. www.imdb.com/title/tt0376127/quotes
24. www.cnn.com/2013/04/05/us/jeff-bezos-fast-facts/
25. www.celebrityfunfacts.com/jeff-bezos/f67m89/
26. www.spirecast.com/history-of-e-commerce/
29. www8.hp.com/us/en/hp-information/about-hp/history/hp-timeline/timeline.html
30. www.retireat21.com/blog/10-companies-started-garages

31. www.theguardian.com/technology/shortcuts/2013/nov/06 jeff-bezos-biography-five-things-amazon-founder

32. www.businessinsider.com/jeff-bezos-amazon-name-alternatives-2016-1

33. mashable.com/2013/10/15/amazon-jeff-bezos-book/#7.T348nim8q3

34. www.quora.com/What-other-names-did-Jeff-Bezos-consider-besides-Amazon

35. www.quora.com/Why-did-Jeff-Bezos-choose-the-name-Amazon-com

36. http://www.computerhope.com/issues/ch000984.html

37. http://www.templatemonster.com/blog/history-of-ecommerce-timeline-infographic/

38. www.telegraph.co.uk/technology/amazon/11801515/Amazon-timeline-from-internet-bookshop-to-the-worlds-biggest

39. www.economist.com/news/briefing/21604559-20-amazon-bulking-up-it-notyetslowing-down-relentlesscom

40. www.relentless.com <http://www.relentless.com

41. www.boredpanda.com/worlds-biggest-sites-at-launch-wayback-machine

42. www.weborithm.com/retrospect-amazon-logo-history/

43. www.logaster.com/blog/amazon-logo/

44. www.kokogiak.com/gedankengang/2004/07/amazoncom-logo-timeline.htmlhttp://revenuesandprofits.com/amazon-vs-walmart-revenues-and-profits-1995-2014/

45. www.wired.com/1999/03/change-8/

46. www.businessinsider.com/hidden-meanings-in-tech-company-logos-2014-6

47. www.wsj.com/The Venture Capital Secret: 3 Out of 4 Start-Ups Fail

50. www.wsj.com/articles/SB849504268462964500 /

51. www.seattledogspot.com/dog-friendly-businesses/amazon-dog-friendly-seattles-dog-friendliest-company/

52. www.seattle.gov/dpd/AppDocs/GroupMeetings/DRProposal 3015022AgendaID4463.pdf
53. www.seattle.gov/dpd/AppDocs/GroupMeetings/ DRProposal3015022AgendaID4463.pdf
54. http://www.barnesandnoble.com/
55. www.npr.org/2013/11/15/243294593/what-s-the-real-lesson-of-david-and-goliath
56. www.dltk-bible.com/cv/david_and_goliath.htm
57. netmba.com/strategy/swot
58. foodsuite.tumblr.com/post/95354902131/popular-foods-of-tamil-nadu-guide-to-new-visitor
59. www.hungryforever.com/20-places-that-are-famous-for-their-foods
60. www.dbs.ifi.lmu.de/Publikationen/Boehm/IIWAS_02.pdf
61. Similarity Search and Data Mining: Database Techniques Supporting Next Decade's Applications
62. www.nasdaq.com/markets/ipos/company/amazon-com-inc-7235-8587
63. oracle.com.edgesuite.net/timeline/java/
64. www.tecmint.com/what-is-java-a-brief-history-about-java/
65. www.marketwatch.com/story/netscape-ipo-ignited-the-boom-taught-some-hard-lessons-20058518550
66. www.bloomberg.com/research/stocks/private/person.asp? personId=71024-privcapId=121389
67. www.startrek.com/database_article/perfect-mate-the
68. www.kuberacrossborderfund.com/boardofdirectors_4.html
69. www.alumni.upenn.edu/s/1587/gid2/16/interior.aspx?pgid=1119-gid=2
70. www.linkedin.com/in/ramananraghavendran
71. www.linkedin.com/pulse/jeff-bezos-amazon-getting-global-ramanan-raghavendran
72. www.facebook.com/maheshmurthy

73. yourstory.com/2013/09/mahesh-murthy-quite-naturally/
74. piurawildlifeguide.wordpress.com/2016/05/22/bamboo/
75. www.nytimes.com/2000/06/16/business/asleep-at-the-books-a-fraud-that-went-on-and-on-and-on.html
76. fortune.com/2016/03/03/barnes-noble-results/
77. www.statista.com/statistics/273460/revenue-of-barnes-und-noble/
78. money.cnn.com/2015/12/04/investing/barnes-and-noble-sales-nook-amazon/
79. www.nytimes.com/2009/01/28/books/28updike.html
80. www.nytimes.com/2009/01/28/books/28updike.html> John Updike, a Lyrical Writer of the Middle-Class Man, Dies at 76...
82. Phx.corporate-ir.net
83. www.sramanamitra.com/2011/06/07/from-mannarakoil-to-ceo-of-global-scholar-kal-ramans-journey
84. moneyminting.blogspot.com/2010/10/from-studying-under-streetlights-to-ceo.html
85. rajunaryanaswamy.blogspot.com/2010/10/ceo-kalyana-raman-rags-riches-story.html
86. temple.dinamalar.com/en/SpecialTemple_en.php/
87. www.sec.gov/Archives/edgar/data/1018724/000119312505047032/dex108.html
88. www.linkedin.com/pulse/nyt-article-amazon-culture-kal-raman
89. www.nytimes.com/2015/08/16/technology/inside-amazon-wrestling-big-ideas-in-a-bruising-workplace.html
90. www.businessinsider.com/here-are-the-14-rules-behind-amazons-brutal-workplace-2015-8
91. www.cnet.com/news/amazon-to-buy-two-companies/
92. www.nytimes.com/1998/08/05/business/amazoncom-is-expanding-beyond-books.html
93. www.crunchbase.com/organization/junglee#
94. www.linkedin.com/in/anandrajaraman

95. www.linkedin.com/in/venky-harinarayan-bb64
96. www.crunchbase.com/person/rakesh-mathur#/entity
97. hwww.helionvc.com/team/dr-ashish-gupta.html
98. www.linkedin.com/in/ashish-gupta-9632571
99. www.nasdaq.com/symbol/amzn/historical
100. www.telegraph.co.uk/technology/amazon/11801515/Amazon-timeline-from-internet-bookshop-to-the-worlds-biggest
101. www.geek.com/news/amazoncom-announces-zshops-566714
102. www.geek.com/news/amazoncom-announces-zshops-566714/
103. www.tamiloviam.com/
104. www.doreencarvajal.com/About1.html
105. www.Rakuten.com
106. www.referenceforbusiness.com/biography/F-L/Galli-Joseph-Jr-1959.html
107. fundersandfounders.com/how-jeff-bezos-started/
108. www.thehindubusinessline.com/opinion/columns/rasheeda-bhagat/the-sherpa-who-funded-googles-ascent/article2795373.ece
109. www.space.com/34058-jeff-bezos-elon-musk-giant-rockets-rivalry.html
110. www.theverge.com/2016/10/20/13348474/amazon-ceo-jeff-bezos-blue-origin-space-internet-ai
111. www.recode.net/2014/12/2/11633442/amazons-jeff-bezos-has-chosen-an-heir-apparent
112. www.recode.net/2016/4/28/11586526/aws-cloud-revenue-growth
113. www.bloomberg.com/news/articles/2000-07-09/can-amazon-make-it
114. www.seattletimes.com/business/amazon-settles-long-standing-legal-dispute-with-toys-r-us
115. www.wsj.com/articles/SB113798030922653260
116. www.slate.com/blogs/future_tense/2013/10/10/amazon_book_how_jeff_bezos_went_thermonuclear_on_diapers_com.html

117. www.tedmag.com/News/features/Breaking-Up-Is-Hard-To-Do-With-Amazon.aspx

118. www.huffingtonpost.in/entry/amazon-hachette-knife-wusthof_n_5492582

119. news.psu.edu/story/453434/2017/03/01/academics/long-time-industrial-engineering-professors-chandra-and-ravindran

120. floreotech.com/

121. www.crunchbase.com/organization/blue-origin/timeline#/timeline/index

122. www.telegraph.co.uk/technology/amazon/11801515/Amazon-timeline-from-internet-bookshop-to-the-worlds-biggest-online-retailer.html

123. techcircle.vccircle.com/2016/12/29/flashback-2016-amazon-in-pole-position-as-revenue-surges-capital-flows-in/

www.ingramcontent.com/pod-product-compliance
Lightning Source LLC
LaVergne TN
LVHW060454051026
849518LV00002B/767

* 9 7 8 8 1 8 4 9 3 7 5 6 5 *